अभिप्राय

या पुस्तकात सर्जनशीलता, भावनात्मकता आणि प्रामाणिकपणा असून नवसमाज निर्मितीसाठी ते अतिशय उपयुक्त आहे. पुस्तकातील काही हृदयस्पर्शी प्रसंग वाचताना तर माझ्या डोळ्यांत अश्रू दाटून आले.

— ना. सुशीलकुमार शिंदे, केंद्रीय उर्जामंत्री, नवी दिल्ली

'सर्जन' म्हणून निष्णात असलेल्या डॉ. अनिल गांधी यांचे 'मना सर्जना' हे पुस्तक म्हणजे, व्यावसायिकता आणि जगण्यातील ताणतणाव यांचे एक मनोज्ञ दर्शन आहे. माणूस म्हणून प्रत्येक घटनेकडे कसे पाहावे, याचा तो एक वस्तुपाठच आहे. 'वैद्यकीय व्यवसायात केवळ कौशल्यावर नाव मिळवणे वेगळे आणि त्या यशाला एक अनोखी माणुसकीची किनार असणे वेगळे', याचे भान हे पुस्तक वाचल्यावर येते.

— मुकुंद संगोराम, दै. लोकसत्ता

ही आत्मकथा निश्चितच वाचनीय आहे. 'मना सर्जना सत्यपंथेचि जावे' हे तत्त्व त्यांनी लेखनात पाळले आहे.

— सुरेशचंद्र पाध्ये, दै. सकाळ

आपल्या वैद्यकीय अनुभव विश्वाखेरीज समाजजीवनाच्या अनेक विषयांना स्पर्श केलेली आपली स्वत:ची जीवनसूत्रे सांगताना आपण जीवनाचे जे एक मर्मग्राही चिंतन केले आहे, ते खरोखरीच मौलिक आहे. आपले मन:पूर्वक अभिनंदन.

— विजय बावीस्कर, दै. लोकमत

'रुग्ण देवो भव,' हा एक नवा मंत्र, तुम्ही या आत्मकथनात स्वत:च्या नैतिक आचरणाने दिला आहे. वैभवाच्या झगमगाटात हरवून न जाता; देवघरातील समईच्या ज्योतीप्रमाणे तुम्ही सात्त्विक, साधे, परोपकारी आणि शांत जीवन जगत आहात, याचा संतोष आहे.

— दत्ता हलसगीकर, ज्येष्ठ कवी, सोलापूर

गरिबीशी संघर्ष करून मोठं होता येतं, आपल्या निवडलेल्या क्षेत्रामध्ये उत्तमतेची उंची गाठता येते याचा आदर्श म्हणजे, डॉ. अनिल गांधी आणि त्यांचं जगण्याला बळ देणारं हे पुस्तक, 'मना सर्जना'.

– अविनाश धर्माधिकारी, पुणे

वैद्यकीय व्यवसायात घेतलेल्या शपथेची बांधिलकी आयुष्यभर जपणारा माणूस. आपल्या आयुष्याचा स्तर उंचावण्यासाठी वाचावे, असे त्यांचे हे पुस्तक.

– ॲड. पी. एम. खिरे, पुणे

सत्याची पाठराखण करत समाजाच्या खूप पुढे चालणाऱ्या आणि नव्या वाटा निर्माण करण्याचं वेडं ध्येय जपणाऱ्या अनेकांना ही एक आयुष्यभर पुरेल, अशी शिदोरीच आहे.

– प्रा. मकरंद जोगळेकर, प्रभाकर खाडिलकर,
श्रीराम कानिटकर, सांगली

व्यवसाय माणसाला पैसा देतो; पण त्यात सचोटी असेल तर तो तुम्हाला प्रतिष्ठा व समाधानही देतो, हे सांगणारं 'मना सर्जना' हे अनुभवकथन सर्व व्यावसायिकांसाठी एक अनुकरणीय वस्तुपाठ आहे.

– डॉ. सुनीलकुमार लवटे, कोल्हापूर

डॉ. अनिल गांधी यांच्या 'मना सर्जना'तून त्यांच्या 'निर्भीड व्यक्तिमत्त्वाची, स्वतःवरील आणि स्वतःच्या तत्त्वांवरील त्यांची असीम निष्ठा यांची मनावर चांगलीच छाप पडते.' जास्तीतजास्त लोकांनी त्यांचे अनुकरण केल्यास आपला समाज एक आदर्श समाज होईल.

– डॉ. शशांक शहा, मुंबई

'मना सर्जना' हे नाव, वेगळे मुखपृष्ठ आणि प्रतीकात्मक असलेले हे आत्मकथन सामान्यातून असामान्य झालेल्या सुबुद्ध, द्यामयी तरीही कर्तव्यदक्ष अशा आदर्शाचे प्रतीक आहे. वाचताना वाचक अंतर्मुख होतो, हे या पुस्तकाचे श्रेय आहे.

– सौ. सुरेखा शहा, सोलापूर

आपले हे पुस्तक म्हणजे 'सत्तर' वर्षे वाट पाहून, एखाद्या आंब्याच्या झाडाला आलेल्या आंब्यासारखे आहे! फळ गोड आहे. रसाळ आहे. गरही दाट आहे. फक्त ते थोडे लहान आहे इतकेच! पण ह्या झाडाला चांगली फळे लागतात, तेव्हा आणखी अशाच फळांच्या अपेक्षेत!

– चंद्रशेखर सोमण, टोरांटो (कॅनडा)

ही एका सच्च्या डॉक्टरची सुरेख आत्मकथा आहे. त्यांनी विणलेला भावनांचा सुंदर गोफ आहे. कुणाशीही स्पर्धा नाही. कुठलाही वृथा अभिनिवेश नाही. अत्यंत वाचनीय रसाळ असं हे पुस्तक आहे. डॉक्टर होणारा प्रत्येक जण जी एक शपथ घेतो, तिचा डॉ. गांधींना गेली ४४-४५ वर्षे एकही क्षण तिचा विसर पडला नाही.

'मना सर्जना' 'सत्य पंथेची जावे', या ब्रीदावर ते कायम ठाम राहिले आहेत.

अपर्णा मोहिले, माजी सनदी अधिकारी, माजी अध्यक्ष सेन्सॉर बोर्ड,

(विशाखा दिवाळी अंक २०११ मध्ये प्रसिद्ध झालेल्या लेखातून)

This autobiography is a GEM!, in that, it has all the "C" ingredients of a gem, namely Clarity, Color, Cut, and Carat (weight), of high quality.!

The thoughts, and incidents are presented clearly (without any ambiguity). It is very colorful, and covers a wide spectrum of subjects from medicine to astronomy.

The language is very neat, and appealing, and every subject has been handled in great depth and substance. In this book Dr Anil Gandhi has presented the intricate facets of human nature with utmost simplicity and ease. It is an amazing effort indeed!

The book is a source of great inspiration to all.

Avinash Godbole Wg Cdr (Retd)
USA

★ **पुरस्कार : मराठी वाङ्मय परिषद, बडोदा (आत्मकथन)**
प्रथम क्रमांक (विभागून), फेब्रुवारी, २०११.

मानवसेवा हीच ईश्वरसेवा.

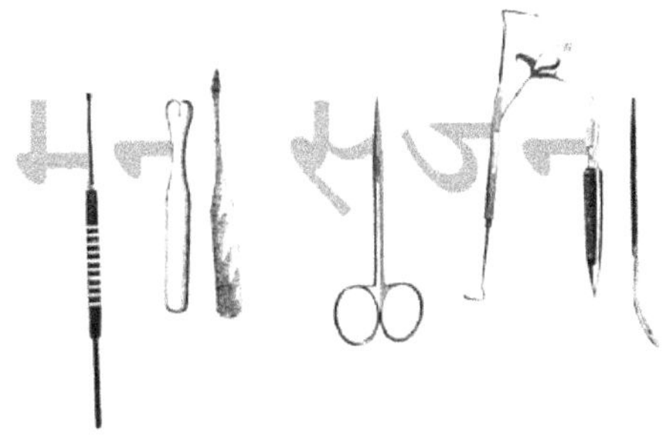

डॉ. अनिल गांधी

मेहता पब्लिशिंग हाऊस

MANA SARJANA

by DR. ANIL GANDHI

मना सर्जना / आत्मकथन

© डॉ. अनिल गांधी

शब्दांकन
डॉ. चित्रलेखा पुरंदरे

डॉ. अनिल गांधी
गांधी हॉस्पिटल, २५०/क,
शनिवार पेठ, पुणे - ४११०३०
✆ ०२०-२४४५९९३०
मोबाईल : ९४२२००४४६६

मुखपृष्ठ
चंद्रमोहन कुलकर्णी

प्रकाशनकाल
प्रथम आवृत्ती   : १२ जून, २०१०
द्वितीय आवृत्ती : १८ जुलै, २०१०
तृतीय आवृत्ती : नोव्हेंबर, २०१०
चौथी आवृत्ती   : डिसेंबर, २०११

प्रकाशक
सुनील अनिल मेहता,
मेहता पब्लिशिंग हाऊस,
१९४१, सदाशिव पेठ,
माडीवाले कॉलनी,
पुणे – ४११०३०

ISBN 978-81-8498-128-5

श्रीमान लक्ष्मीनिवास मित्तल

आपल्या नावाप्रमाणे ऐश्वर्यलक्ष्मी
आपल्या घरात निवास करते;
हे जगन्मान्य आहे.
पण त्याहीपेक्षा दातृत्ववान
असणाऱ्या आपल्या मनाची
प्रचीती आलेला मी,
गेली सव्वीस वर्षें,
त्या औदार्याने
भारावून गेलो आहे.
त्या ऋणाचे स्मरण
म्हणून, हे पुस्तक
कृतज्ञतापूर्वक
आपणास!

– डॉ. अनिल गांधी

प्रस्तावना

या संपूर्ण विश्वात आपल्या जीवनाइतके दुसरे महत्त्वाचे काहीही नाही. तरीदेखील थोड्याच व्यक्ती जीवनाचा सर्वांगीण विचार करणाऱ्या असतात. मानवी जीवनाचा काही हेतू आहे का? असल्यास ते ध्येय कसे प्राप्त करता येईल? आपल्या जीवनाचे सार्थक झाले, असे कोणाला आणि केव्हा वाटावे? अशा प्रश्नांची उत्तरे ज्याची त्याने शोधायची असतात. मानवी जीवन त्रिमित (Three Dimentional) आहे. जीवनाला लांबी (वय), रुंदी (प्रकृती) आणि खोली (इतरांसाठी तुम्ही काय केले!) आहे. जीवनाच्या या तिन्ही मिती संतुलित (balanced) असतील, तर त्या जीवनाला अर्थ प्राप्त होतो. जीवनाची लांबी म्हणजे आपले वय. अकाली मृत्यू आल्याने ते जीवन वाया जाते. पण केवळ दीर्घायू होण्याने जीवनाचे सार्थक होत नाही. 'किती जगलात हे महत्त्वाचे आहेच; पण कसे जगलात', हे अधिक महत्त्वाचे ठरते. जीवनाची रुंदी म्हणजे माणसाची प्रकृती. केवळ अपंगत्व अथवा आजार यांचा अभावच नव्हे; तर शारीरिक, मानसिक, सामाजिक आणि आध्यात्मिक सुस्थिती म्हणजे आरोग्य! अशी व्याख्या जागतिक आरोग्य संघटनेने केलेली आहे. संतुलित आहार, नियमाने केलेला व्यायाम, अंतर्बाह्य स्वच्छता, आजारांना प्रतिबंध आणि कोणत्याही विकाराचे लवकर निदान, योग्य उपचार आवश्यक असतात. मनाच्या गरजा पुरवणे, आनंदी वृत्ती जोपासणे, चौकस बुद्धीने निरीक्षण करत राहणे, इतरांच्या गरजांची जाणीव ठेवणे, आपल्या आयुष्याचे ध्येय ठरविता येणे – अशा प्रकारांनी मानसिक स्वास्थ्य कमवावे लागते. आपण एका समाजाचे जबाबदार घटक आहोत याची जाणीव ठेवून आपल्याला सामाजिक जबाबदाऱ्या पार पाडून सामाजिक प्रकृती सांभाळता येते. आपण आणि इतर यांच्यामधील भेद दूर करण्याचा प्रयत्न करून 'आत्मौपम्य' बुद्धी जोपासण्याने आध्यात्मिक प्रकृती

निरामय राहते.

शारीरिक, मानसिक, सामाजिक आणि आध्यात्मिक प्रकृती निकोप ठेवणे आवश्यक आहे. प्रकृती चांगली नसेल; तर या आयुष्यात जे काही करावयाचे आहे, जे ध्येय गाठावयाचे आहे, ते कोणीही मिळवू शकणार नाही. परंतु, केवळ प्रकृती चांगली ठेवली, एवढ्यानेच जीवन सफल झाले, असे म्हणता येणार नाही.

जीवनाची तिसरी मिती याकरिता महत्त्वाची आहे. ही तिसरी मिती म्हणजे इतरांसाठी तुम्ही काय केलेत, ही होय. तुमच्या आणि तुमच्या कुटुंबीयांच्या सर्व गरजा पार पडल्यावर, तुम्ही समाजासाठी काय केलेत, यावर ही मिती ठरते. माणसाचे खरे मोठेपण या तिसऱ्या मितीवर ठरते. अर्थातच, प्रकृती चांगली नसेल किंवा आयुष्यच थोटके पडल्यास, ही तिसरी मिती घडणे संभवतच नाही. यासाठी लांबी, रुंदी आणि खोली या तिन्ही गोष्टी महत्त्वाच्या आहेत. तिघांकडे समप्रमाणात लक्ष देण्याने आयुष्यात समतोल राहील, ते संतुलित होईल. एक आदर्श निर्माण होईल, असे आदर्श समाजापुढे यावयास हवेत. या आदर्शाची जडणघडण पाहताना घडणाऱ्या व्यक्तिमत्त्वापुढे एक प्रेरणास्थान निर्माण होईल. दुसरा एक आदर्श निर्माण होण्याची वेळ येईल. एका पणतीने दुसरी पणती पेटू शकेल. अंधार जाऊन प्रकाश येईल.

अज्ञानाचा, दारिद्र्याचा, रोगराईचा, अंधश्रद्धेचा, सामाजिक विषमतेचा, एकमेकांवरील अविश्वासाचा अंधकार आपल्या समाजातून हटवून ज्ञानाचा, सुबत्तेचा, सत्श्रद्धेचा, एकमेकांवरील विश्वासाचा प्रकाश यावयाचा असेल; तर अशा चारित्र्यसंपन्न व्यक्तींची जडणघडण कशी झाली, याचे चित्रण सर्वांसमोर आले पाहिजे. बुद्धिमत्ता, अविरत कष्ट करण्याची तयारी, इतरांच्या गरजांची जाणीव, त्याग करण्याची मनोवृत्ती, साधेपणाचे महत्त्व जाणणे, सतत शिकण्याची प्रवृत्ती असणे – अशा अनेक पैलूंचे दर्शन ज्यांच्या व्यक्तिमत्त्वाकडे नजर टाकल्यास दिसते; त्यापैकी डॉ. अनिल गांधी हे 'कनिष्ठिकाधिष्ठित' आहेत. त्यांना ज्या अडीअडचणींतून मार्ग काढावे लागले, त्याचे त्यांनी प्रामाणिकपणे वर्णन केलेले आहे. आपले वडील आणि सख्खे बंधू यांच्यातील गुण-दोष वर्णन करताना, त्यांनी सत्याची कास सोडलेली नाही. आपल्या गुरुजनांबाबत असणारा आदराचा भाव कमी न होऊ देता, त्यांचे योग्य मूल्यमापन केलेले आहे.

डॉ. अनिल गांधींनी लिहिलेल्या या पुस्तकाचे वैशिष्ट्य म्हणजे विषयवैविध्यता. सामाजिक कार्यातील त्यांची तळमळ, निष्ठा, कौशल्य याबरोबरच व्यावसायिक तत्त्वे, जीवनात व्यावहारिक बाबींचे सामर्थ्य कसे प्राप्त करावे, याविषयी त्यांनी केलेले मोलाचे मार्गदर्शन महत्त्वाचे आहे. याशिवाय कौटुंबिक गोष्टीत आपल्या अपत्यांमधील गुण हेरून, त्यांना त्यांच्या 'आकाशा'ची, म्हणजे त्यांच्या सामर्थ्याची

करून दिलेली जाणीव; त्याचे मला विशेष वाटते. एवढेच नव्हे, तर त्यांना वाटत असलेला संस्कृतीबद्दलचा अभिमानही कौतुकास्पद आहे. पृथ्वी-निसर्ग अशा सर्वांना कुतूहल असणाऱ्या विषयांवर त्यांनी अभ्यासपूर्ण आणि सोप्या भाषेत जे लिहिले आहे, ते मला फार भावले. आपणालाही ते आवडेल असेच आहे. पण सर्वांत आवडले ते, त्यांचे व्यवसायातील नीतिमत्तेवरील भाष्य! खरोखरीच त्यांचे वर्तनही त्याप्रमाणेच आहे.

परमेश्वर आहे का? त्याच्या सार्वभौमतेवर विश्वास ठेवावा का? हे प्रश्न व्यक्तिगत पातळीवर ज्याचे त्यानेच सोडवावयाचे असतात. ऑरिस्टॉटलने म्हटल्याप्रमाणे– 'The art is long, The life is short, Experience is limited and Judgment is fallacious.' जी-ती व्यक्ती स्वत:च्या अनुभवावरूनच अनुमान काढते, परंतु स्वत:च्या अनुभवाला आणि समजशक्तीला मर्यादा असतात. 'शास्त्रा आचार्य उपदिष्टे अर्थे अन् अनुभूते अपि एवम् एव इति विश्वास: इति श्रद्धा।।' अशी श्रद्धेची व्याख्या आहे. याचा अर्थ – आपल्या प्रमाणग्रंथाप्रमाणे आणि आपल्या शिक्षकांनी सांगितल्यानुसार, आपल्याला अनुभव नसला तरी ते तसेच आहे, असा विश्वास म्हणजे श्रद्धा! ज्या श्रद्धेने आपले भले होते, ती सश्रद्धा! ज्या श्रद्धेने आपली विनाशाकडे वाटचाल सुरू होते, ती अंधश्रद्धा. श्रद्धा आणि अंधश्रद्धा यामधील फरक केवळ परिणाम (मृत्यू/काळ) ठरवू शकतात. यासाठी आपण आपल्या श्रद्धा वारंवार तपासून पाहणे आवश्यक आहे. सामान्यपणे असे म्हणता येईल की, भौतिक यशाच्या प्राप्तीसाठी शास्त्रावर (science), तर मनाच्या शांतीसाठी धर्मावर श्रद्धा ठेवणे उपयोगी ठरते. सुसूत्र विचारसरणी, प्रयोग करण्याची प्रवृत्ती, पडताळून पाहण्याची पात्रता या शास्त्राच्या बाजू आहेत. तर 'धारणात् धर्ममित्याहु: धर्मो धारयते प्रजा:।।' लोकांना एकत्र ठेवतो तो धर्म, ही धर्माची व्याख्या मानली पाहिजे. ज्याला आपण धर्म म्हणतो, त्याने सर्व समाज एकत्र राहण्यास मदत होत आहे ना, हा प्रश्न महत्त्वाचा आहे. परमेश्वर आहे किंवा नाही, या प्रश्नापेक्षा परमेश्वर मानण्याने गुन्हे करण्याची प्रवृत्ती काबूत येणे शक्य आहे का; हा प्रश्न महत्त्वाचा आहे.

एकूणच ही आत्मकथा वाचनीय, मननीय, चिंतनीय आहे. मराठी वाचकांना असे पुस्तक उपलब्ध करून दिले, याबद्दल मेहता प्रकाशनाचे श्री. सुनील मेहता अभिनंदनास पात्र आहेत. डॉ. अनिल गांधी यांना मी मन:पूर्वक धन्यवाद देतो. त्यांना आणि त्यांच्या कुटुंबीयांना सर्व काळ सुख, शांती, समृद्धी, तृप्ती, वैभव आणि दीर्घायुष्य लाभो, अशी प्रार्थना करतो.

– डॉ. ह. वि. सरदेसाई

मनोगत

सात-आठ वर्षांपूर्वी माझे मित्र आणि सुप्रसिद्ध ज्येष्ठ साहित्यिक आनंद यादव यांच्याबरोबर गप्पा मारताना अनेक विषय निघाले, गप्पा रंगल्या. निरोप घ्यायला उठलो, तेव्हा आनंद म्हणाला, ''अरे, तू तुझे अनुभव शब्दबद्ध का करीत नाहीस?'' मी हसलो. म्हटलं, ''थोरामोठ्यांचे अनुभव वाचले जातात, ते त्यांच्या मोठेपणाचे गमक समजावून घेण्यासाठी किंवा थोर साहित्यिकांचे अनुभव वाचले जातात, ते त्यांच्या साहित्यिक सुगंधाचा आस्वाद घेण्यासाठी. मी यातल्या कुठल्याच कुळात मोडत नाही. एका शाळामास्तरचा चाळीत वाढलेला मुलगा डॉक्टर झाला तर ठीकच आहे. पण त्याचं खूप काही अप्रूप नाही.'' त्यामुळे यादवांचे शब्द अल्पकाळ मनात रेंगाळले अन् पडद्याआड झाले.

मार्च २००९मध्ये चरित्रलेखिका डॉ. चित्रलेखा पुरंदरे भेटल्या आणि पुन्हा हा विषय निघाला. थोडा वाद, थोडी चर्चा झाली आणि मी लिहायचा प्रयत्न करावा, या निर्णयाप्रत त्यांनी मला आणले, असे म्हणावे लागेल! त्यानुसार मी हा लेखनप्रयोग केला.

ही फक्त माझी व्यक्तिरेखा नसून माझ्या आजूबाजूच्या व्यक्ती, संस्था, वातावरण, परिस्थिती यांचे माझ्या व्यक्तिमत्त्वावर घडलेल्या संस्कारांचे, संक्रमणाचे शब्दांकन आहे, असे मला वाटते. 'एखादी मूर्ती घडते, त्याचा मूर्तिकार एक असतो; पण व्यक्ती घडते त्याचे शिल्पकार अनेक असतात.'

पुस्तक लिहिणे, हे 'येऱ्यागबाळ्याचे' काम नाही याची जाणीव आहे, तरीही हा प्रपंच! ही एका सामान्य माणसाची कथा असल्याने माझ्यात जे गुण-दोष आहेत, त्यांतले काही सर्वसामान्य वाचकांस आपले वाटले, तर त्यात नवल नाही. जे विचार पटतील ते आपले मानावेत. जे पटणार नाहीत, ते फक्त माझे समजून दुर्लक्षित करावेत.

पुस्तकात मांडलेले हे विचार वैयक्तिक आहेत. माझ्या अनुभवांखेरीज आर्थिक गुंतवणूक, व्यावसायिक नीतिमत्ता, देव, देवमाणसे, पृथ्वीची व्युत्पत्ती, सजीवांची निर्मिती, अंधश्रद्धा इत्यादी माझ्या आवडीचे इतर विषयही आलेले आहेत. प्रत्येकाने आपापल्या तराजूतून त्याचे मूल्यमापन करावे. योग्य वाटेल आणि हवे असेल तेवढेच घ्यावे; इतर गोष्टी सोडून द्याव्यात.

कोणाच्याही धार्मिक भावनांचा अनादर करण्याचा किंवा श्रद्धांना ठेच पोहोचवण्याचा माझा यत्किंचितही इरादा नाही. अनवधानाने आगळीक झाली असेल, तर क्षमस्व!

माझ्या या लेखनाची सर्वांत पहिली वाचक आणि टीकाकार म्हणजे माझी पत्नी सौ.वर्षा. तिने माझ्या याही 'प्रपंचात' विचारपूर्वक साथ दिली.

मला मात्र सर्वांत ऋण वाटते; ते माझे गुरुजी डॉ. ह. वि. सरदेसाई यांचे. त्यांनी माझ्या या पुस्तकाला लिहिलेली प्रस्तावना म्हणजे, त्यांचा मला मिळालेला आशीर्वादच आहे, असे मी मानतो.

या यशाचे सर्व श्रेय पुस्तकाचे शब्दांकन करणाऱ्या डॉ. चित्रलेखा पुरंदरे, चित्रकार श्री. चंद्रमोहन कुलकर्णी आणि मेहता पब्लिशिंग हाऊसचे श्री. अनिल व सुनील मेहता यांचेच असल्याची प्रांजळ कबुली मी देतो.

पुस्तक सामान्य वाचकांपर्यंत पोहोचविणाऱ्या प्रसिद्धी माध्यमांना, डॉ. शैलेश गुजर, श्री. विनायक लिमये आणि श्री. योगिराज प्रभुणे यांना शतश: धन्यवाद!

'मंदिराच्या उभारणीसाठी अनेक दगड लागतात; त्यातील एखाद्यालाच देवपण प्राप्त होते. पण यामध्ये पायाचे, पायरीचे आणि छताचे दगड आपापली भूमिका न बजावतील तर देव उघडाच पडेल.'

मी मनापासून लिहिलेली, मनातलं सांगणारी 'मना सर्जना' ही आत्मकथा वाचकांपुढे सादर केली आहे. त्याची **'सर्जरी'** ज्याची त्याने करायची आहे. पण **'निदान'** मला कळावे, ही इच्छा.

– डॉ. अनिल गांधी

चौथ्या आवृत्तीच्या निमित्ताने...

पहिल्या आवृत्तीचे प्रकाशन शिवशाहीर बाबासाहेब पुरंदरे यांच्या शुभहस्ते आणि डॉ. ह. वि. सरदेसाई, डॉ. के. एच. संचेती, डॉ. शैलेश गुजर यांच्या उपस्थितीत झाले. आठ दिवसांतच पहिली आवृत्ती संपली. दुसऱ्या आवृत्तीचे प्रकाशन माझ्या 'माहेरी' – सोलापूरला, केंद्रीय ऊर्जामंत्री श्री. सुशीलकुमार शिंदे यांच्या हस्ते करण्याचे ठरले. त्यांनी संमती दिली आणि ऊर भरून आला. बारा दिवसांच्या अल्पावधीत दुसरी आवृत्ती तयार होणे शक्य नाही, असे सुनील मेहतांनी सांगितले. पण प्रत्यक्षात मान्य केले.

सोलापूरच्या कार्यक्रमाची अथपासून इतिपर्यंतची तयारी आणि माध्यम संपर्कासहीत सर्व जबाबदारी माझे स्नेही – सोलापूरच्या माहिती अधिकार मंचाचे अध्यक्ष – विद्याधर दोशी आणि प्रथितयश लेखिका सौ. सुरेखा शहा यांनी समर्थपणे पेलल्यामुळे कार्यक्रम उत्तम झाला. पुण्याप्रमाणेच सोलापूरच्या सभागृहामध्ये ओसंडून वाहणाऱ्या गर्दीने प्रेमाचा प्रत्यय आला.

श्री. सुशीलकुमारजींचा मोठा हार घालून सत्कार करीत असताना अचानक त्यांच्या 'पॉवरफुल' पंजांनी माझे पंजे पकडले, काही क्षण पंजांची लढाईच झाली म्हणा ना! त्यामध्ये पॉवर-मिनिस्टरांची जीत झाली आणि हार माझ्याच गळ्यात पडला. एवढ्या कर्तृत्ववान आणि दिलदार व्यक्तीपुढे नतमस्तक होऊन, मला हार स्वीकारावा लागला.

दरम्यान फेब्रुवारी २०११ला वाङ्मय परिषद बडोदाच्यावतीने आत्मवृत्तासाठी दिले जाणारे प्रथम पारितोषिक 'मनासर्जना'ला नियोजन मंडळाचे सदस्य, डॉ. नरेंद्र जाधव यांच्या शुभहस्ते प्रदान करण्यात आले. त्याच दिवशी अहमदाबादच्या आर.आर. सेठ या सुप्रसिद्ध प्रकाशन संस्थेने 'मनासर्जना'चा गुजराथी अनुवाद करण्याचे जाहीर केले. ही जबाबदारी त्यांनी सौ. मेधा पिंपळलकर यांच्यावर सोपविली.

तेरा

त्यानंतर पुण्याच्या डॉ. दामोदर खडसे यांनी या पुस्तकाचा हिंदीत अनुवाद केला. तो दिल्लीच्या राजकमल प्रकाशनतर्फे प्रकाशित होत आहे. 'मनासर्जना'चा इंग्रजी अनुवाद (Translation) महावीर कॉलेजचे प्राचार्य व इंग्रजीचे प्राध्यापक डॉ. दिलीप कोत्रूर हे करीत आहेत.

ही चौथी आवृत्ती वाचकांच्या हाती सुपूर्द करताना मला अतिशय समाधान वाटते आहे.

– डॉ. अनिल गांधी.

अनुक्रम

१.

मंजुश्री सारडा खटला

दि.११ जून १९८२. फोनच्या रिंगच्या आवाजानं मला जाग आली. मी फोन उचलून घड्याळ बघितलं. पहाटेचे साडेतीन वाजले होते.

फोनवर माझे स्नेही डॉ. उत्तमचंद लोढा बोलत होते.

''एक प्रॉब्लेम आहे. स्वारगेटजवळ येता का? तिथून एका ठिकाणी जायचंय.''

त्यांच्या आवाजावरून काहीतरी गंभीर प्रकरण आहे, असं मला वाटलं. मी फोन ठेवला आणि ताबडतोब निघालो.

डॉ. लोढा सिनिअर आणि चांगले प्रॅक्टिशनर. माझा आणि त्यांचा बऱ्याच वर्षांचा परिचय. तसंच काहीतरी कारण असल्याखेरीज, ते असं अवेळी बोलावणार नाहीत; याचीही मला खात्री होती. त्यांनी सांगितल्यानुसार मी स्वारगेटजवळच्या पीएमटी बसस्टँडजवळ पोहोचलो.

'वैद्यकीय पेशात दिवस-रात्र, वेळ-अवेळ, विश्रांती, झोप, सण-समारंभ, वैयक्तिक कामं असल्या कशाचंही गणित ना मांडता येतं, ना सोडवता येतं! अर्थात यामध्ये एकच गोष्ट महत्त्वाची असते. ती म्हणजे, सगळ्यात आधी पेशंटवर उपचार करणं... त्याला बरं करणं! हे उत्तर फक्त बरोबर यावं लागतं; मग बाकीची वेळेची सगळी गणितं चुकली तरी चालतात. वैद्यकीय क्षेत्राला गणिताचं 'वावडं' यामुळे तर नसेल?...' त्या गंभीर क्षणीही गाडी चालवता-चालवता हा मजेशीर विचार माझ्या मनात डोकावून गेला.

मी बसस्टँडजवळ पोहोचलो. डॉ. लोढा माझ्या आधीच तिथं येऊन थांबले होते. मग आम्ही दोघं मुकुंदनगर येथील एका अपार्टमेंटच्या दिशेनं निघालो.

वाटेत मी त्यांना विचारलं, ''काय झालंय?''

त्यावर त्यांनी सांगितलं, ''एका नवविवाहित तरुणीचा आकस्मिक मृत्यू झालाय. तिचं नाव मंजुश्री सारडा. वय असेल बावीस-तेवीसच्या आसपास. मी या

कुटुंबाचा बरीच वर्षं फॅमिली डॉक्टर आहे, पण त्यांच्या या सुनेवर औषधोपचार करण्याचा कधी प्रश्नच आला नाही. आज त्यांनी मला तिला तपासण्यासाठी बोलावलं होतं; पण मी तिथं जाण्याआधीच सगळा खेळ खलास झालाय. त्याचीच खात्री करण्यासाठी मी तुम्हाला बोलावलंय.''

आम्ही सारडांच्या घरी पोहोचलो. खोलीमध्ये गादीवर मंजुश्री शांत झोपल्यासारखी दिसत होती.

''डॉक्टर, ती काहीच बोलत नाही, हालचाल करत नाही... तुम्ही काहीही करा; पण माझ्या मंजूला बरं करा.'' तिथं जवळच बसलेले तिचे सासरे विनवणी करत होते.

त्यांचं बोलणं ऐकून मला आश्चर्य वाटलं. 'इथं घडलं होतं काय आणि हे बोलतायत काय...' मला ते सगळं जरा विचित्रच वाटलं.

डॉ. लोढांनी दिलेल्या माहितीनुसार आणि माझ्या निरीक्षणानुसार, मी तिथं येण्याच्या कितीतरी वेळ आधीच तिचा श्वास थांबला असावा, असं वाटत होतं. ते सांगत एक होते, पण वास्तव काही वेगळंच होतं. 'आपण तिच्या घरच्यांना याची कल्पना द्यायला हवी...' माझं मन मला निक्षून सांगत होतं.

'जीवात जीव असेपर्यंत... अगदी अखेरच्या श्वासापर्यंत' मंजुश्रीनं जीवाच्या आकांतानं मृत्यूशी झुंज दिली असावी, असं तिच्याकडं पाहून वाटत होतं. तिच्या तोंडातून फेसही आला असावा, पण तो पुसून टाकलेला दिसत होता. तिच्या उशीवर आणि बेडशीटवर पिवळसर डाग दिसत होते. निरोगी वाटणाऱ्या मंजुश्रीचा असा अचानक मृत्यू व्हावा, तोही इतक्या तरुण वयात; ही घटना मला अनैसर्गिक वाटली. माझ्या मनानं झरझर अनेक निरीक्षणं नोंदवली. तो मृत्यू मला गूढ वाटला. ती 'आत्महत्या' तर नसेल? की आणखी 'वेगळंच' काही?

''ताबडतोब पोलिसांना बोलवायला हवं, पोस्टमार्टेम करावं लागेल.'' मी सारडा कुटुंबीयांना सांगितलं.

त्यावर तिचे सासरे गडबडीनं म्हणाले, ''डॉक्टर, तिला तुमच्या हॉस्पिटलमध्ये ॲडमिट करून घ्या. हे असं पोलिसांना बोलवायला काय सांगता?''

त्यावर मी त्यांना स्पष्ट शब्दांत म्हणालो, ''आजारी माणसाला दवाखान्यात ॲडमिट करतात; मेलेल्या माणसाला नाही.''

माझं बोलणं ऐकताच इतका वेळ मला कळवळून विनंती करणारी त्यांची भाषा, त्यांचं वागणं एकदम बदललं. घरातल्या वातावरणाचा रंगच बदलला... अखेर पोलिसांना बोलावण्यात आलं. पुढं या प्रकरणाला निराळंच वळण मिळालं. माझ्या मनात त्या वेळी डोकावलेली शंका दुर्दैवानं खरी निघाली आणि हे प्रकरण पोलिसांत... आणि पुढं कोर्टात गेलं.

पुढं काही महिन्यांनी हा खटला कोर्टात सुरू झाला, त्या वेळी मला या संदर्भात साक्षीदार म्हणून कोर्टात उभं राहावं लागलं. हा खटला 'मंजुश्री सारडा खून खटला' अशा शीर्षकाने वर्तमानपत्रांत आणि सर्वत्र खूप गाजला. या खटल्यात माझी साक्ष अतिशय महत्त्वाची ठरली. पुण्यातील तत्कालीन नामवंत वकील (कै.) ब. ना. तथा बाबा भिडे यांनी आरोपी शरद सारडाचं (मंजुश्रीचा नवरा) वकीलपत्र घेतलं होतं. माझ्या साक्षीदरम्यान त्यांनी मला बरेच प्रश्न विचारले, अर्थातच उलट-सुलट. अगदी माझं हॉस्पिटल केव्हा सुरू झालं? किंवा हॉस्पिटलचा मोठेपणा 'कॉट्स'वर अवलंबून असतो का? असल्या प्रश्नांपासून... असंख्य प्रश्नांच्या फैरी झाडल्या.

''हॉस्पिटलचा मोठेपणा कॉट्सच्या संख्येवर आणि मुख्य डॉक्टरवरही अवलंबून असतो.'' मी त्यांच्या प्रश्नांना यासारखी 'खरी' आणि शांतपणे उत्तरं देत होतो. त्यांच्या अनेक प्रश्नांना मी माझ्या दृष्टीनं समर्पक उत्तरं दिली.

तेव्हा ते म्हणाले, ''तुम्हाला इतकं सगळं नीट कसं काय आठवतंय? सर्वसाधारणपणे माणसाच्या असं लक्षात राहत नाही.''

त्यावर मी उत्तरलो की, ''प्रत्येक माणसाच्या आयुष्यात मनावर खोलवर ठसा उमटवणाऱ्या काही घटना घडतात; त्या ठळकपणे लक्षात राहतात. ही घटना साधीसुधी आणि सामान्य नाही, तर मनाला अतिशय चटका लावणारी असल्यामुळे आजही मनात ताजी आहे.'' (त्यावर बाबा भिडेंनी ''स्वत:ला काय विवेकानंद समजतो की काय!'' अशी माझ्यावर शेरेबाजी केल्याचं माझ्या कानावर आलं.)

उलटतपासादरम्यान त्यांनी मला विचारलं की, ''तुम्ही मंजुश्रीला तपासण्यापूर्वी शरीर कडक होण्याची प्रक्रिया पूर्ण झाली होती का? मृत्यूनंतर 'रायगर मॉर्टिस' (मृत्यूनंतर शरीरातील स्नायूंना येणारा ताठरपणा आणि त्यामुळे शरीर कडक होण्याची प्रक्रिया) किती तासांत होतो? चार... सहा... किती तासांत?''

''असं चार तास, सहा तास असं सांगता येणार नाही. याचा नीट खुलासा करण्यासाठी सविस्तर उत्तरच द्यावं लागेल.'' मी उत्तरलो.

बाबा भिडे म्हणाले, ''माझ्या प्रश्नाचं उत्तर द्या... चार तास... सहा तास?''

मग मात्र मी कोर्टाला उद्देशून म्हणालो, ''या प्रश्नाचं सविस्तर, तपशिलात उत्तर दिलं नाही, तर ते चुकीचं होईल.''

त्यावर कोर्टानं मला तपशिलात उत्तर देण्याची परवानगी दिली आणि मी बोलायला सुरुवात केली, तेव्हा बाबा भिडे मला मध्येच टोकत म्हणाले, ''माझ्या प्रश्नाचं उत्तर द्या.''

''आदरणीय कोर्टानं मला तपशिलात उत्तर देण्याची परवानगी दिली आहे. मी त्याप्रमाणं उत्तर देणार आहे. तुम्ही मला मध्ये अडवू नका.'' असं मी त्यांना स्पष्ट शब्दांत सांगताच त्यांचा पारा चढला, पण त्यांना गप्प बसावं लागलं.

त्यानंतर मी 'रायगर मॉर्टिस' सुरू आणि पूर्ण होण्याची सविस्तर कारणं सांगितली. तसंच पेशंटला अल्पकाळ आणि दीर्घकाळ कुठला आजार असेल – अपघात, विषबाधा, भाजणं अशासारख्या कारणानं 'व्हायोलंट डेथ' झाली असेल; तर अशा केससाठी न्यायवैद्यक (फोरेन्सिक) शास्त्रातील नामांकित पुस्तकाच्या पान क्रमांकासहित संदर्भ देऊन, चार तास किंवा सहा तास असं उत्तर देता येणार नाही, हे पटवून दिलं.

दरम्यान, सारडांनी त्यांच्या एका मित्राकरवी माझ्याशी संपर्क साधून मी त्यांच्याविरुद्ध साक्ष देणार आहे का, याचा अंदाज घेतला. त्यावर मी स्पष्टपणे सांगितलं की, ''मी सर्व घटना मला जशा दिसल्या तशा स्वरूपात सांगणार आहे आणि मला विचारलेल्या प्रश्नांबाबत माझी मतं मांडणार आहे, त्यामुळे माझी साक्ष कुणाच्या बाजूनं अथवा विरुद्ध असण्याचा प्रश्नच येत नाही.''

हा खटला अनेक दिवस चालला होता.

मी माझं कर्तव्य चोख बजावलं होतं. मंजुश्रीला त्या दिवशी पाहताक्षणी मला आलेली शंका खरी ठरली होती. तिनं आत्महत्या केली नव्हती, तर सायनाईडसारखं जहाल विष पाजून तिचा खून करण्यात आला होता. शरद सारडावर कोर्टात आरोप सिद्ध होऊन, त्याला फाशीची शिक्षा सुनावण्यात आली. ही शिक्षा मुंबई उच्च न्यायालयात कायम झाली, पण सर्वोच्च न्यायालयानं ती रद्द केली.

दि. ११ फेब्रुवारी १९८२रोजी लग्न करून नव्या आयुष्याचा उंबरठा ओलांडणाऱ्या मंजुश्रीचा १२ जून १९८२रोजी पहाटे मृत्यू झाला. या घटनेमुळे मलाच काय, पण ही बातमी वाचणाऱ्या प्रत्येकाला दुःख झालं होतं. त्यातच शरद सारडाला झालेली फाशीची शिक्षा रद्द झाल्याचं ऐकून, तर त्या दुःखात संतापाचीही भर पडली होती.

या घटनेनं 'कायद्याला मर्यादा असतात', 'न्यायदेवता आंधळी असते', या आजवर केवळ ऐकलेल्या-वाचलेल्या वचनांचा प्रत्यक्ष अनुभव आला. मी अस्वस्थ झालो होतो.

आरोपीला फाशीची शिक्षा सुनावल्यानंतर, सेशन कोर्टाच्या या निकालाचं वृत्त सगळ्या वर्तमानपत्रांत प्रसिद्ध झालं होतं. पुणे 'सकाळ'मध्ये प्रसिद्ध झालेल्या बातमीत –

''त्या दिवशी पहाटे मंजुश्रीची तपासणी करण्यासाठी डॉ. लोढा यांनी डॉ. गांधी यांना बोलावून घेतले. डॉ. गांधींनी मंजुश्रीला त्यांच्या हॉस्पिटलमध्ये दाखल करून घ्यावे, यासाठी सारडा कुटुंबीयांनी प्रयत्न केला होता. पण डॉ. गांधी यांची व्यावसायिक निष्ठा जागृत असल्याने त्यांनी कोणत्याही आमिषाला बळी न पडता, मंजुश्रीच्या उत्तरीय तपासणीचा आग्रह धरला, हे कौतुकास्पद आहे. किंबहुना, डॉ. गांधी आणि डॉ. बॅनर्जी (उत्तरीय तपासणी करणारे) या दोन डॉक्टरांमुळेच

आरोपींवरील गुन्हा शाबीत होणे शक्य झाले.''

'सकाळ' वाचून अनेक लोकांनी माझं अभिनंदन केलं, मला धन्यवाद दिले; मात्र लोकांच्या अभिनंदनाचा वर्षाव झेलणारा मी मनोमन बेचैन होतो. 'अंतर्यामी पशू' असणाऱ्या एका 'माणसा'मुळे माझं मन व्यथित झालं होतं. या खटल्याच्या निमित्तानं माणुसकी नष्ट होत चाललीय, हेच दिसत होतं. या खटल्याचा निकाल असा लागावा, हे मनाला पटत नव्हतं.

आत्तापर्यंत माझ्या कारकिर्दीवर कधी अपयशाची काळी सावली पडली नव्हती. अर्थात, डॉक्टरला कधी कधी अपयशाला सामोरं जावं लागतं, पेशंटचा मृत्यू पचवावा लागतो. 'पण इथं एका मृत्यूनंतर 'असत्य' स्वीकारावं लागलं होतं. आरोपीला योग्य शिक्षा मिळण्यासाठी मी प्रयत्न केले नव्हते किंवा त्याला योग्य शिक्षा न मिळाल्यामुळे मी व्यथित झालो होतो, एवढंच माझ्या मनातल्या वेदनेचं मूळ कारण नव्हतं. त्या अमानुष वृत्तीनं माझ्या मनात वादळ उठवलं होतं. पण मी माझं कर्तव्य चोख बजावलं. ज्या ध्येयानं मी वैद्यकीय पेशा स्वीकारला त्याला अनुसरून वागलो, याचं एकीकडं समाधानही होतं.'

त्या वेळी मनात आलं, 'आपण डॉक्टरच व्हायचं, हे ध्येय माझ्या मनात कसं जागृत झालं? हे मी कधी आणि कसं ठरवलं?'

...आणि वाऱ्यानं पुस्तकाची पानं उलटली जावीत, तशी भूतकाळाची पानं मनश्चक्षूंसमोर भराभर उलटली जाऊ लागली... अन् मी मनानं सोलापूरला जाऊन पोहोचलो.

■

२.

शिक्षणाची कथा आणि व्यथा

बालपण

आयुष्यात असे काही सुखद क्षण येऊन गेलेले असतात की, त्यांच्या नुसत्या आठवणींवरही आपण पुढं वर्षानुवर्ष एका वेगळ्याच आनंदात जगू शकतो. तो आपल्यापुरता तरी अमूल्य ठेवा असतो. त्यात जर त्या क्षणांना आकार, उंची, रुंदी, खोली असली तर... तर मग विचारायलाच नको! अशा मखमली क्षणांना फुला- पानांचा तजेला, रंग-गंध, आकाशाची अथांग निळाई, रक्ताच्या आणि रक्तापलीकडच्या नात्यांची साथ आणि गरिबीची धग विझवणारा थंडगार ओलावा लाभला, तर...? आयुष्य जगण्यासाठी आणखी काय हवं असतं, असा प्रश्न कुणालाही पडेल. निदान मला तरी पडतो. कारण हे सगळं मला लाभलं, माझ्या बालपणी. माझ्या बालपणातला काही काळ फार छान होता, सुखाचा होता, रम्य होता. लौकिकदृष्ट्या पाहिलं तर जवळ खूप काही होतं, अशातला भाग नाही. पण, जे होतं त्यापेक्षा आणखी काही हवंय, असंही कधी वाटत नव्हतं.

आयुष्यातल्या आत्ताच्या या समृद्ध टप्प्यावर बालपणातले अनुभव, आठवणी या साऱ्याचं स्मरणरंजन मला जणू कुबेराची श्रीमंती बहाल करतं.

सोलापुरातील चाळीतले दिवस

माझं जन्मगाव माढा. सोलापूर जिल्ह्यातल्या या दुष्काळी गावात १३ ऑगस्ट १९३९रोजी माझा जन्म झाला, पण माझं बालपण गेलं सोलापूरमध्येच. ते दिवस मला अजूनही आठवतात. कधी कधी मनात आठवणींची इतकी गर्दी होते की, त्यातून वाट काढण्यासाठी मला सोलापूर गाठण्यावाचून पर्याय उरत नाही. तेव्हा मी जणू उडत-उडतच सोलापूरला पोहोचतो. तिथं गेल्यावर मी चाळीतलं आमचं ते घर पुन्हा एकदा डोळे भरून पाहून घेतो. घर म्हणजे नुसत्या भिंती नसतात... तिथल्या

मातीच्या कणाकणाशी आपल्या हृदयाच्या तारा जुळलेल्या असतात. भिंतीला कान असतात, असं आपण कायम ऐकतो; पण माझ्या त्या घराच्या भिंतींना तोंड आहे... त्यांना बोलताही येतं, असं मला वाटतं.

जेव्हा मी तिथं जातो, तेव्हा मला मी डॉक्टर असल्याचाही विसर पडतो. पण त्या चारशे चौरस फुटांच्या, तीन छोट्याशा खोल्यांच्या घरात राहत होतो. तेव्हापासून म्हणजे दुसरीत असल्यापासून, डॉक्टर व्हायचं, हे मी पक्कं ठरवलं होतं. त्या भिंतीही जणू मला हेच सांगत असतात.

माझ्या या निश्चयामागं वारसा पुढं चालवायचा आहे, असं काहीही कारण नव्हतं. डॉक्टर होण्यासाठी जे आर्थिक पाठबळ लागतं, ते झेपण्याची सुबत्ता तर अजिबात नव्हती. तरीही माझ्या मनात डॉक्टर होण्याच्या कल्पनेची बीजं कशी काय रुजली, कोण जाणे! कदाचित एकमेकांच्या वेळेला धावून जाणारे चाळीतले शेजारी, जीवाला जीव देणारे मित्र किंवा परिस्थितीनं गरीब असूनही, मनानं श्रीमंत असणारे तळमळीचे शिक्षक... अशा लोकांच्या सहवासामुळेच माझ्या मनात ही महत्त्वाकांक्षा निर्माण झाली असावी, असे मला वाटते. अशांसाठी आपणही काही करावं, त्यांची सेवा करावी, तीसुद्धा विनामूल्य – या भावनेतूनच मी डॉक्टर व्हायचं ठरवलं असावं. पुढं आयुष्यात मला अशी सेवा देता आली, याचं मनाला मोठं समाधान मिळालं.

चंडक बागेतले ते मोठमोठे, डेरेदार वृक्ष... त्यावर विसावलेल्या पाखरांचा किलबिलाट... आजही माझ्या मनात ते दिवस जागे करतात. आमच्या त्या दोन मजली चाळीतील प्रत्येक मजल्यावर सात बिऱ्हाडं होती. प्रत्येक बिऱ्हाडाकडं तीन खोल्या होत्या. प्रत्येक घरात एक छोटी मोरी होती. खरंतर ती हात धुण्याएवढीच मोठी (!), पण अंघोळही तिथंच उरकावी लागायची. चाळीबाहेर पूर्वीच्या काळचे सार्वजनिक संडास होते. तेवढी जागा सोडली, तर बाकी आजूबाजूचं सगळं कसं स्वच्छ-निर्मळ असायचं... मनंही तशीच असायची!

त्या काळी 'चंडक बाग' खरोखर खूप छान होती. ही बाग बदाम, जांभळं असा 'खाऊ' द्यायची; तर बकुळ, गुलाब, चाफा, बूच, जाई-जुई, गुलमोहर असा रंगा- गंधांचा उत्सव साजरा करायची. निसर्गाची ही अप्रतिम मेजवानी सर्वांना खुली असे. घरासमोर एक दगडी बांधणीची, मोठी गोल विहीर होती... ती अजूनही आहे. त्यात कायम भरपूर पाणी असे. दर वर्षी उन्हाळ्यात आम्ही त्यात पोहण्याचा मनमुराद आनंद लुटत असायचो. विहिरीशेजारीच एक मोठा हौद होता. त्यावर बायकांची धुणी-भांडी चालत. अधूनमधून त्यांच्यामध्ये भांडणंही होत असत.

चाळ असल्यामुळे खेळायला सवंगडी भरपूर. दारं दडपून घरात बसणं, हा प्रकार तर कुठंच नसायचा. आमचे खेळसुद्धा सूरपारंब्या, विटीदांडू, हुतुतू, लंगडी, फरश्यांचे तुकडे रचलेली लगोरी असे असायचे. पैसे खर्च करून खेळ, ही

संकल्पनाच नव्हती. क्वचित कधी भोवरा विकत आणला, तर ती केवढी मोठी पर्वणी वाटायची!

चाळीला मोठीच्या मोठी गच्ची होती. गच्चीवर जायला दोन्ही बाजूंनी जिने होते. उन्हाळ्याचे चार महिने सगळ्या घरांतल्या अंथरुणा-पांघरुणांचा मुक्काम गच्चीवरच असायचा. त्यानिमित्तानं जेवणाचीही अंगत-पंगत असायची. प्रत्येक जण आपापल्या घरातून ताट वाढून घेऊन गच्चीवर जायचा आणि ताटातल्या दोनच पदार्थांना कितीतरी विषयांवरच्या गप्पा तोंडी लावत पोटभर जेवायचा. त्यातही गंमत व्हायची. गच्चीवर जाण्याचा जिना चिंचोळा होता. त्यामुळे ताट हातात धरलं तर पायरी चुकायची, म्हणून आम्ही ताट डोक्यावर धरून जिना चढायचो. पण त्याच वेळी वरून एखादी घार-बिर फिरत असेल, तर ती एका झेपेत ताटातली पोळी उचलून नेत असे. परत घरी जाऊन दुसरी पोळी आणावी म्हटलं, तर ती 'चैन' परवडणारी नसायची. मग आम्ही नुसती भाजी खाऊन किंवा आमटी-पिठलं पिऊन त्यावर पोटभर पाणी प्यायचो. कधी कधी मित्राच्या ताटात वाटेकरी होत, दोघंही अर्धपोटी असलो, तरी हसण्यानं पोट भरून टाकायचो.

बालपणातल्या निर्मळ, निष्पाप मनाला गरिबीचे काटे फारसे बोचत नाहीत आणि ती धग जाळतही नाही. हे असंच जगायचं असतं, काटकसर करायचीच असते, हा त्या वेळचा जणू मंत्रच होता. जेवायला एखादी पोळी किंवा भाकरी किंवा पातळ वरण किंवा पातळ ताक असायचं. बऱ्याचदा भाजी अगदी थोडी असायची. जास्त भूक लागणं चांगलं नसतं, जास्त खाल्लं तर पोट बिघडतं, असं म्हणून दोन घास कमी खाण्याचा सल्ला रोज ऐकायला मिळायचा. पण तेव्हा त्यात गैर काहीच वाटत नसे. हेच बरोबर, असं मनाला पटत असे.

चाळीतली बरीचशी मुलं बरोबरीच्या वयाची असल्यामुळे, शाळेत जाताना आम्ही एकमेकांना हाक मारून सगळे एकत्रच शाळेत जायचो. त्यातही मजा वाटत असे. मला शाळेत किंवा इतर कुठं जाताना आपण आकाशातून उडत-उडत जातोय, असं वाटायचं... अजूनही ते मला खरं वाटतं! वास्तवाचं भान ठेवलं तर हे शक्य नसतं, हे पटतं... तरीही... त्या काळात मी या दिवास्वप्नाचा मनमुराद आनंद लुटला, एवढं मात्र खरं! शाळेतून परत आल्यावर हातपाय-तोंड धुऊन, कपडे बदलून पुन्हा सगळे समोरच्या पटांगणावर खेळायला हजर असत.

रात्रीची जेवणं झाली की, गृहपाठ आणि पहाटे उठून परत अभ्यास हे वेळापत्रक ठरलेलं असे. किती वाजले हे पाहण्यासाठी घड्याळ नसायचं, पण त्याचंही दुःख नव्हतं. झोपताना भरपूर पाणी पिऊन झोपलं की लवकर जाग येतेच, ही 'ट्रिक' वापरायचो! मला जाग आली की इतरांच्या तोंडावर तांब्यातलं पाणी मारून त्यांना अभ्यासाला उठवायचं काम मी आवडीनं करायचो.

आमच्या चाळीपासून साधारणपणे एक किलोमीटर अंतरावरचं महादेवाचं मंदिर म्हणजे माझी पहिली शाळा... बिगरीच्या वर्गाची. ही शाळा मंदिराच्या आवारात भरत असे. त्यानंतर पहिली ते चौथीच्या शाळेचं नाव होतं, 'म्युनिसिपल शाळा नं. १'. आमचे वर्गशिक्षक होते गंभीर सर... नावाप्रमाणेच गंभीर. पण इतिहास-भूगोलाचे दातार सर मात्र खूप विनोदी होते. ते बऱ्याचदा आम्हाला गोष्टी सांगत असत. त्यांच्या या रसाळ कथाकथनामुळे मुलं मंत्रमुग्ध होत असत. मीही त्यांच्या गोष्टींत रंगून जात असे. त्यांच्या त्या ओघवत्या शैलीचा माझ्यावर परिणाम झाला असणार, त्यामुळे पुढं मीही गोष्टी बऱ्यापैकी रंगवून सांगू लागलो. त्या वेळी मला वाचनाची गोडी लागली होती. मात्र, पुढे वाचनाला पुरेसा वेळ देता आला नाही, तरी त्या वेळी वाचलेल्याचा पुढच्या आयुष्यात चांगला फायदा झाला. चाळीत कानडी आणि मारवाडी बिऱ्हाडं आमच्या शेजारी राहत होती. त्यांच्यामुळे मला या दोन्ही भाषा बऱ्यापैकी बोलता येऊ लागल्या. त्याचाही पुढं माझ्या व्यवसायात चांगला उपयोग झाला.

गड्ड्याची जत्रा

जानेवारी महिना आला की आम्ही लहान मुलं खूश असायचो, कारण या महिन्यात सोलापुरात होम कट्ट्यावर 'गड्ड्याची जत्रा' या नावानं मोठी जत्रा भरते. संक्रांतीच्या आधी ५-६ दिवस या जत्रेची धामधूम सुरू व्हायची, ती साधारणपणे २६ जानेवारीपर्यंत असायची. या जत्रेत करमणुकीचे अनेक कार्यक्रम असायचे; तसंच खाद्यपदार्थांचे स्टॉल्स आणि खेळण्याची साधनंही असत. या वेळी सोलापुरातलं खास वैशिष्ट्य असलेली, हब्बूच्या काठ्यांची (नंदीध्वज) मिरवणूक निघत असे. उंच सुशोभित काठ्यांच्या वरच्या टोकाला सजवलेली छत्री असे. चांगल्या वजनदार काठ्या कमरेच्या पट्ट्यात रोवून, त्या पेलत मिरवणुकीनं जाणं, हे अतिशय अवघड काम असे. त्यासाठी तगडे तरुण निवडून, त्यांच्याकडून याचा भरपूर सराव करून घेतला जात असे. संक्रांतीच्या आदल्या दिवशी महादेव मंदिरापासून ढोल-ताशे-लेझिम यांच्या गजरात, या काठ्यांची मोठ्या थाटात मिरवणूक निघत असे. ही मिरवणूक सिद्धेश्वर मंदिरात पोहोचल्यावर, तिथं काठीचं सिद्धेश्वरमहाराजांबरोबर लग्न लावलं जायचं. संक्रांतीचा 'गोड' सण पार पडला की, त्याच्या दुसऱ्या दिवशी रात्री सिद्धेश्वर मंदिरासमोरील होमाच्या कट्ट्यावर शोभेच्या दारूची आतषबाजी व्हायची. आम्ही सोलापूरकर अतिशय औत्सुक्यानं आणि आनंदानं ती पाहायला जायचो. त्या नयनमनोहर चांदण्यांच्या वर्षावात चिंब न्हायचो... यानंतर मात्र शाळेत जाणं नकोसं वाटत असे, अगदी कंटाळा येत असे.

आपण शालेय जीवनातल्या टप्प्यावर खऱ्या अर्थानं जे घडत असतो, त्याचा

पुढच्या जीवनाचा पाया रचण्यास फार उपयोग होत असतो. त्याच पायावर पुढचं जीवन आकार घेत असतं; पण शालेय जीवनात मात्र आपल्या ते लक्षात येत नाही.

मी पाचवीला सोलापुरातील नावाजलेल्या 'काडादी हायस्कूल'मध्ये प्रवेश घेतला. विस्तीर्ण पटांगण लाभलेली ही शाळा, मला अगदी मनापासून आवडत असे. माझे वडील याच शाळेत शिक्षक होते. ते इंग्रजी आणि गणित हे विषय शिकवत असत. मला बाकीचे विषय आवडत असले तरी गणिताचा आणि माझा मात्र छत्तीसचा आकडा होता. विशेषत: अंकगणित हा तर 'हिट लिस्ट'वरचा पहिल्या नंबरचा बलाढ्य शत्रू! त्या वेळी 'ट्युशन्स' वगैरे गोष्टी आम्हाला परवडण्याजोग्या नक्त्याच. घरी वडिलांनी कधी अभ्यास घेतला तर त्याच्या खुणा गालावर, पाठीवर, मांडीवर उमटलेल्या दिसायच्या. सातवीच्या परीक्षेत कसं काय कोण जाणे, पण मला अंकगणित शरण आलं. स्वत:च धडपडून अभ्यास करण्याला अखेर यश आलं आणि मी सातवीच्या वार्षिक परीक्षेत वर्गात पहिला आलो. आमच्याच चाळीतली एक मुलगी दुसरी, हेडमास्तरांची मुलगी तिसरी आणि चाळीतला एक मुलगा चौथा आला. आत्तापर्यंत मी एखाद्या विषयात तरी 'लाल रेघ' मिळत इथंवर आलो होतो, पण आता हे आश्चर्यच घडलं होतं! या पहिल्या नंबरनं कमाल केली... मला हुरूप आला, उत्साह वाढला आणि सगळ्यात महत्त्वाचं म्हणजे, नंबर टिकवण्याची जिद् मनात निर्माण झाली.

सूर्यकांत बिराजदार हा माझा बालमित्र. काडादी हायस्कूलमध्ये पाचवी ते सातवी आम्ही एकाच वर्गात होतो. बऱ्याच वेळा आम्ही त्याच्या घरी एकत्र अभ्यास करत असू. त्याच्या घरचा नारळाचा घाऊक आणि किरकोळ व्यापार असल्याने त्याची सांपत्तिक स्थिती चांगली होती.

नंतर आमच्या शाळा, कॉलेज, व्यवसाय आणि राहण्याचे गाव बदलले तरी मैत्री टिकून राहिली. एकमेकांच्या सुख-दु:खात आम्ही सहभागी झालो. मी सोलापूरला गेलो तर त्याच्याकडे आणि तो पुण्याला आला की माझ्याकडे येत असे.

मात्र, १९९९मध्ये नारळाच्या व्यापारात त्याचे फार मोठे नुकसान झाले, ते भरून काढण्यासाठी त्याला पैशांची खूप आवश्यकता होती; रोख पैसे हवे होते. त्याचा माझ्याकडे नेहमीच दुष्काळ! म्हणून माझे मित्र आणि नातेवाइकांकडून मी त्याला त्या काळी पाच लाखांची मदत केली. त्याने कबूल केल्यापेक्षा उशिरा, पण परतफेड केली. या काळात त्याला आणि मला थोडा मनस्ताप झाला.

नंतर त्याला दुकानाचा काही भाग विकावा लागला. एकंदरीत पुन्हा घडी नीट बसलीच नाही. त्यामुळे तो खूप निराश झाला, खचून गेला. त्या मन:स्थितीत त्याने एके दिवशी सोलापूरला रेल्वेखाली आत्महत्या केली. मला नंतर हे समजल्यावर मी त्याच्या बायको आणि मुलाला भेटून आलो, पण एक जिवलग मित्र गेला त्याची

उणीव भरून येणे शक्य नाही.

१९५१मध्ये मी सहावीत होतो, तेव्हा माझ्या मोठ्या बहिणीचं – स्नेहलताचं लग्न ठरलं. ती माझ्यापेक्षा तीन वर्षांनी मोठी होती. सगळ्या भावंडांत माझं जास्त गूळपीठ तिच्याशीच असायचं. जी भावंड वयानं समवयस्क असतात, त्यांच्याशी आपलं जास्त जमतं. त्यामुळे ओघानंच भांडणं-मारामाऱ्या, रुसवे-फुगवेही त्यांच्याशीच जास्त. मात्र, या नात्यातला ओलावा आणि भावबंधही जास्त चिवट असतात. भविष्यातही हे भावबंध दृढ राहतात. स्नेहलताचा स्वभाव प्रेमळ, पण वरकरणी ती तसे दाखवायची नाही! पुढं माझ्या आयुष्यातल्या प्रत्येक बिकट प्रसंगी ती कायमच खंबीरपणे माझ्या पाठीशी उभी राहिली आहे.

तिचं लग्न श्री. भारत कोठाडिया यांच्याशी पंढरपूरला बंकटस्वामींच्या मठात झालं. मला त्या वेळी फारसं काही कळत नव्हतं. लग्नात आम्हा मुलांची मनसोक्त दंगामस्ती चालली होती. त्यात माझ्या मावसभावानं माझा नवा कोरा शर्ट टरकावला. त्यामुळे माझ्या वडिलांनी चिडून, मला कार्यालयातच चांगला चोप दिल्याची आठवण आहे.

आमची परिस्थिती अगदी बेताची असल्यामुळे, वडिलांना स्नेहलताच्या लग्नासाठी कर्ज काढावं लागलं होतं. त्यांना पगार होता अवघा दीडशे रुपये. घरात माणसं नऊ. महिन्याचा खर्च भागवता-भागवता जीव मेटाकुटीला यायचा. त्यात भर म्हणून या कर्जाचं ओझं माथ्यावर आलं. या कर्जाचं व्याज भरणंही मुश्कील होतं, तिथं मुद्दल फेडण्याची तर गोष्टच दूर!

हरपलेलं बालपण... करपलेलं मन!

आमच्या घरावरचं आर्थिक संकटही एकटं आलं नाही; येताना त्याने कुसंगती, दुर्बुद्धीलाही बरोबर आणलं. कर्ज फेडण्यासाठी आणखी पैसे कमावणं आवश्यक होतं. 'अधिक पैसे' मिळवण्याच्या नादात कधी कधी माणसाची विवेकबुद्धी, सारासार विचार करण्याची कुवत गहाण पडते. आमच्याबाबतीत तेच घडलं. शाळेत इंग्रजी आणि गणित हे विषय उत्तम शिकवणारे शिक्षक म्हणून ओळखले जाणारे माझे वडील महिन्याचा पगार पत्त्यांच्या जुगारात घालवू लागले. धर्मराजाला द्यूत खेळण्याची दुर्बुद्धी सुचली नसती तर? तर... कदाचित महाभारतानं वेगळंच वळण घेतलं असतं. पण आयुष्यात या 'जर-तर'ला कुठं काय अर्थ असतो!

वडिलांचा छंद वाढत गेला तशी आमची परिस्थिती आणखी खालावत गेली. मग ते घरखर्च भागवण्यासाठी नातेवाईक आणि मित्र यांच्याकडून पैसे उसने घेऊ लागले. अखेर मला या लोकांना पत्र लिहून 'वडिलांना पैसे देऊ नयेत, दिल्यास आम्ही कोणी जबाबदार राहणार नाही', असं कळवण्याची वेळ आली. केवढा हा दैवदुर्विलास! त्या

वेळी मी आठवीत होतो. पुढं मी डॉक्टर झाल्यानंतर यापैकी काही जणांचं कर्ज फेडलं. पण या साऱ्यात माझं आनंदी बालपण पार हरवून गेलं... मन करपून गेलं.

चित्रकलेची परीक्षा

मी १९५३मध्ये चित्रकलेच्या पहिल्या परीक्षेला बसलो. त्यासाठी फुलं-पानं रंगवण्याचा सराव करायचा होता. शाळेच्या मागं सिद्धेश्वर तलावाकडून पार्कच्या मैदानाकडं जाताना, उजव्या बाजूला रिपन हॉल आहे. त्या हॉलच्या आवारातील बागेत डेलियाचे ताटवे फुलले होते. मी तिथं जाऊन माळीबाबांना एक फूल मागितलं. त्यांनीही फूल कशाला हवं आहे, वगैरे चौकशा करून मला लगेच एक फूल दिलं. पण ''नंतर एक आणा आणून दे,'' असंही सांगितलं. त्या वेळी एका आण्याचं मोल बरंच होतं. सोळा आण्यांचा एक रुपया होई. रुपये चांदीचे असत, एक तोळा वजनाचे. पुढं मिश्र धातूंचे रुपये येऊ लागले.

माझं चित्र पाहून घरी शाबासकी मिळाली; पण फुलाचा एक आणा द्यायचा आहे, हे समजल्यावर मात्र या 'नसत्या उद्योगा'बद्दल रट्टे मिळाले. अर्थातच मला एक आणा देता आला नाही. नंतर जेव्हा तो आणा देणं शक्य होतं, तेव्हा ते माळीबाबा सापडणं अशक्य होतं. ते कर्ज फेडता आलं नाही, याची टोचणी माझ्या मनाला आजही आहे, पण इलाज नाही. रिपन हॉल इथं बॅडमिंटन कोर्ट आणि आवारात सुंदर बाग अजूनही आहे.

मी आठवीत गेल्यावर वडिलांनी मला 'नॉर्थकोट टेक्निकल हायस्कूल' या प्रसिद्ध शाळेत घातलं. ही शाळा खूप जुनी होती. शाळेची स्थापना १९०१मध्ये झाली होती. शाळेचा परिसर चांगला प्रशस्त होता. शाळेची इमारतही दगडी बांधणीची, मोठी देखणी होती. माझ्या वडिलांना मी टेक्निकल स्कूलमध्ये जाऊन इंजिनिअर व्हावं, असं वाटत होतं. त्यांचा तो विचार पूर्णपणे व्यवहारी होता. ते स्वत: मॅट्रिक होते. काडादी हायस्कूलमधल्या नोकरीत त्यांना महिना दीडशे रुपये पगार होता. त्यात त्यांना आम्ही दोन भाऊ, पाच बहिणी, आई आणि ते स्वत: अशा नऊ जणांच्या कुटुंबाचा खर्च भागवावा लागत असे. आमची आर्थिक परिस्थिती ही अशी बेताची होती. त्यामुळे मोठा मुलगा म्हणून मी लवकरात लवकर त्यांचा भार हलका करावा, अशी त्यांची अपेक्षा असणं, यामध्ये काहीच गैर नव्हतं. टेक्निकल शाळेतून एस.एस.सी.ला पहिल्या वर्गात उत्तीर्ण झालं, तर डिप्लोमा इंजिनिअरिंगच्या दुसऱ्या वर्षाला थेट प्रवेश मिळत असे. त्यामुळे मला दोन वर्षांत डिप्लोमा करून चांगली सरकारी नोकरी मिळेल, असा त्यांचा साधा-सरळ विचार होता. पण माझ्या मनात काही वेगळंच होतं. मी दुसरीत असतानाच एक ठाम निश्चय केला होता. तो म्हणजे, आपण डॉक्टर व्हायचं; अगदी खेळतानासुद्धा मी डॉक्टरच्या भूमिकेतच

असायचो. पण वडिलांना ते मान्य नव्हतं. माझा विचार ठाम होता, तो त्यांना पसंत नव्हता आणि मला माझं स्वप्न पूर्ण करायचं असल्यामुळे, मी त्यांच्या मनाजोगं वागू शकत नव्हतो.

खरं तर आपण ज्याला वाईट आर्थिक परिस्थिती असं म्हणतो, ती परिस्थिती खरी नसतेच. ती असते फक्त अडचण आणि अडचणी कालांतरानं दूर होऊ शकतात. मात्र, आपले निर्णय किंवा निश्चय आयुष्य घडविणारे असतात. आपण या निश्चयापासून ढळलो, तेही आर्थिक अडचणींमुळे; तर ते दुःख मनात कायम सलत राहतं. पुढं कितीही पैसा मिळाला, तरी हा सल मनातून जात नाही. पैशानं सुखाची सगळी साधनं विकत घेता येतात, पण मनाचं सुख-समाधान नाही.

त्या वेळी मलाही घरातली अडचण दिसत होती; पण मनात यायचं की, डॉक्टर झाल्यावरही पैसे मिळणारच आहेत, फक्त आणखी थोडा काळ जाईल, इतकंच. म्हणून मला वडिलांचा विचार पटत नव्हता. 'कदाचित त्यांना माझा डॉक्टर होण्याचा विचार चुकीचा वाटत असेल, माझं हे हट्टाला पेटणं आवडलं नसेल...' पण काहीही असलं तरी मी डॉक्टरच होणार होतो, फक्त डॉक्टरच! मी या निश्चयापासून कशानंही परावृत्त होणार नव्हतो.

'नॉर्थकोट टेक्निकल हायस्कूल'मधून पहिल्या दिवशी घरी परत आल्या-आल्या मी आईला सांगितलं की, ''मी या शाळेत जाणार नाही. मला डॉक्टरच व्हायचं आहे.''

त्यावर माझ्या वडिलांनी आणि आमच्याच शेजारी राहणाऱ्या काडादी हायस्कूलच्या मुख्याध्यापकांनी मला समजावण्याचा प्रयत्न केला.

''तू अजून अजाण आहेस. त्याच शाळेत जा. एस.एस.सी. झाल्यावर तू डिप्लोमाला जावंस, हे बरं; पण त्याही वेळी तुझा डॉक्टर होण्याचा निर्णय पक्का असेल, तर तुला एफ. वाय. इंटर करून मेडिकललाही जाता येईल.''

माझं ऐकून घ्यायला कुणीही तयार नव्हतं. टेक्निकल शाळेत प्रवेशासाठी झुंबड असे. मला तर मेडिकलला जायचं होतं. त्यामुळे इथली एक जागा अडवणं योग्य नाही, असं मला वाटत होतं. पण मला काय वाटतंय, याच्याशी कुणालाच काही घेणं-देणं नव्हतं.

मग माझा नॉर्थकोट हायस्कूलचा दिनक्रम सुरू झाला. शाळेची इमारत आणि रस्ता यामध्ये पटांगण होते. त्यावर लुसलुशीत, लोभस हिरवळ फुललेली होती. सगळी मुलं ती तुडवत तिथून जा-ये करत, कारण तो शॉर्टकट होता. मी मात्र त्या गवतातले किडे पायाखाली मरतील, म्हणून लांब वळसा घालून शाळेत जात असे.

काडादी हायस्कूलमध्ये माझ्या वर्गात सुरेश गांधी नावाचा हुशार मुलगा होता. पण तो कधी फारसा अभ्यास न करणारा, अतिशय बडबड्या आणि फटकळ होता.

त्यानंही नॉर्थकोट शाळेत प्रवेश घेतला होता. तो वयानं मोठा होता आणि त्याची तब्येतही चांगली दणकट होती. मी त्या मानानं अगदी किरकोळ होतो. तो काडादी हायस्कूलविषयी सतत टोचून बोलायचा. ''एक ते चार नंबर काळा बाजार'' असं म्हणायचा. मी त्याला अगदी पोटतिडकीनं समजावायचो की वशिल्यानं नंबर येत असते, तर हेडमास्तरांची मुलगीच पहिली आली नसती का? पण तो त्याचा हेका सोडायला तयार नव्हता आणि मला त्याच्याशी दोन हात करणं शक्य नव्हतं. मग मी त्याच्याकडं दुर्लक्ष करून अभ्यासावर लक्ष एकवटलं.

मी आठवीत असताना प्रत्येक परीक्षेत पहिला आलो, अगदी इंग्रजी आणि गणितातसुद्धा! आमच्या वर्गात एक अतिशय देखणा, गोरापान, टापटिपीत राहणारा मेहरुमजी रुस्तमजी नावाचा पारशी मुलगा होता. तो अस्खलित इंग्रजी बोलायचा. माझी मात्र इंग्रजीशी आठवीत आल्यावर कुठं ओळख झाली! आमची सहामाही परीक्षा झाल्यानंतर कुलकर्णी सरांनी पेपर द्यायला सुरुवात केली. माझा नंबर पुकारल्यानंतर मी त्यांच्यासमोर जाऊन उभा राहिलो, तर सर एकदम माझ्यावर खेकसले, ''अरे, तू कशाला आला आहेस? तुझा नंबर काय?''

मी म्हटलं, ''सर, तुम्ही पुकारलेला नंबर माझाच आहे.''

त्यावर कौतुक वगैरे तर दूरच, पण त्यांनी तो पेपर दोन-तीन वेळा अथपासून इतिपर्यंत चाळला आणि शब्द न् शब्द तपासून जड अंत:करणानं माझ्या हातात दिला. काय झालंय, ते मला कळेना. नंतर लक्षात आलं की, त्या पारशी मुलापेक्षा मला जास्त मार्क मिळाले होते आणि इंग्रजी विषयामध्ये मी प्रथम आलो होतो; ते सरांना रुचलं नव्हतं!

आठवीचं वर्ष सरलं. नववीच्या वर्गातही माझा पहिला नंबर टिकून राहिला. अजूनही मागच्या बाकावरून सुरेश गांधीचं तेच तुणतुणं सुरू असायचं. आता माझी उंची आणि शरीरयष्टी त्याला आव्हान देण्याइतपत सुधारली होती. अखेर एकदा मी मधल्या सुट्टीत त्याची गचांडी धरून, त्याला बाकात घालून बुकलला. मग त्यानं रडत जाऊन आमचे मुख्याध्यापक परशुरामींकडं माझ्याबद्दल तक्रार केली. त्यांनी मला लगेच बोलावून घेऊन घडला प्रकार जाणून घेतला. मी त्याला मारण्याचं कारण सांगितलं, सुरेशनंही ते कबूल केलं. त्यावर मुख्याध्यापक सरांनी त्याला छडीचा प्रसाद आणि मला ताकीद दिली. अखेर तो विषय तिथंच मिटला.

नॉर्थकोटमध्ये आठवीत असताना, मला टेक्निकल स्कॉलरशिप मिळाली. पहिल्या चार महिन्यांचे मिळून, एकदम सोळा रुपये मिळाले. मला तर एक आणासुद्धा खिशात ठेवायची सवय नव्हती. त्यामुळे खिशात एकदम सोळा रुपये आल्यावर कसंसंच होऊ लागलं. मी बेचैन झालो. मला अजूनही पैसे जवळ बाळगणं नकोसं वाटतं. त्या पैशांच्या ओझ्याचं दडपण वाटतं. लहानपणी जेव्हा पैसे नव्हते,

तेव्हाही आणि आत्ताही.

मग मी सरांना डोकं दुखत असल्याची सबब सांगून, घरी जाण्याची परवानगी मागितली आणि धावत थेट घर गाठलं. पैसे आईकडं दिले आणि खेळायला गेलो, तेव्हा कुठं मला हुश्श झालं, डोकेदुखीही (!) पार पळाली.

नॉर्थकोट हायस्कूलमध्ये मला दोन मित्र मिळाले – अविनाश गांधी आणि जीवन गांधी. त्यांचा अभ्यास बेताचाच होता. दोघंही चांगल्या सधन कुटुंबातले होते; पण त्यांच्या पालकांना त्या दोघांनी माझ्यासोबत अभ्यास करावा, असं वाटायचं. त्यामुळे आम्ही तिघं मिळून अभ्यास करायचो. अविनाशचे वडील कॉन्ट्रॅक्टर होते. ते सरकारी सिव्हिल कॉन्ट्रॅक्ट्स घेत असत. त्यांच्याकडं ऑस्टिन कार होती. आम्ही नववी-दहावीत असल्यापासून अव्याला गाडी चालवता येत असे. अव्या चक्क स्वत: गाडी चालवत (शेजारी ड्रायव्हर बसलेला असे) शाळेत यायचा. त्याची गाडी आणि त्यानं ती स्वत: चालवणं – या दोन्ही गोष्टी आम्हा मुलांना अतिशय आश्चर्यकारक वाटायच्या. त्यामुळे आम्ही सगळी मुलं घोळका करून गाडीभोवती जमायचो. गाडी चालते कशी, या गोष्टीचं आणि इतक्या लहान वयात तो गाडी कशी काय चालवू शकतो याचं आम्हाला फार नवल वाटायचं. अव्या माझ्यासोबत अभ्यास करू लागल्यानंतर, त्याच्या गाडीतून अधून-मधून माझीही वर्णी लागू लागली. मला अगदी कृतकृत्य वाटायचं. हा कार्यक्रम अकरावी होईपर्यंत सुरू होता.

हे सगळं अशा प्रकारे सुरू असताना, मी माझ्या 'स्वप्ना'पासून मात्र जराही ढळलो नव्हतो. मी अकरावीला (एस.एस.सी.) गेल्यानंतर, तर माझ्या या स्वप्नाचं महत्त्वाकांक्षेमध्ये रूपांतर झालं. तीव्र इच्छेच्या बीजाला चक्क जोमदार अंकुर फुटला. एक अगदी साधीशी घटना माझ्या आयुष्याला कलाटणी देणारी... दिशा देणारी ठरली.

आपण मनातल्या इच्छा-आकांक्षा कायम सोबत बाळगल्या पाहिजेत. जिथं जाल तिथं, कुठल्याही प्रसंगी, कसल्याही क्षणी आपलं ध्येय, आपली स्वप्नं सोबत हवीतच. ती विखरू देता कामा नयेत. मग त्या इच्छा-आकांक्षा आपोआप आपली वाट शोधतात. निराशेच्या अंधारात, अडचणींच्या सापळ्यांतसुद्धा आभाळाचा निळा तुकडा खुणावू लागतो... आपलं 'क्षितिज' दिसू लागतं. आणि मग ते गाठण्यासाठी आपली धावपळ सुरू होते, पण ते नजरेच्या टप्प्यात असतं.

मी अकरावीत असताना, आम्हाला इंग्रजीला रावेतकर सर होते. त्यांनी 'माय एम इन लाईफ' या विषयावर निबंध लिहायला सांगितला होता. बऱ्याच जणांनी इंजिनिअर होण्याचं, तर क्वचित कुणी राष्ट्रपती, पंतप्रधान होण्याचं 'ध्येय' असल्याचं लिहिलं होतं. मी स्वाभाविकपणे डॉक्टर होणार, असं लिहिलं होतं. रावेतकर सरांनी माझा निबंध वर्गात वाचून दाखवला आणि मला विचारलं,

"काय रे, हे निबंधात लिहिण्यापुरतं आहे की, तुला खरंच डॉक्टर व्हायचंय?"

"सर, मला खरंच डॉक्टर व्हायचंय."

"मग या शाळेत का आला आहेस?"

"मला वडिलांनी जबरदस्तीनं या शाळेत घातलंय."

"तुझ्या वडिलांना मला भेटायला सांग."

मी हा निरोप वडिलांना सांगितला. त्याप्रमाणे ते रावेतकर सरांना भेटले आणि माझ्या स्वप्नांना पंख मिळाले!

नॉर्थकोट शाळेतून अकरावी पास झाल्यावर, मी सोलापुरातच डी. ए. व्ही. कॉलेजमध्ये शास्त्रशाखेत प्रवेश घेतला.

दरम्यान, घरातली परिस्थिती आणखी बिकट झाली होती. घरातला मोठा मुलगा, या नात्यानं पैसे मिळवून घराला हातभार लावण्याची जबाबदारी आपोआपच माझ्यावर येऊन पडली होती. मग मी मला जे काही शक्य आहे, ते करून चार पैसे मिळवू लागलो. जुनी पुस्तकं आणि वह्यांचं बाईंडिंग करून थोडे पैसे मिळू लागले. मी कॉलेजच्या पहिल्या वर्षाला होतो. त्या दरम्यान 'विपरीत बुद्धी'चा परिणाम म्हणून वडिलांची नोकरी सुटली. एवढ्या मोठ्या कुटुंबाचा खर्च भागवणं अशक्य झालं. वडील बारामतीला माझ्या मामांकडे राहू लागले. माझी आई आम्हा भावंडांपैकी तिघांना घेऊन आमच्या काकांकडं, आमच्या मूळ गावी उस्मानाबाद जिल्ह्यातील सोनारीला गेली. शैला आणि राजकुमार या धाकट्या भावंडांना घेऊन मी सोलापुरातच राहिलो. मग त्या चाळीतल्या घरात माझा 'प्रपंच' सुरू झाला – अभ्यास-कॉलेज या जोडीला स्वयंपाक आणि दोघा भावंडांना सांभाळणं, अशी कामं सुरू झाली. बिनतेलाच्या फोडणीचं पिठलं किंवा वरण-भात किंवा पोळी अशा साध्याच 'मेन्यू'नं आमचा दिवस गोड होत असे. पुढं शैला व्यवस्थित स्वयंपाक करू लागली, पण मी तिला बिनतेलाच्या फोडणीच्या पदार्थांची दिलेली 'दीक्षा' तिनं आवर्जून तशीच सुरू ठेवली. मग मला थोडा विसावा मिळू लागला. त्याच दरम्यान माझ्याच वर्गात शिकणारी, घरची परिस्थिती चांगली असलेली दोन मुलं माझ्याकडं शिकवणीला येऊ लागली. त्यांना गणित आणि सायन्सचे धडे देऊन, मला दरमहा दहा-पंधरा रुपये मिळू लागले.

माझ्यासोबत इतकी वर्ष चाळीत राहणारे जे होते, ते सगळे माझे 'सवंगडी' होते. कॉलेजमध्ये मात्र त्यांच्यापैकी कुणी नव्हतं. चाळीत सकाळी उठल्यापासून रात्री झोपेपर्यंत आम्ही सगळे एकत्र असायचो. जेवण, खेळणं, अभ्यास सगळं काही बरोबर... ते दिवस कसे फुलपाखरासारखे होते... रंगीबेरंगी, ताजे-टवटवीत आणि स्वच्छंद; पण ते फुलपाखरासारखेच भुर्रकन उडूनही गेले. चाळीतल्या सवंगड्यांची साथ सुटली तरी सहवासाचा सुगंध मनात कायम दरवळत राहिला.

डी. ए. व्ही. कॉलेजमध्ये, मला वासू तरळगट्टी हा पंढरपूरहून आलेला मित्र मिळाला. त्याच्याशी माझी छान गट्टी जमली होती. आम्ही अभ्यासही एकत्रच करायचो. वासूचा आणि माझा परिचय १९५६मध्ये सोलापूरच्या दयानंद कॉलेजमध्ये झाला; 'उघड्या शेजारी...' या नात्याने मैत्री झाली आणि ती टिकून राहिली. वासू अगदी सरळ आणि निगर्वी स्वभावाचा. बासरी छान वाजवायचा. नंतर आम्ही दोघे वेगवेगळ्या गावांत शिकलो, तरीही कारणपरत्वे दोघांचे एकमेकांकडे येणे-जाणे होतेच. मी मेडिकलला आणि तो आर्ट्सला गेला. त्यामुळे तो माझ्या आधी पोटापाण्याच्या उद्योगाला लागला. त्याला एक्साईज खात्यात नोकरी मिळाली.

डॉक्टर झाल्यानंतर माझ्या लग्नात पहिलं मनगटी घड्याळ मिळाले, ते वासूने दिले होते. नंतर ट्रान्झिस्टर, कॅमेरा अशा वस्तूही आयुष्यात पहिल्यांदा मला दिल्या त्या वासूनेच. मित्रांना भेटवस्तू देण्यास खूप पैसे नाहीत, तर खूप मोठे मन लागते, हे वासूने पुष्कळ वेळा कृतीतून दाखविले आहे.

अशा प्रकारे कॉलेजचं पहिलं वर्ष संपलं. अविनाशच्या वडिलांची त्याला सुट्टीत पुण्याला क्लासला घालायची इच्छा होती. पुण्याच्या क्लासेसची प्रसिद्धी सर्वदूर पसरलेली होती. त्याला माझी सोबत आणि अभ्यासात साथ असावी म्हणून अविनाशच्या वडिलांनी मलाही पुण्याला क्लाससाठी येण्याचा आग्रह केला. अर्थातच तिथला माझा सगळा खर्च तेच करणार होते. अशा प्रकारे माझं पुण्यात आगमन झालं. सोबत होत्या त्या फक्त सोलापूरच्या आठवणी....

मी पुण्यात आलो... पुढं डॉक्टर झालो; पण नॉर्थकोटमधील किंवा शालेय जीवनातील काही प्रसंग, काही व्यक्ती मनात कायमचं घर करून राहिल्या आहेत. पुढे डोमिसाइल सर्टिफिकेट आणण्यासाठी पुण्याहून सोलापूरला गेलो होतो, तेव्हा रावेतकर सरांना भेटलो. मला पाहून त्यांना मनापासून आनंद झाला. त्यानंतर मी मेडिकलच्या दुसऱ्या वर्षाला असताना रावेतकर सरांची पुन्हा भेट झाली, त्या वेळी ते म्हणाले, "माझ्याही मुलाचं नाव अनिल आहे. तो नॉर्थकोट शाळेत आहे. त्याला मेडिकलला जायला सांग."

त्यावर मी म्हणालो, "सर, मी त्याला डॉक्टर होण्याचे फायदे सांगीन. पण तुम्ही त्याला त्याच्या इच्छेविरुद्ध मेडिकलला जाण्याचा आग्रह करू नका."

मग अनिल रावेतकर मला भेटायला आला. मी त्याला आमचं कॉलेज दाखवलं. ससून हॉस्पिटल दाखवलं आणि सांगितलं की, "तू निष्णात इंजिनिअर झालास, एखादे मोठे धरण बांधलेस किंवा एखाद्या उत्तम यंत्राचा शोध लावलास, तर तुला खूप आनंद होईल. ही गोष्ट स्वाभाविक आहे. पण डॉक्टर होऊन जर एखाद्या माणसाचे प्राण वाचवू शकलास, तर त्या माणसाची कृतज्ञ नजर पाहून तुला जे समाधान लाभेल; त्याची तुलना कशाशीही होणार नाही. दुखण्यातून बरे झालेले

लोक तुम्हाला पैसे तर देतातच; पण त्याहीपेक्षा कृतार्थतेचा अमूल्य आनंद देतात, तो जास्त महत्त्वाचा असतो.''

पुढं अनिल रावेतकर डॉक्टर झाला. पुणे महानगरपालिकेत मुख्य वैद्यकीय अधिकारी म्हणून त्यानं खूप वर्ष सेवा केली.

नॉर्थकोटमध्ये मी आमच्या दोन शिक्षिकांचा विशेष लाडका विद्यार्थी होतो. एक म्हणजे संत मॅडम (लेखक दु. का. संत यांच्या पत्नी) आणि दुसऱ्या ठाकूरबाई. त्या माझ्या मराठीवर अगदी खूश असत. सणावाराला मला त्यांच्या घरी आमंत्रण असे. चकली, लाडू कसे झालेत, हे बघण्यासाठी. मला नमुना देऊन, त्या माझे मत विचारत असत. पुढं त्यांच्या मुलांच्या लग्नाचंही मला आग्रहाचं निमंत्रण होतं. मीही त्या लग्नांना आवर्जून हजर होतो.

संत मॅडम पुढे कोल्हापूरला गेल्या. त्यांना भेटायला आणि आठवणींत रमायला मी त्यांच्याकडं दोन-तीन वेळा गेलो होतो.

त्या काळात दलितांकडं जाणं, त्यांच्या घरी खाणं-पिणं वर्ज्य मानलं जायचं; पण मी त्या वृत्तीशी अजिबात सहमत नव्हतो. त्यामुळे मी आवर्जून माझ्या वर्गातल्या दलित मित्रांच्या घरी जायचो. त्यापैकी रामचंद्र पात्रे, रतिलाल क्षीरसागर आणि आर. आर. काकडे ही मंडळी कधीही पुण्याला आली की, मला भेटायला घरी किंवा हॉस्पिटलमध्ये येत असत. मग मीही त्यांना आग्रहानं जेवायला थांबवून घ्यायचो.

फर्ग्युसन कॉलेज

पुण्यात मी आणि अविनाश, कर्वे रस्त्यावरील बेहेरे बंगल्यात (३३/३३ ब, एरंडवणा) वरच्या मजल्यावरच्या एका खोलीत भाड्यानं राहत होतो. दीक्षित सरांच्या फिजिक्स प्रॅक्टिकलच्या क्लासला जायचो. सुट्टी संपल्यावर पुढील शिक्षणासाठी पुण्यातच राहावं, असा अविनाशच्या वडिलांचा आग्रह होता. त्यानुसार आम्ही दोघांनीही तिथंच राहायचं ठरवलं. मला फर्ग्युसन कॉलेजला आणि अविनाशला एम. ई.एस. कॉलेजला (आत्ताचं गरवारे कॉलेज) प्रवेश मिळाला.

दरम्यान, वडिलांना सातारा रस्तावरील कूपर इंग्लिश स्कूलमध्ये नोकरी मिळाली होती. पुन्हा दरमहा नियमित पगार घरी येऊ लागला होता. सोलापुरातील पत्ते खेळण्याचे ते व्यसन बरंच कमी झालं होतं. भावंडांना घेऊन आई तिथंच गेली होती आणि मी एकटा पुण्यात होतो.

या काळात माझी पुण्यात ज्ञानेश्वर पादुका चौकाजवळच्या जुन्या जैन बोर्डिंग हाउसवर राहण्याची मोफत सोय झाली. माझ्या गरजा अगदी कमी असल्यामुळे, मला कुठंही राहण्यात कधी फारशी अडचण येत नव्हती. जैन बोर्डिंगचे तत्कालीन विश्वस्त श्री. नलिनचंद्र गांधी यांनी मला तिथे मोफत प्रवेश दिला. त्यांचं हे ऋण

माझ्या कायम स्मरणात राहिलं. आत्ता नव्या बोर्डिंगचे विश्वस्त म्हणून त्यांचे चिरंजीव श्री. चकोर कारभार पाहात आहेत. श्री. चकोर सज्जन, मृदुभाषी आणि आस्थेनं काम करणारे आहेत.

बोर्डिंगमध्ये मी रोज गार पाण्यानं अंघोळ करायचो, कारण गरम पाण्यासाठी महिना दोन-तीन रुपये द्यावे लागत असत, ते मला परवडत नव्हते. बोर्डिंगमध्ये गरम पाण्याची बादली भरून देण्याचं काम जानकाबाई करत असत. आम्ही त्यांना मावशी म्हणत असू. त्यांना माझी कणव आली. त्यांनी मला वर्षभर अंघोळीसाठी गरम पाणी दिलं, अर्थातच मोफत. मावशींच्या या दयेचं, उपकाराचं ओझं सतत माझ्या मनावर होतं. पुढं मी एम.बी.बी.एस. होऊन पुण्यात प्रॅक्टिस सुरू केल्यानंतर मावशींना घरी जेवायला बोलावून, त्यांना साडी-चोळीचा आहेर केला. आम्ही दोघं त्यांच्या पाया पडलो, तेव्हा त्यांना गहिवरून आलं. पण मला थोडं का होईना, उतराई झाल्याचं समाधान मिळालं.

फर्ग्युसनमध्ये माझं पुढील शिक्षण सुरू झालं, पण आर्थिक परिस्थितीत मात्र फरक पडलेला नव्हता. अर्थात मला त्याचं फारसं दुःख नव्हतं, कारण मला माझ्या ध्येयाप्रत जाण्याचं शिक्षण मिळणं, हेच माझ्यासाठी आनंदाचं होतं. त्यामुळे सुखसोयी मिळणं तर दूरच, पण रोजच्या गरजादेखील नीट भागल्या नाहीत तरी ते मला जाणवत नव्हतं. त्या वर्षी मोठ्या काकांचं वयाच्या बावन्नाव्या वर्षी लग्न झालं. लग्नाच्या मांडवासाठी घेतलेल्या छताच्या कापडाचे त्या वेळी मला दोन पायजमे शिवले होते. त्यामुळे हाफपॅन्ट जाऊन पायजम्यापर्यंतची बढती मला मिळाली होती. फुलपॅन्टचा तर विचारही परवडण्याजोगा नव्हता.

इंटर सायन्सला फर्ग्युसन कॉलेजमध्ये माझ्या वर्गात रमण गांधी नावाचा एक मुलगा होता. तो नंतर टिळक आयुर्वेद कॉलेजमध्ये बी.ए.एम.एस.ला गेला. बेताच्या उंचीचा, लाल गोरा आणि कुरळ्या केसांचा रमण खूप विनोदी स्वभावाचा होता. तो मूळचा अकलूजचा. घरची परिस्थिती गडगंज, व्यापार-उदीम आणि खूप मोठं खटलं. तरीही रमण खूप काटकसरी. कपड्याला इस्त्री व्हावी म्हणून कपडे व्यवस्थित घडी करून उशी किंवा गादी खाली ठेवायचा. अंगाच्या साबणाच्या वेष्टनाचे कागद त्या घडीमध्ये घालून ठेवी. त्यामुळे सेंटचे पैसे खर्च न करता सुगंधाचा आस्वाद घेता येई.

आमच्याच वर्गातल्या कांचन शहाला, नागपूरला एम.बी.बी.एस.ला प्रवेश मिळाला होता. कांचन रमणच्या मोठ्या बहिणीची नणंद. कांचन आणि रमणचे सूत जमले. त्यामुळे विद्यार्थी दशेतच ठरावीक अंतराने रमणच्या नागपूरच्या वाऱ्या होऊ लागल्या. कांचनच्या आईचा या गोष्टीला विरोध, तर वडिलांचा पाठिंबा होता. पण काही काळाच्या विरोधानंतर, शेवट लग्नाने गोड झाला.

दुर्दैवाने १९८६च्या डिसेंबर महिन्यात रमणला गालाचा कर्करोग झाल्याचे लक्षात आले. टाटा मेमोरियल हॉस्पिटलमध्ये शस्त्रक्रिया झाली, परंतु तो पुन्हा उद्भवला. अखेर ८ जुलै १९८७रोजी रमणची प्राणज्योत मालवली.

आम्हाला प्राणिशास्त्र हा विषय प्रा. बाबूराव शिरोळे शिकवत असत. त्यांची शिकवण्याची पद्धत फार छान होती. बेडकाच्या ओव्हमचा विकास कसा होतो, 'मोऱ्ह्युला स्टेज' कशी दिसते, हे दाखवण्यासाठी ते वर्गात बुंदीचा लाडू आणून त्यावरून शिकवत असत. का कोण जाणे, पण त्यांची माझ्यावर विशेष मर्जी होती. कधी कधी ते मला त्यांच्या घरी बोलावत असत. शिरोळे रस्त्यावर त्यांचा बंगला होता. त्यांच्या अंगणात विहिरीच्या काठावर बसून, बुंदीचा लाडू खात आमच्या गप्पा रंगत असत.

त्याच काळात बी.एम.सी.सी. कॉलेजमध्ये शिकणाऱ्या विजय शहा याच्याशीही माझी मैत्री जुळली. तो सधन घरातला होता. वेळप्रसंगी गॅदरिंग किंवा समारंभात मला त्याचे कपडे वापरायला मिळत असत. त्या वर्षी तो बी. कॉम.च्या परीक्षेत पहिलाच पेपर वाईट गेला म्हणून, सरळ परीक्षा सोडून घरी निघाला होता, मला हे समजताच मी तडक स्टेशनवर जाऊन त्याची समजूत घातली आणि त्याला परत घेऊन आलो. मग त्याची परीक्षा संपेपर्यंत त्याच्या सोबतीला त्याच्या खोलीवरच राहिलो. त्याचा बी.कॉम.चा निकाल लागला, तेव्हा विजय सगळ्या विषयात चांगल्या मार्कांनी पास झाल्याचं समजलं. त्या वेळी मला झालेला आनंद हा शब्दांपलीकडचा होता.

या काळात मी टिळक रस्त्यावरील 'जयंत बोर्डिंग हाउस' या खानावळीत जेवत असे. तिथं जेवणासाठी महिना पंचवीस रुपये द्यावे लागत असत. जेवण अगदी साधं असे.

अशा प्रकारे माझे फर्ग्युसनमधले दिवस सरत होते. ओढाताण आणि चणचण पाचवीलाच पुजली होती; पण मित्रांची मदत, स्कॉलरशिपवर भिस्त यापद्धतीने इंटरचे वर्ष सरले. वडिलांची अजूनही मी 'ए' ग्रुप घेऊन इंजिनिअर व्हायला हवं, अशीच इच्छा होती. पण मी हट्टानं 'बी' ग्रुप घेऊन मेडिकलला जाण्याच्या माझ्या स्वप्नाच्या दिशेनं वाटचाल करत होतो.

अखेर फर्ग्युसनमधलं इंटरचं वर्ष संपलं आणि मी मेडिकलला प्रवेश घेण्याइतके मार्क्स मिळवले.

३.

बी. जे. मेडिकल – स्वप्नभूमी

मी १९५८मध्ये माझ्या 'स्वप्नभूमी'त, म्हणजे बी. जे. मेडिकल कॉलेजमध्ये प्रवेश घेतला. त्यानिमित्ताने कॉलेजच्या वसतिगृहात राहायला आलो. मेडिकलचं इतक्या वर्षांचं शिक्षण, त्यापुढं इंटर्नशिप, त्यानंतर नोकरी किंवा व्यवसाय... त्यापुढं त्यात जम बसणार... मग मोठा मुलगा म्हणून मी वडिलांच्या हाताशी कधी येणार, हा प्रश्न घरी अजूनही धगधगत होताच. मी इथं प्रवेश घेताना घरखर्चाला हातभार लावीन, हे कबूल केलं होतं. माझ्या सुदैवानं जैन विद्यार्थ्यांना शिक्षणासाठी कर्ज, शिष्यवृत्ती देणारे अनेक ट्रस्ट होते; आहेत. मला त्यांच्याकडून दरमहा १०० ते १५० रुपये शिष्यवृत्ती मिळत असे. त्याजोडीनं माझी इतरही धडपड सुरू असायचीच.

समोर येणारी प्रत्येक संधी स्वीकारायची माझी तयारी असे. अशीच एक संधी माझ्यासमोर आली. कॅम्पमधील एम. जी. रस्त्यावर कोयाजी क्लिनिकमध्ये मी दररोज सायंकाळी ६ ते ८ या वेळात डॉ. व्ही. एस. प्रयाग या माझ्या गुरूंकडं त्यांच्या पेशंटना इंजेक्शन द्यायला जाऊ लागलो. या कामाचे मला महिना वीस रुपये मिळत असत. हे काम मी सहा महिने करत होतो.

त्यानंतर मग पुढं दोन वर्षांनी मला डॉ. बंदोरवाला यांच्याकडं अनपेक्षितपणे एक आवडीचं काम मिळालं. आम्हाला डॉ. सौ. मेहता 'सर्जरी' विषय शिकवत असत. डॉ. बंदोरवाला त्यांचे वडील. ऐंशी वर्षांच्या डॉ. बंदोरवालांची दृष्टी वयोमानानुसार क्षीण झाली होती, मात्र अजूनही वैद्यकीय ज्ञानसंपादनाची लालसा होती. मी त्यांना मेडिकल जर्नल्स वाचून दाखवायचं काम करू लागलो. या कामाचेही मला महिना वीस रुपये मिळत असत. अर्थात या पैशांबरोबरच त्यातून मिळणारं ज्ञानही खूप मोलाचं होतं.

अशा प्रकारे सगळा खटाटोप सुरू असे आणि त्यातून मी घरी कबूल केल्याप्रमाणं दरमहा १००रुपये पाठवून, उरलेल्या पैशात माझा शिक्षणासह सगळा

खर्च भागवत असे.

बी. जे. मेडिकलमधल्या चार वर्षांच्या काळात अकलूजचा रवींद्र व्होरा माझा रूम पार्टनर होता. आमची चांगली गट्टी जमली. त्याची आर्थिक परिस्थिती चांगली होती. मला मदत करण्याची त्याची नेहमीच तयारी असे. रवींद्र स्मार्ट, हसतमुख असल्याने मुलींमध्ये आणि सिनिअर्समध्ये विशेष पॉप्युलर होता. अभ्यास मोजकाच करी, पण त्यामानाने मार्क्स चांगले मिळत. रवींद्रचा एक गमतीदार दोष असा की, एखाद्या रोगाची लक्षणे वाचली की ती आपल्यात आहेत, असे त्याला वाटे आणि त्यामुळे तात्पुरता का होईना, पण तो बेचैन होत असे.

एम.बी.बी.एस.नंतर सहा महिने त्याने हाउसमन म्हणून काम केले आणि एफ.आर.सी.एस. (Fellow of the Royal College of Surgeons)साठी तो लंडनला गेला. दरम्यानच्या काळात मी, रमण गांधी, सुधाकर पाटील, अनिल मेहता, आनंद जकाते अशी आमच्या मित्रांची लग्ने झाली होती. रवींद्र परदेशी असल्याने त्याचे लग्न मात्र लांबले होते. एकदा पंधरा दिवसांची सुट्टी घेऊन रवींद्र भारतात आला होता. त्या वेळी मी आणि सुधाकर पाटीलने त्याचे लग्न ठरविण्यासाठी पुढाकार घेतला. मित्रत्वाच्या नात्याचा अधिक फायदा उठवून त्याचे लग्न लावून देण्यातही यशस्वी झालो. त्यामुळे रवींद्रच्या घरी आमचे चांगले आगत-स्वागत होऊ लागले, आजही तीच 'प्रथा' सुरू आहे. आता तो सांगलीला स्थायिक झाला आहे.

त्याच्याकडं सुधाकर पाटील, रमण गांधी हे गावाकडचे मित्र येत असत. तसंच अनिल मेहता आणि आनंद जकाते (यादव) हे मित्रही येत असत.

अनिल मेहता आधी आमच्याबरोबर सायन्सला होता, पण दुसऱ्याच वर्षी तो कॉमर्सला गेला. बी.कॉम. होऊन घरच्याच व्यवसायात, पण कोल्हापूर येथे 'अजब पुस्तकालयाची' सुरुवात त्याने केली. आरंभीच्या काळात त्याला टोबॅकोकिंग शेठ देवचंद शहा यांचे चांगले आर्थिक साह्य लाभले. हळूहळू त्याने आपल्या व्यवसायाची व्याप्ती वाढवून, १९७६मध्ये पुण्यात मेहता पब्लिशिंग हाऊस सुरू करून ऊर्जितावस्थेस आणले. नंतर १९८६पासून त्याचा मुलगा सुनीलने व्यावसायिक दृष्टिकोन अंगीकारून, मराठीतील अग्रगण्य प्रकाशकांच्या यादीत 'मेहता पब्लिशिंग हाऊस'चे स्थान पुष्कळ वर नेले. ही घोडदौड वेगाने सुरूच आहे.

या सर्वांशी माझी छान मैत्री झाली. या मित्रांपैकी मी आणि जकाते वगळता बाकी सर्वांची आर्थिक परिस्थिती चांगली होती, पण कुणी आम्हाला तसं कधीही जाणवू देत नसत. रवींद्र तर मदतीसाठी सदैव तयार असे.

त्या वेळी वसतिगृह आणि कॉलेजची फी अगदी माफक असे. मुख्य खर्च असे तो – पुस्तकं, कपडे आणि जेवणाचा. माझ्याकडं कपड्यांचे मोजून अगदी दोन जोड होते. पैशाची अगदी कडकी नसेल तर दोन्ही वेळा जेवणाची चैन करायचो, नाहीतर

एरवी एका वेळेवरच भागवायचो. हे सगळं आमचे रेक्टर डॉ. मुतालिक यांना चांगलं माहीत होतं.

मेसचं सेक्रेटरीपद

त्या वेळी सेकंड एम.बी.बी.एस.च्या बॅचमधल्या एका मुलाला 'मेस सेक्रेटरी' पद देण्यात येत असे. मुलांनी या पदासाठी माझं नाव सुचवलं, तेव्हा डॉ. मुतालिकांनी त्याला कडाडून विरोध केला. मेस सेक्रेटरी झाल्यावर सगळी मुलं किमान सूट शिवण्याएवढे तरी पैसे 'बाजूला काढतात,' असं म्हटलं जायचं. मग गांधीला सेक्रेटरी केलं तर तो गरजेपोटी काय करेल, असा त्यांचा युक्तिवाद होता.

पण मुलांनी त्यांच्या विरोधात जाऊन मला मेसचा सेक्रेटरी केलं. त्याजोडीला सहायक सेक्रेटरीचंही पद होतं. माझं हिशोबाचं ज्ञान बेताचंच (अजूनही!). महिन्याचं बिल काढताना महिन्याचा एकूण खर्च काढायचा, मग त्याला एकूण ताटांच्या संख्येनं भागून प्रत्येक जेवणाचं बिल काढलं जात असे. साधारणपणे एका जेवणाचं बिल ८४ ते ९० पैसे येत असे. मी सूत्रं हाती घेतल्यानंतर पहिल्याच महिन्यात एका जेवणाचं बिल ४८ पैसे असा हिशोब येऊ लागला. आपला हिशोब चुकतोय, काहीतरी राहतंय, असं मला सारखं वाटत होतं.

सहायक सचिवपदी एक मारवाडी मुलगा होता. एके दिवशी त्यानं मला आमच्या खोलीत नेलं आणि आतून कडी घालून घेत सांगितलं, ''अन्या, मी सगळा हिशोब करतो. आपण नेहमीसारखं ८४ ते ९० पैसे बिल करू या. राहिलेले पैसे दोघांत वाटून घेऊ या.''

मग मी शक्कल लढवली. लघवीला जाण्याच्या बहाण्यानं तिथून बाहेर पडलो आणि शेजारच्या खोलीतल्या दोघांना माझी अवस्था सांगितली. त्यांना मी आमच्या खोलीत ठिय्या मारून बसायला सांगितलं.

माझं काम झालं!

मग मी बिलात थोडी वाढ करून ६० पैशांप्रमाणे बिल लावलं. हिशोबात 'सरप्लस'ही दाखवली. ते पाहून सगळी मंडळी खूश झाली. पुढं आम्ही या गंगाजळीतून मेसमध्ये इतर बऱ्याच सुधारणाही केल्या. पाहता-पाहता माझी सहा महिन्यांची टर्म संपली. पुढच्या सेक्रेटरी निवडीच्या वेळी सर्वांनी माझा सत्कार केला. या प्रसंगी डॉ. मुतालिकांनी माझं कौतुक केलं आणि मला 'सर्जरी'चं एक क्रमिक पुस्तकही भेट दिलं. या अत्यावश्यक पुस्तकाची त्या वेळी किंमत होती, तीनशे रुपये... माझ्यालेखी ही फार मोठी भेट होती.

काश्मीर सहल

सेकंड एम.बी.बी.एस.ला एटीकेटी असल्यामुळे सगळेच थोडे निवांत असत. त्या वर्षी काश्मीरला सहल काढण्याची आमच्या कॉलेजची परंपरा होती. आमच्या सेकंड इयरच्या सहलीच्या आयोजनाची जबाबदारी माझ्यावर सोपवली होती. सहलीला पाचशे रुपये खर्च अपेक्षित होता. मला तर एवढे पैसे जमवणं अवघड असल्यामुळे मी 'ऑर्गनायझिंग सेक्रेटरी' होऊ शकणार नाही, मला सहलीला येणं शक्य नाही, असं सांगितलं; पण कुणी माझं ऐकूनच घेतलं नाही. काहीही करून तू सहलीला आलंच पाहिजेस, असा सगळ्यांचा आग्रह होता. अखेर मी कशीबशी पैशांची जमवाजमव केली.

त्याच दरम्यान एक दुर्घटना घडली. एका शाळकरी मुलाला ससून हॉस्पिटलच्या सर्जरी वॉर्डमध्ये दाखल केलं होतं. तो टिळक रस्त्यावरून सायकलने जात असताना एका ट्रकनं त्याला उडवलं होतं. या अपघातात त्याचा एक पाय मांडीपासून कापावा लागला होता. त्या मुलाचा, वडिलांपाशी नकली पाय बसवण्यासाठी हट्ट सुरू होता, पण त्यांची परिस्थिती अगदी बेताची होती. त्यांचं अप्पा बळवंत चौकात 'नारो अप्पाजी गोडबोले' नावाचं जुन्या पुस्तकांचं दुकान होतं.

मी हे सगळं पाहत होतो. उमलत्या वयात त्या मुलावर झालेला हा आघात... नकली पायासाठी त्याचा चाललेला हट्ट माझ्या डोक्यात थैमान घालत होता... मी क्षणार्धात निर्णय घेतला आणि सहलीसाठी जमवलेले ते पाचशे रुपये त्यांना दिले. विशेष समाधानाची गोष्ट म्हणजे, तेवढ्या पैशात त्याला पाय बसवून मिळाला. मला खूप बरं वाटलं.

आता काश्मीरला जाण्याचा प्रश्नच उरला नव्हता. मी तो विषय मनातून बाजूला सारला. पण रवींद्र व्होरानं ही गोष्ट सगळ्यांना सांगितली. सगळे जण एकत्र जमले आणि त्यांनी मला सांगितलं की, ''पैसे नसले म्हणून काय झालं? काहीही झालं तरी आम्ही तुला नेणारच!''

अखेर त्या सगळ्यांच्या प्रेमळ हट्टाग्रहापुढं मी मान तुकवली आणि आम्ही काश्मीर सहलीला निघालो.

ही सहल एकूण एकवीस दिवसांची होती – दिल्ली, आग्रा, भाक्रा-नानगल आणि अखेर काश्मीर अशी ठिकाणं ठरली होती. मी सहलीच्या पूर्वतयारीला लागलो. पुण्यातून, मुंबईला अर्ज करून एक बोगी आरक्षित केली. सहलीचा सगळा कार्यक्रम दिवसच नव्हे, तर अगदी तास-मिनिटांनुसार आखला. या कार्यक्रमात दिल्लीत पंतप्रधान आणि राष्ट्रपती यांच्या भेटीच्या वेळ्ळाही ठरवून घेतल्या. अशा प्रकारे आम्ही वीस मुलं, वीस मुली आणि दोन शिक्षक सहलीला निघालो. काश्मीरमध्ये ठरविलेली बस ४२ सीटर होती. आमच्या वर्गातील ३७ विद्यार्थी, २ शिक्षक,

आम्हाला सिनिअर २ विद्यार्थी आणि माझा एक नॉन-मेडिको मित्र – सुधाकर पाटील अशी ४२ची भरती झाली. मी सहलीच्या प्रारंभीच सगळ्यांना 'वेळ पाळल्या पाहिजेत,' हे बजावलं होतं.

दिल्लीत राष्ट्रपतींच्या भेटीची जी वेळ मिळाली होती, त्याआधी आम्हाला एक तास रिकामा होता. त्या वेळेचा सदुपयोग करण्यासाठी दिल्लीत कॉनॉट सर्कलला सर्वांना खरेदीसाठी तो एक तास दिला आणि 'बरोबर तासानं बस निघेल, आपल्याला राष्ट्रपतींच्या भेटीसाठी जायचं आहे,' असं सर्वांना बजावून सांगितलं.

तास संपला. सगळे जण परत आले. बसमध्ये बसल्यावर लक्षात आलं की, दोन मुली अजून आलेल्याच नाहीत. राष्ट्रपतींच्या भेटीची वेळ पाळणं अर्थातच महत्त्वाचं होतं, त्यामुळे या मुलींसाठी थांबणं शक्य नव्हतं.

मी ड्रायव्हरला म्हटलं, ''चला, आपण निघू या.''

ते ऐकून आमच्या सोबत आलेले डॉ. सी. जे. मिस्त्री सर हादरलेच. ते म्हणाले, ''अरे, अनोळखी ठिकाणी दोन मुलींना मागं सोडून जाणं योग्य नाही.''

मी सरांना नम्रपणे म्हणालो, ''सर, मलाही त्या मुलींची काळजी वाटते, पण ठरलेल्या वेळी बस सुटायला हवी. त्या मुलींसाठी तुम्ही मागं थांबा किंवा मी थांबतो, पण बस निघू दे.''

त्यानंतर सर बसमधून खाली उतरले. ड्रायव्हरनं बस सुरू करून वळवून घेतली, तेवढ्यात त्या दोघी धावत आल्या. मी त्या दोघींना काहीच बोललो नाही. मीच नव्हे, तर कुणीच त्यांच्याशी बोललं नाही. मग त्या दोघी त्या दिवशीच्या कुठल्याही कार्यक्रमासाठी बसमधून अजिबात खाली उतरल्या नाहीत आणि मुक्कामाच्या ठिकाणी दोघीही तडक त्यांच्या खोलीत गेल्या.

रात्री नऊच्या सुमाराला त्यातली एक जण रडतच माझ्याकडं आली. तिच्याकडून समजलं की, दुसरी मुलगीही खूप रडतीय. मग मी त्यांच्या खोलीवर गेलो.

''आम्ही वेळेवर न आल्याबद्दल तुम्ही आम्हाला रागवायला पाहिजे होतं.'' असा त्या दोघींचाही सूर होता.

म्हणजे आम्ही रागवलो असतो, तर त्या रडल्या नसत्या – असा एकूण प्रकार होता! दिल्लीहून आम्ही काश्मीरला जाण्यासाठी निघालो.

'अगर धरतीपर कही जन्नत है

तो यहीं है, यहीं है, यहीं है....'

'पृथ्वीवर जर कुठं नंदनवन असेल, तर ते इथं आहे... इथंच आहे.' या ओळी अर्थातच नंदनवन काश्मीरबद्दलच्या आहेत. आमच्या काश्मीर सहलीत पहलगाम या अतिशय सुंदर, निसर्गरम्य ठिकाणी मी खरोखरच 'स्वर्गाच्या दारात' जाऊन आलो, असंच वाटलं.

आम्ही मे महिन्यात सहलीला गेलो होतो. त्या वेळी बर्फ वितळून डोंगरांमध्ये घळी पडल्या होत्या. मी आणि रवींद्र डोंगरावर अगदी वर पोहोचलो होतो. बाकी सगळे बरेच खाली होते. मी उडी मारली अन् अंदाज चुकून एका घळीत गेलो. मी डोंगराच्या कडेला एका हाताने धरून कसाबसा तोल सावरून लटकत होतो. रवींद्रनं प्रसंगावधान राखलं. त्यानं आधी स्वतःचे पाय घट्ट रोवले आणि मग मला आधार देऊन वर यायला मदत केली.

पहलगाममध्ये आमचा मुक्काम तंबूंच्या हॉटेलमध्ये होता. प्रवासाला निघाल्यापासून 'आपल्या' चवीच्या जेवणा-खाण्याचा विरह आम्हाला चांगलाच जाणवू लागला होता. मग आम्ही हॉटेल मालकाला विचारलं की, आमच्या सोबत आलेल्या मुलींनी स्वयंपाक केला, तर चालेल का? त्यानं या बेताला आनंदानं संमती दिली.

मग आमच्या वर्गभगिनींनी बटाटा-मटारची रस्सा भाजी आणि पोळ्या असा स्वयंपाक केला. खूप दिवसांनी आपल्या चवीचं आणि गरमागरम भोजन मिळाल्यानं सर्वांनीच आडवा हात मारला. बोलता-बोलता कोण जास्त पोळ्या खातो, अशी पैज लागली. या 'स्पर्धेत' मी चक्क साडेतेरा पोळ्या खाऊन पहिला आलो आणि रवींद्र दुसरा. त्याचा 'स्कोअर' होता बारा! इतर स्पर्धक थोड्या-थोड्या फरकानं मागं होते.

त्यानंतर ३ आणि ४ नंबरचे स्पर्धक दिवसभर तांब्या घेऊन पळापळ करत होते. रवींद्र आणि मी मात्र आमच्या वर्गभगिनींनी केलेल्या पोळ्या, त्यासुद्धा एवढ्या प्रमाणात पचवण्यात यशस्वी ठरलो.

हॉटेलच्या मालकानं पहिल्यांदा काढून दिलेली कणीक संपली... दुसऱ्यांदा दिली, तीही संपली... तिसऱ्यांदा दिलेली कणीक एकदाची पुरी पडली. त्यांनही बहुतेक पुन्हा असल्या भानगडीत पडायचं नाही, असा कानाला खडा लावला असणार!

एकूण, आमची सगळी सहल उत्तम पार पडली. नंतर सगळा हिशोब केला तेव्हा प्रत्येकी ४५० रुपये खर्च आला आणि प्रत्येकाला ५० रुपये परत करता आले.

आम्ही काश्मीरहून परतल्यानंतर थोड्याच दिवसांत १२ जुलै १९६१रोजी पानशेत धरण फुटलं. पुण्यात बऱ्याच ठिकाणी 'पाणीच पाणी चोहीकडे' अशी अवस्था झाली होती. घराघरांतून पाणी आणि गाळ साचून राहिला होता. त्या काळात पुण्यात सारं 'उणे' झालं होतं.

त्या दरम्यान एकदा सकाळी काश्मीर सहलीमध्ये रडणारी ती मुलगी माझ्याकडं आली. आपटे रस्त्यावरील त्यांच्या घरात पाणी शिरलं होतं. घरी फक्त ती, तिचा भाऊ आणि वृद्ध आजी होते. तिचे वडील दिल्लीला नोकरी करत असल्यामुळे, आई-वडील दोघंही तिकडं होते. मी त्या मुलीला मदत केली. घरातलं सामान हलवलं. पाणी-गाळ काढला आणि पूरग्रस्तांना लस टोचण्याचं काम त्यांच्याच घरी सुरू केलं.

काही दिवसांनी सारं स्थिरस्थावर झाल्यानंतर, ती मुलगी दिल्लीला गेली. तिचे मला तिथून पत्र आले. मी तिला तत्काळ उत्तर लिहून कळवलं की, मुलांना पत्र लिहू नये. एखादा मुलगा पत्रांचा गैरवापर करू शकतो. पुढं या मुलीचं लग्न झालं. आजतागायत आमची मैत्री टिकून आहे.

आमच्या कॉलेजचं गॅदरिंग

बी. जे. मेडिकल कॉलेजमधील प्रत्येक प्रसंगाला – विशेषत: गॅदरिंगला – एक वेगळेच परिमाण असते, एक वेगळाच स्तर असतो, असे आम्हाला वाटायचे. तिथे सादर होणारे कार्यक्रम पाहिले की, हा केवळ 'समज' नाही, हे इतरांनाही पटायचं.

सेकंड इयर एम.बी.बी.एस.ला असताना, गॅदरिंगच्या निवडणुकीत मी 'असिस्टंट जनरल सेक्रेटरी' म्हणून निवडून आलो. प्रचाराच्या वेळी मुलं-मुली तळमजल्यावरून चौथ्या मजल्यापर्यंत प्रचार करत होती; पण 'उमेदवार' फारसा कुणाला माहीतच नव्हता, त्यामुळे प्रथम वर्षाची मुलं-मुली 'कोण हा गांधी', हे पाहायला येत असत.

अखेर मी निवडून आलो.

गॅदरिंगमध्ये सांस्कृतिक कार्यक्रमाच्या आधी 'स्पोर्ट्स डे' साजरा केला जाई. दर वर्षी क्रीडा स्पर्धा झाल्यानंतर, स्पर्धेतील विजेत्यांना समारंभपूर्वक बक्षिसं प्रदान करणं आणि त्यानंतर प्रमुख पाहुण्यांचे भाषण असा कार्यक्रम कॉलेजच्या देखण्या प्रेक्षागृहात होत असे. त्या वर्षी नुकताच पूर येऊन गेल्यामुळे गॅदरिंगवर खर्च कमी करायचा, असा आमचा सर्वांचा निर्धार होता.

गॅदरिंगच्या समितीवर कॉलेजच्या विद्यार्थी परिषदेचे तीन प्राध्यापक प्रतिनिधी आणि डीन अध्यक्ष असत. प्रसूती विभागाचे प्रमुख आणि विद्यार्थी परिषदेचे उपाध्यक्ष डॉ. अंजनेयेल्लू नागपूरहून बदली होऊन पुण्याला आले होते. ते या समितीत होते.

त्या वर्षाच्या गॅदरिंगचे, क्रीडादिनाचे कार्यक्रम, त्याचे प्रमुख पाहुणे सर्व काही ठरले होते. तो ऑक्टोबर महिना होता. कार्यक्रमाची वेळ दुपारी तीन ते पाच ठरली होती. हा कार्यक्रम नेहमीच्या रिवाजानुसार कॉलेजच्या प्रेक्षागृहात होणं अपेक्षित होतं; पण हा सगळा कार्यक्रम म्हणजे बक्षीस समारंभ आणि भाषणं क्रीडांगणावरच घेण्याचा डॉ.अंजनेयेल्लू यांचा हट्ट होता.

मी त्यांना समजावण्याचा खूप प्रयत्न केला की, हा ऑक्टोबर महिना आहे. कार्यक्रम दुपारी आहे. रणरणत्या उन्हाचा ताव झेलत सर्वांना कार्यक्रम पाहावा लागेल. त्यावर ते म्हणाले, ''मग मांडव घाला.''

मग मी त्यांना नुकत्याच उद्भवलेल्या पूरपरिस्थितीच्या पार्श्वभूमीवर गॅदरिंग काटकसरीनं करण्याच्या निर्धाराची आठवण करून दिली. पण ते त्यांचा हट्ट

सोडायला तयार नव्हते. अखेर 'मेजॉरिटी विन्स' या न्यायानं इतर सर्वांच्या सहमतीनं आणि अर्थातच डॉ. अंजनेयेल्लूंच्या मर्जीविरुद्ध हा कार्यक्रम प्रेक्षागृहातच पार पडला.

मग डॉ. अंजनेयेल्लूंनी, डीन डॉ. सौ. आयमेन यांच्याकडे माझी तक्रार केली आणि विद्यार्थी परिषदेचा राजीनामा देतो, अशी धमकी दिली.

त्यावर डीन मॅडमनी मला बोलावून घेतलं. डॉ. अंजनेयेल्लूही तिथंच होते. डीन मॅडमनी मला घडल्या प्रकाराबद्दल विचारलं. त्यावर मी सर्व हकिगत सविस्तर सांगितली. पाहिजे तर तुम्ही इतर दोघा शिक्षक प्रतिनिधींना विचारून खात्री करून घ्या, असंही नम्रपणे सुचवलं.

माझ्याकडून सर्व हकिगत ऐकल्यानंतर डीन मॅडम म्हणाल्या, "डॉ. अंजनेयेल्लू, गांधींनं यामध्ये काही चुकीचं केलंय, असं मला वाटत नाही."

त्यावर डॉ. अंजनेयेल्लू हट्टाला पेटून म्हणाले, "तर मग माझा राजीनामा नक्की समजावा."

हे ऐकून डीन मॅडम भयंकर संतापून म्हणाल्या, "डॉ. अंजनेयेल्लू, अध्यक्ष या नात्यानं मी तुम्हाला आदेश देते की, तुम्ही राजीनामा देऊ नये."

अखेर, ठरल्याप्रमाणे सर्व कार्यक्रम कॉलेजच्या प्रेक्षागृहातच पार पडला. त्यानंतर डॉ. अंजनेयेल्लू माझ्यावर नाराज झाले, पण माझा नाइलाज होता.

आर्ट्स सर्कल

बी. जे. मेडिकलमध्ये नाटकांची परंपरा फार मोठी आणि समृद्ध होती. त्या वेळी डॉ. श्रीराम लागू, डॉ. बाळासाहेब देशपांडे, डॉ. जब्बार पटेल, डॉ. मोहन आगाशे यांनी आमच्या कॉलेजमध्ये नाटकांची परंपरा अतिशय उत्तमरीत्या राखली होती. त्या काळात म्हणजे सन १९५८ ते १९६२ या दरम्यान कॉलेजचं आर्ट्स सर्कल अतिशय सक्रिय होतं, त्यामुळे एकापेक्षा एक उत्तम कार्यक्रम नेहमीच तिथं होत असत.

कोणतीही कला एकतर उपजत असावी लागते किंवा ती शिकावी लागते. माझ्याबाबतीत हे दोन्हीही पर्याय नव्हते. दररोजच्या खर्चाचा मेळ बसवणं, नित्याच्या गरजा भागवणं, हे वास्तव गंभीर रूपात माझ्यासमोर उभं असायचं, तेव्हा कलेची उपासना करणं, ती आत्मसात करणं वगैरे गोष्टींना कुठं थाराच नव्हता. मात्र, गायन असो वा वाद्यसंगीत; ते ऐकायला मला मनापासून आवडत असे. आजही आवडतं. संगीतातल्या तालासुरांचं मला ज्ञान नाही, राग (लोभ) कळत नाहीत; पण आतमध्ये कुठंतरी तार छेडणारं संगीत मनापासून आवडतं, एवढं मात्र खरं!

कलाप्रकार कोणताही असो; तो माणसाचं जीवन सुंदर करत असतो, त्याला समृद्ध करत असतो, जगायचं कसं ते शिकवत असतो, त्याच्या जगण्याला अर्थ आणि

प्रयोजन प्राप्त करून देत असतो. बी. जे. मधल्या काळात मी अनेकदा याचा अनुभव घेतला. भारतरत्न पंडित भीमसेन जोशी, पंडित जितेंद्र अभिषेकी, वसंतराव देशपांडे, सुधीर फडके आदी दिग्गजांच्या गायनाचा प्रत्यक्ष आस्वाद घेण्याचं भाग्य मला लाभलं, ते याच काळात! तसंच पंडित रवी शंकर, उस्ताद बिस्मिल्ला खाँ, पंडित शिवकुमार शर्मा, अल्लारखा खाँ, झाकीर हुसेन, हरिप्रसाद चौरसिया अशा स्वरांवर हुकूमत असणाऱ्या वादकांच्या कलाविष्कारानं मंत्रमुग्ध झालो, तेही याच काळात!

सुरांची सोबत कायमच आपल्याला आनंद देते. मला वाटतं – लतादीदी, आशा भोसले यांची गाणी न आवडणारी व्यक्ती अजून जन्माला यायची असावी! मला नाट्यसंगीतही विशेष आवडतं. वाचनाची आवडही खूप आहे, पण कामाच्या व्यापात वाचनाला वेळ देणं अजून तरी फारसं जमलेलं नाही.

(अ) न्यायवैद्यक! (Medical Jurisprudence)

सेकंड एम.बी.बी.एस.ला आम्हाला बी. जे. मेडिकलचे डीन, 'ज्युरिसप्रुडन्स' म्हणजेच 'न्यायवैद्यक' हा विषय शिकवत असत. त्याआधी म्हणजे १९६०-६१च्या दरम्यान ते जिल्हा शल्यचिकित्सक होते.

कधी कधी काही पद्धती किंवा प्रथा कशा सुरू होतात आणि का सुरू होतात, काही कळत नाही; पण या सरांच्या बाबतीतही अशीच एक विलक्षण 'प्रथा' रूढ झाली होती.

ते वर्गावर आले की, सगळ्यात आधी हजेरी घेतली जायची. हजेरी झाली की, ''सर, आम्हाला कॉफी पाहिजे,'' असा मुलांचा गलका सुरू व्हायचा. मग डीन सरही सगळ्यांच्या इच्छेला मान देत सर्वांना घेऊन कॅन्टीनला जायचे. तिथं कॉफीपान झालं की तास झाला, असा शिरस्ता होता... मग सगळे जण हवं ते करायला मोकळे असायचे! कॅन्टीन चालवणारा चांगला सणसणीत उंच, धिप्पाड माणूस; पण डीन सरांपुढं त्याचं काय चालणार! त्याची बिल मागायची हिंमतच नसायची. तर, अशा या डीन सरांच्या 'हाताखालून' बऱ्याच बॅचेस गेल्या. पण या साऱ्या कार्यक्रमात जराही बदल झाला नाही. 'ज्युरिसप्रुडन्स' नावाची 'कॉफी' – हा कार्यक्रम मजेत सुरू असायचा.

ते वर्गात हा विषय शिकवतच नसत. त्यामुळे मुलांनी परीक्षेत काही बरोबर लिहावं, अशी त्यांची अपेक्षाच नसायची (आणि आपल्याला काही लिहिता यावं, अशी आमचीही अपेक्षा नसायची.) पूर्वपरीक्षा तोंडावर येईपर्यंत कुणी या विषयाचं पानही उघडलेलं नसायचं. सरांचे एक सहायक पूर्वपरीक्षेचा पेपर काढत असत. तो पेपर आम्हाला परीक्षा हॉलमध्ये बसून लिहिणं भाग असायचं. पेपर जेवढा वजनदार (म्हणजे भरपूर पुरवण्या जोडलेला) तेवढे मार्क्स अधिक मिळतात, अशी आख्यायिका

होती. पेपरमध्येही फक्त पांढऱ्यावर काळं करणं महत्त्वाचं. मजकुराबद्दल कसलीही अट नसते, असं आम्ही ऐकून होतो. मी या गोष्टीची खात्री करून घेण्यासाठी, पूर्वपरीक्षेच्या पेपरमध्ये सिनेमातली गाणी – स्टोरी याबद्दल जे काही सुचेल, ते लिहिलं होतं.

प्रश्नपत्रिकेत एक प्रश्न प्राण्यावर वापरल्या जाणाऱ्या 'गुंजा' नामक विषाबद्दल होता. मला त्याबद्दल फारसं काही माहीत नव्हतं. मग मी उत्तरात, हे विष मानवाला किती पुरातनकाळापासून ज्ञात आहे यावर अधिकारवाणीनं ठोकून देत, दुर्योधनानं लाडूत हेच विष घालून ते भीमाला खाऊ घातलं, या प्रसंगाचं रसभरीत वर्णन केलं होतं.

कुठलंही विष पोटात गेलं असेल, तर एक नळी (Ryles Tube) नाकातून पोटात घालून 'स्टमक वॉश' द्यायचा, हा मला अगदी प्राथमिक उपचाराचा भाग म्हणून माहीत होताच. त्याचा आधार घेत मी पुढं लिहिलं की, गुरांना या विषाची बाधा झाली, तर सायकलची ट्यूब कापून ती सरळ करावी आणि ती प्राण्यांच्या नाकातून पोटात सारून 'स्टमक वॉश' द्यावा!

अशा प्रकारे तीन-चार पुरवण्या जोडून, मी पेपर चांगला वजनदार केला होता. पंधरा दिवसांनी पेपर तपासून आले. मला शंभरपैकी पासष्ट गुण मिळाले होते! यामध्ये जराही अतिशयोक्ती नाही. या महाविद्यालयात १९६० ते १९६२ या काळात असणारं कुणीही अशा प्रकाराची ग्वाही देईल.

या विषयात कुणाचीही दांडी उडत नसे. फक्त मार्क्स कसे देतात, म्हणजे काय निकषांवर देतात, हे मात्र न सुटलेलं कोडं होतं. काही विद्यार्थी म्हणत की, मार्क्स पुरवण्यांच्या संख्येवर मिळतात. या विषयांच्या मार्कांबद्दल आणखी एक किस्सा सांगितला जायचा. मुलं म्हणत, "पेपर्सचा सोडलेला गठ्ठा डीन त्यांच्या घरातील जिन्याच्या वरच्या पायरीवर ठेवतात. प्रत्येक पायरीवर ५० ते १०० असे आकडे घातलेले असतात. डीन किंवा त्यांची बायको वरून एकेक पेपर खाली फेकतात... तो पेपर ज्या पायरीवर पडेल, त्या पायरीवर घातलेल्या आकड्यांएवढे मार्क्स तुमचे!"

या थरारक कहाणीची शहानिशा करता आली नाही, पण पुरवण्यांच्या प्रमाणानुसार भरपूर मार्क्स मिळालेली (तेसुद्धा त्या विषयाबद्दल सुयोग्य असं काहीही न लिहिता!) आम्ही बहुसंख्य मंडळी या प्रकाराचे साक्षीदार आहोत. पुढं फायनल पेपर देताना मात्र या विषयाचा अभ्यास करणं भाग असायचं, कारण विद्यापीठाच्या परीक्षेत या 'फॉर्म्युल्या'नं पास होणं शक्य नव्हतं!

पुढं हे डीन कॉलेज सोडून गेले. बऱ्याच काळानं समजलं की, ते 'डीन' मुळात डॉक्टरच नव्हते. त्यांचा एफ.आर.सी.एस. हा डिप्लोमाही बनावट होता. याची काही

काळ वर्तमानपत्रांत चर्चा झाली होती. त्या दरम्यान सगळ्यांच्या तोंडी हाच विषय होता. आमच्या वेळचा रँकर डॉ. रवींद्र टोणगावकर यानं त्याच्या 'मेकिंग ऑफ अ रूरल सर्जन' या पुस्तकात हा विषय सविस्तर लिहिला आहे.

अशा प्रकारे बी. जे. मेडिकलचं आयुष्य घटनापूर्णरीतीनं सुरू होतं. मी भरपूर अभ्यास करून एकेक टर्म पार करत अखेर एम.बी.बी.एस.च्या शेवटच्या वर्षांत पोहोचलो. हे वर्ष अर्थातच अतिशय महत्त्वाचं होतं. जोडीला घरच्या जबाबदाऱ्या वाढत होत्याच. अभ्यासाच्या, परीक्षांच्या जोडीनं इतरही परीक्षाच परीक्षा सुरू होत्या. डॉक्टर होण्याचं माझं स्वप्न आता अगदी नजरेच्या टप्प्यात आलं होतं... पण त्याआधी मला घरच्या आघाडीवर बरंच लढावं लागलं होतं.

४.

एम.बी.बी.एस. फायनल

आयुष्यात एखाद्याला परीक्षाच परीक्षा द्याव्या लागतात. माझ्या परीक्षेआधी मात्र मी माझा रिझल्ट मनात योजून ठेवला होता. मी डॉक्टर होणार होतो आणि आता ती वेळ जवळ आली होती. त्याआधीच एका घरगुती परीक्षेला मला तोंड द्यावे लागणार होते.

शैलाचं लग्न

मी १९६३मध्ये फायनल एम.बी.बी.एस.ची परीक्षा देणार होतो. त्याच दरम्यान माझ्या पाठच्या बहिणीसाठी – कमलसाठी – वरसंशोधनाची मोहीम जोरात सुरू होती.

तिच्यासाठी अक्कलकोटचं एक स्थळ समजलं होतं. मुलगा शरदकुमार शहा निपाणीच्या कॉलेजमध्ये लेक्चरर होता. हिराचंद नेमचंद जैन बोर्डिंगच्या मागच्या बाजूला असलेल्या सुपरिंटेंडेन्ट निवासात मुलगी दाखवण्याचा कार्यक्रम ठरला. माझे वडील या बोर्डिंगचे सुपरिंटेंडेन्ट होते. त्यानुसार शहामंडळी कमलला पाहायला आली. नंतर रीतीनुसार आम्ही त्यांना पत्र लिहून त्यांच्या निर्णयाची विचारणा केली. त्यावर शहांकडून उत्तर आलं की, 'मोठ्या मुलीबद्दल विचार नाही, पण दुसरी मुलगी पसंत आहे.'

आम्हाला आश्चर्य वाटलं, कारण कमल दिसायला बेताची असल्यामुळे तिला 'दाखवण्याचा' कार्यक्रम असला की आम्ही शैलाला (कमलपेक्षा धाकटी) बाहेर येण्यास कटाक्षानं मनाई करत असू. त्यानुसार शैला तर बाहेर आली नव्हती. मग या मुलानं तिला पाहिलं तरी कधी? पुढं समजलं की, ते लोक आले तेव्हा शैला शेजारच्या खोलीत खिडकीशी काहीतरी करत असताना मुलानं तिला पाहिलं होतं.

त्या लोकांना कमल पसंत नाही, पण शैला पसंत आहे, हे स्पष्ट झाल्यानंतर

मग मोठीचं लग्न मागं ठेवून, तिच्या पाठच्या मुलीचं लग्न करायचं का, यावर घरात चर्चा सुरू झाली. याबद्दल शैलाला समजल्यावर तिनं सांगितलं, ''मला याच मुलाशी लग्न करायचंय.''

शैलानं तर त्या मुलाला पाहिलंही नव्हतं; पण एखाद्या मुलाला आपण पाहताक्षणी आवडलो असू, तर आपलं लग्न त्याच्याशीच व्हावं, असं तिला मनापासून वाटत होतं. तिनं ही उत्कट भावना मला मोठ्या आर्जवानं सांगितली.

अखेर माझे आई-वडील, मोठे मेव्हणे भारतभाई आणि मुलाचे मोठे बंधू अशी लग्नाची बैठक बसली आणि हुंड्याच्या रकमेवर अडून मोडली. एव्हाना शैलाची आर्जवं-विनवण्या हट्टात रूपांतरित झाल्या होत्या. तिचं रडणं काही केल्या थांबत नव्हतं. मग मी त्या मुलाला भेटायला निपाणीला गेलो. त्याला सगळा प्रकार सांगितला. मुलगीही आपल्यावर एवढी 'फिदा' आहे, हे ऐकून साहजिकच तो सुखावला. तो सालस आणि तत्त्वनिष्ठ वाटला.

माझ्यासारखाच त्यालाही देणं-घेणं, हुंडा, बैठका, वाटाघाटी असल्या गोष्टींचा तिटकारा होता; पण वडीलमंडळींचा अवमान होऊ नये, असंही वाटत होतं. मग त्यानं मला मोठ्या बंधूंच्या नावानं एक चिठ्ठी दिली. ती चिठ्ठी घेऊन मी अक्कलकोटला गेलो.

त्याचे मोठे बंधू वयानं आम्हा दोघांपेक्षा बरेच मोठे होते. मी त्यांच्याशी बोललो तेव्हा लक्षात आलं की, त्यांची आणि माझ्या मोठ्या मेव्हण्यांची हुंड्यावरून थोडी बाचाबाची झाल्यामुळे, त्यांनी हा विषय आणखी प्रतिष्ठेचा केला होता. शहा मंडळींची अडीच हजार रुपये हुंड्याची अपेक्षा होती. ते या रकमेवर अडून होते. त्यांच्यापुढं मान तुकवण्याखेरीज पर्याय नाही, हेही लक्षात आलं. पण यामध्ये आणखी एक संगीत मानापमानाचा प्रवेश होण्याची भीती होती. इकडं यांच्या हट्टापुढं मान तुकवली, तर तिकडं मोठे मेव्हणे दुखावले असते. मला त्यांनाही दुखवायचं नव्हतं. मग मी पर्याय शोधला. मी त्यांना सांगितलं की, तुम्ही सर्वांसमोर एकवीसशे रुपये हुंडा घ्या (मोठ्या मेव्हण्यांना लग्नात दिला होता तेवढा), मी बाकीचे चारशे रुपये तुम्हाला वेगळे गुपचूप देईन. माझा हा नाइलाजाचा प्रस्ताव त्यांनी खुशीनं स्वीकारला.

अशा प्रकारे शैलाचं लग्न ठरलं.

आम्हाला कार्यालय घेऊन लग्न करून देणं परवडण्याजोगं नव्हतं म्हणून लग्न जैन बोर्डिंगमध्येच करायचं ठरवलं. सुट्टीच्या काळात मेससमोरच्या जागेत लग्न लावायचं आणि बाजूच्या चार खोल्या वऱ्हाडाला उतरायला द्यायच्या, असं ठरलं.

ठरल्याप्रमाणं लग्नाच्या आदल्या सायंकाळी वऱ्हाड आलं. त्यांचं स्वागत, चहा-पाणी वगैरे झालं. थोड्या वेळानं मुलाच्या मोठ्या बंधूंचा मला निरोप आला. मी

त्यांना भेटायला गेलो तेव्हा त्यांनी सांगितलं की, ''ते चारशे रुपये तुम्ही मला आधी द्या.''

मी सुन्न झालो. त्यांना एवढी कसली घाई होती? हा अविश्वास होता की आणखी काही, कुणास ठाऊक! पण मला ते अजिबात रुचलं नाही. मी त्यांची मागणी पूर्ण केली; पण ही अडवणूक, त्या वेळी झालेला नाइलाज मनात रुतून राहिला, एवढं नक्की!

वडिलांना दोनशे रुपये पगार. मी अद्याप विद्यार्थी दशेतच होतो... लग्नाच्या खर्चासाठी पैसे उभे करेपर्यंत जीव मेटाकुटीला आला होता. वासू तरळगट्टी, रवींद्र व्होरा, रमण गांधी, सुधाकर पाटील, गुलाब अगिवाल आणि इतर काही मित्रांकडून प्रत्येकी पाचशे रुपये घेऊन साडेचार हजार रुपयांची जमवाजमव केली होती.

सगळे मित्र माझ्या मदतीला सरसावले. सर्वांनी मिळून मांडव उभारला. पतंगाच्या कागदाच्या पताकांनी वातावरण सजवलं. मेससमोरच्या ८ बाय ८ फुटाच्या चौथ्याच्या चारही बाजूंना केळीचे खुंट उभे केले, चौथ्यावर चांगलं बेडशीट अंथरून 'बोहलं' तयार केलं... आणि या क्षणाची आतुरतेनं वाट पाहणारे नवरा-नवरी बोहल्यावर चढले!

मित्रकृपेनं एकंदर सगळा समारंभ थाटामाटात (!) पार पडला. नंतर नवच्या-मुलाला चारशे रुपयांचा किस्सा समजला. त्यावर त्यानं (ही) उसनवारी करून ते चारशे रुपये आणि हुंड्याचे ठरलेले एकवीसशे रुपये अशी सगळी रक्कम जमवून मला देऊ केली, पण मी ती नम्रपणे नाकारली. मी ते पैसे घेतले असते, तर माझ्यात आणि त्याच्या मोठ्या बंधूंच्यात काय फरक राहिला असता?

पुढं काही वर्षांनी त्याच मोठ्या बंधूंच्या मुलीचे स्थळ माझ्यासाठी सांगून आलं. मुलगी शिकलेली आणि सुस्वरूप होती. ती स्वभावानंही चांगली आहे, असं शैलाचं म्हणणं होतं. शैलाचा मला आग्रह होता, पण मी शैलाला शांतपणे सांगितलं की, ''मुलीबद्दल माझी काहीच तक्रार नाही; पण या माणसाला सासरा म्हणवून घेण्याची मला लाज वाटेल, म्हणून या स्थळाचा विचार नको.''

शरदकुमार आणि शैला दोघंही शैक्षणिक क्षेत्रात कार्यरत होते. दोघांचाही पिंड सात्त्विक आणि आध्यात्मिक आहे. त्यामुळे त्यांनी स्वेच्छानिवृत्ती घेऊन अभ्यास, ध्यान, चिंतन याद्वारे आध्यात्मिक आणि तत्त्वज्ञानाच्या क्षेत्रात बरीच प्रगती साधली आहे.

कसरत

शैलाच्या लग्नामुळे अभ्यासाकडं जरा दुर्लक्ष होत होतं, पण मी आटापिटा करून अभ्यास भरून काढत होतो. आर्थिक बोजा मात्र वाढला होता; तो लगेच

शिरावरून उतरवणं आवाक्यात नव्हतं. अर्थात डॉक्टर झाल्यावर पैसे मिळवून तो भार हलका होण्याची खात्री होती. आता आवश्यक होतं, ते लवकरात लवकर पास होऊन अर्थार्जनास सुरुवात करणं. माझे त्या दिशेनं विचार सुरू होते, पण तसा काही मार्ग नजरेसमोर नव्हता. दिवस आपल्या गतीनंच पुढं सरकणार आणि ठरावीक अवधी संपल्याशिवाय शिक्षण संपणार नाही, हे कळत होतं; पण वळत नव्हतं. अशा प्रकारे जगण्यासाठी संघर्ष सुरू असतानाच, एक संधी अनपेक्षितपणे समोर आली आणि माझ्या आशा पल्लवित झाल्या.

सन १९६२ची गोष्ट आहे. एप्रिल-मे महिन्यात, सुट्टीच्या काळात औरंगाबादच्या सरकारी मेडिकल कॉलेजची फायनल एम.बी.बी.एस.ची बॅच पुण्याला आमच्या कॉलेजमध्ये – संसर्गजन्य रोग, मानसोपचार, दंतचिकित्सा अशा काही टर्म्ससाठी आली होती. त्यांची राहण्याची सोय आमच्या होस्टेलच्या डॉर्मिटरीत आणि जेवणाची व्यवस्था आमच्या मेसमध्ये केली होती.

त्या मुलांशी गप्पा मारताना समजलं की, औरंगाबादला मेडिकलचा अभ्यासक्रम पहिली टर्म – दोन वर्ष, दुसरी – दीड वर्ष, तिसरी – दीड वर्ष आणि इंटर्नशिप – सहा महिने असा आहे. तर, पुण्याला प्रत्येकी दीड वर्षच्या तीन टर्म आणि एक वर्ष इंटर्नशिप असा आहे. म्हणजे अभ्यासक्रमाचा कालावधी तेवढाच असला तरी औरंगाबादला पुण्यापेक्षा ६ महिने कमी इंटर्नशिप होती. हे समजताच माझ्या डोक्यात वीज चमकली. माझं त्या वेळी एक वर्ष बाकी होतं. मी त्याच वेळी औरंगाबादला ट्रान्सफर घेऊन तिथं पास झालो, तर पुण्यातल्यापेक्षा ६ महिने आधी इंटर्नशिप संपणार होती. त्यामुळे मला लवकर अर्थार्जनाला लागता येणार होतं.

मग त्यादृष्टीनं माझे प्रयत्न सुरू झाले. मी ट्रान्सफरसाठी अर्ज केला. म्युच्युअल ट्रान्सफर सहज मिळत असे, पण त्यासाठी दोन्ही बाजूने ट्रान्स्फर आवश्यक होती. त्यानंतर औरंगाबाद मेडिकल कॉलेजमध्ये म्युच्युअल ट्रान्सफरला कुणी तयार आहे का, अशी विचारणा करणारी नोटीस लागली. ती वाचून चंद्रकांत राजमाने हा तिथला 'टॉपर' विद्यार्थी मला भेटायला पुण्याला आला.

मी त्याला विचारलं, ''तू पुण्याला का येतोयस?''

त्यावर तो म्हणाला, ''मला पोस्ट ग्रॅज्युएशन करायचंय, पण औरंगाबादला ती सोय नाही.''

मी त्याला सांगितलं, ''पुण्यात तुला एक वर्ष इंटर्नशिप करावी लागेल. तुझी त्याला तयारी आहे का?''

त्यावर तो म्हणाला, ''हो, मला पी. जी. करायचंय आहे, त्यामुळे मी त्याला तयार आहे.''

राजमाने हे सगळं माहीत असताना तयार झाला. मी खूश झालो, पण... पण

माझा आनंद क्षणभंगूर ठरला. कारण तो औरंगाबादला परतल्यानंतर त्याच्या शिक्षकांनी त्याला सांगितलं की, ''आमचा ४-६ महिन्यांत इथंच पी. जी. सुरू करण्याचा प्रयत्न आहे, त्यामुळे तू जाण्याचा विचार सोडून दे.''

झालं... राजमानेचा विचार बदलला आणि मला ट्रान्सफर मिळण्याची शक्यता धूसर झाली. पण एखादी गोष्ट घडायची असेल, तर ती कधीही आणि कशीही घडते. मी हिंमत न सोडता प्रयत्न करत राहिलो आणि अखेर मला औरंगाबादला ट्रान्सफर मिळाली, तीसुद्धा म्युच्युअल नसताना! या सगळ्यात खूप वेळ गेला आणि मला फायनल परीक्षेच्या जेमतेम चार महिने आधी ही ट्रान्सफर मिळाली. त्यामुळे डॉ. मुतालिक सरांनी मला तिकडं जाऊ नये, असा सल्ला दिला. कारण परीक्षेला काही अडचण आली, तर येथील इंटर्नल परीक्षकांची थोडीफार मदत होण्याची शक्यता होती. पण मला हा आत्मीय सल्ला मानणं शक्य नव्हतं, कारण लवकर कामाला लागणं, एवढंच काय ते त्या वेळी मनात होतं. अखेर मी औरंगाबादला गेलो.

पुण्यात होस्टेलवर माझ्याकडं आणि रवींद्रकडंही भरपूर पाहुणे असत. त्यामुळे मुलांनी आमच्या खोलीच्या दारावर खडूनं 'गेस्ट रूम' असं लिहून ठेवलं होतं. बऱ्याचदा पाहुणे जेवायला असत. त्यामुळे मी एकदाच जेवत असलो तरी मेसचं बिल जवळजवळ इतरांएवढंच यायचं. शिवाय, पाहुणे म्हटलं की अभ्यासातलं लक्ष विचलित व्हायचंच, वेळ जायचा. त्यामुळे औरंगाबादला कुणाशी जोडायला जायचंच नाही, माणूसघाण्यासारखं वागायचं, असं ठरवून मी तिथं गेलो; पण मराठवाड्यातल्या प्रेमळ, अगत्यशील वातावरणात ते प्रत्यक्षात उतरवणं जमलंच नाही. स्नेहाचे धागे गुंतत-गुंफत भावबंध निर्माण होतच राहिले.

मला एक प्रसंग आठवतोय... एकदा मी संध्याकाळी बाहेर पडलो असताना वाटेत ब्रेड आणायला गेलो. रात्र-रात्र जागून अभ्यास करताना मध्ये भूक लागली की, चहासोबत ब्रेडचा आधार असायचा. मी ब्रेड घेतला आणि पैसे द्यायला म्हणून पाकीट काढायला खिशात हात घातला... तर खिसा रिकामा! मग माझ्या लक्षात आलं की, मी येताना पाकीट खोलीत टेबलावरच विसरलो होतो. मी ब्रेड परत केला आणि ''नंतर येतो,'' असं म्हणून निघालो, तर दुकानदार मला म्हणाला, ''क्या हुआ साब?''

मी त्याला पाकीट विसरल्याचं सांगताच तो म्हणाला, ''तो क्या हुआ? आप ब्रेड ले जाईये और जब कभी वापस इस साईड आओगे तब पैसे दे देना.''

असं म्हणून त्यानं अक्षरश: माझ्या हातात ब्रेड कोंबला. ना त्याचा माझा परिचय होता, ना मैत्री! पण गाव जितकं लहान किंवा मागास, तितका तिथं माणुसकीचा ओलावा जास्त असतो, हे आजवर फक्त ऐकलेलं; मी तिथं प्रत्यक्ष

अनुभवत होतो. पुण्या-मुंबईतल्यापेक्षा मराठवाड्यात अजूनही माणुसकी, आपलेपणा या गोष्टी खूप प्रमाणात पाहायला मिळतात, एवढं मात्र खरं!

औरंगाबाद

आता फायनल एम.बी.बी.एस.चे वेध लागले होते. इतर सगळ्या विद्यार्थ्यांसारखीच माझीही परीक्षेची तयारी अगदी युद्धपातळीवर सुरू होती. परीक्षेच्या आधी जेमतेम चार महिने मी ट्रान्सफर घेऊन, या नव्या वातावरणात आलो होतो. इथं अजून मी नीट रुळलोही नव्हतो; तितक्यात फायनल परीक्षेच्या आधी एक महिना पूर्वपरीक्षा सुरू झाली. गायनॅकची प्रॅक्टिकल्स होती. त्यात मला गरोदर बाईच्या तपासणी संदर्भातला प्रश्न विचारला, ''तू पेल्व्हिक ग्रिप आधी का करतोस?''

''माझ्या शिक्षकांनी तसं शिकवलंय आणि पुस्तकातही तसंच लिहिलंय.''

माझं हे उत्तर ऐकून दोघीही परीक्षक भयंकर चिडल्या.

''फेकून दे ते पुस्तक. परीक्षा तोंडावर आलीय आणि अजून तुला गरोदर बाईच्या तपासणीची माहिती नाही?''

यावर कळस म्हणजे, फायनलला याच दोघी इंटर्नल परीक्षक आहेत आणि पुण्याचे डॉ. अंजनेयेल्लू (गॅदरिंगच्या वेळी त्यांच्याबरोबर वाद झाला होता, ते) एक्स्टर्नल परीक्षक म्हणून येणार आहेत, अशी मुलांमध्ये चर्चा होती. एकूण काय, गायनॅक विषय सुटण्याची लक्षणं नव्हती.

अखेर फायनल परीक्षा सुरू झाली. गायनॅकचा शेवटचा चॅप्टर वाचायला वेळच उरला नाही. नेहमी साधारणपणे प्रसूतिशास्त्रावर तीन आणि गायनॅकवर दोन असे पाच प्रश्न असत. पण या वेळी नेमका गायनॅकचा एकच प्रश्न आणि तोसुद्धा शेवटच्या चॅप्टरवरच! पेपर झाल्यावर मी अंदाज काढला – मार्कांची गोळाबेरीज कशीबशी ४५ ते ४८ पर्यंत गेली. पास होण्यासाठी ५० टक्के लागत. पूर्वपरीक्षेच्या वेळच्या प्रकारामुळे माझ्याबद्दल सहानुभूतीपोटी काही चांगलं घडण्याची सुतराम शक्यता नव्हती. मला अक्षरशः रडू कोसळलं, पण काय करणार?

मग गायनॅकची प्रॅक्टिकल परीक्षा सुरू झाली. प्रॅक्टिकलसाठी लागणारी साधनं म्हणजे स्टेथोस्कोप, हॅमर, टेप, बॅटरी, रिस्टवॉच यापैकी काहीही माझ्याकडं नव्हतं. पण परीक्षेच्या आदल्या दिवशी मला एक वर्ष ज्युनिअर असलेल्या मदन देशपांडे, भारत कुलकर्णी आणि शरद देशमुख यांनी ही सगळी साधनं एका बॅगेत भरून ती बॅग माझ्या स्वाधीन केली. हा प्रसंग मी कधीच विसरू शकत नाही आणि त्यांच्या या ऋणातून कधीही उतराई होऊ शकत नाही.

अखेर परीक्षेचा दिवस उजाडला. प्रॅक्टिकल परीक्षेसाठी डॉ. अंजनेयेल्लू सर परीक्षक नाहीत, ही पहिली चांगली बातमी समजली. मुंबईचे डॉ. बी.एन. पुरंदरे आणि

नागपूरच्या प्रो. डॉ. देवी असे नावाजलेले परीक्षक होते. डॉ. देवी त्या पूर्वपरीक्षेच्या परीक्षकांना शिक्षिका होत्या. त्यामुळे त्या इंटर्नल फक्त सर-सर... मॅडम-मॅडम करत त्यांच्या मागं फिरत होत्या. मुख्य परीक्षा डॉ. पुरंदरे आणि डॉ. देवी घेत.

माझी परीक्षा डॉ. पुरंदरे यांनी घेतली. माझ्या दृष्टीनं तरी परीक्षा नीट पार पडली होती. नंतर एक्स्पर्टनं बाहेर येऊन सांगितलं की, ''तू पहिला आला आहेस. तुला ७५ टक्के पडले आहेत.''

मला आश्चर्य वाटलं. पण ते खरं होतं, हे निकाल लागल्यावर समजलं.

नंतर इंटर्नशिप सुरू झाली. प्रसूती आणि गायनॅकची टर्म सुरू असताना मला दिवसपाळी मिळाली होती आणि माझ्याबरोबरच्या एका मुलीला रात्रपाळी. तिचं बाळ फक्त दोन महिन्यांचं होतं.

तिनं मला विनंती केली की, ''गांधी, तू रात्रपाळी करशील का? मी दिवसा तुझं काम पाहीन.''

माझी याला काहीच हरकत नव्हती. मग आम्ही दोघं ड्युटी ठरवणाऱ्या डॉक्टरांकडं – रजिस्ट्रारकडं गेलो आणि आमची अडचण सांगितली; पण आमची विनंती मान्य झाली नाही. ती मुलगी रडू लागली. मी तिला म्हणालो, ''मी तुझी ड्युटी करतो. काय होईल ते बघू आपण.''

नंतर त्या रजिस्ट्रारनं प्राध्यापिका मॅडमकडं आमची तक्रार केली. त्यांनी आम्हाला झापलं आणि टर्म ग्रॅन्ट न करण्याची धमकीही दिली. मग नाइलाजानं आम्ही दोघं डीन डॉ. जी. के. करंदीकर यांच्याकडं गेलो. त्यांनी आमचं म्हणणं नीट ऐकून घेतलं. सगळा प्रकार समजल्यानंतर, त्यांनी माझी पाठ थोपटली आणि त्या रजिस्ट्रार डॉक्टरांची कानउघाडणी केली. प्राध्यापिका बाईही चांगल्याच चडफडल्या, पण त्यांना गप्प बसावं लागलं.

औरंगाबादमधल्या परीक्षेनंतर मला एम.बी.बी.एस.ची पदवी मिळाली. माझं स्वप्न अखेर साकार झालं. औरंगाबादमध्ये मला आणखी एक विशेष लाभ झाला, तिथं मला अगदी जिवलग मित्र मिळाला – मदन देशपांडे. मी औरंगाबादला ट्रान्सफर मिळवण्यात यशस्वी झालो, तसंच होस्टेलवर रूम मिळवण्यातही. त्या वेळी माझी 'सांपत्तिक' स्थिती हलाखीची होती. पण मदन माझ्याहीपेक्षा सवाई गडी होता. त्याच्या रूमला कधीही कुलूप नसायचे. आत डोकावून पाहिलं, तर कॉटवर फक्त एक सतरंजी! असा हा मदन अतिशय हलाखीत शिकत होता. जवळ काहीही सामान नाही, पैसा नाही; पण अत्यंत हुशार विद्यार्थी आणि एकदम सुखी प्राणी! या सुखी माणसाला सदरा नसायचाच! होस्टेलमधल्या मुलांचे इस्त्री-भट्टीचे कपडे घेऊन धोबी होस्टेलवर आला की, मदन त्याच्या इच्छेनं त्या गठ्ठ्यातला एक शर्ट निवडून घेत

असे. या गोष्टीला ना कधी धोब्याची हरकत असायची, ना शर्टच्या मालकाची! त्या वातावरणात मला असा विलक्षण जिव्हाळा, आपलेपणा पाहायला आणि अनुभवायलाही मिळाला. 'बर्ड्स ऑफ सेम फेदर्स' या न्यायानं आमची दोघांची चांगली गट्टी जमली 'अॅन्ड वी एन्जॉईड अवर बँकरप्सी!'

एकूणच, औरंगाबादमधलं अगदी अल्पकाळाचं वास्तव्य, तिथल्या लोकांच्या मनाचा दिलदारपणा, भावनिक ओलावा माझ्या हृदयावर कायमचा कोरला गेला आहे... अगदी अजिंठा-वेरूळच्या लेण्यांसारखा!

५.

पुनश्च बी.जे. मेडिकल

एम.बी.बी.एस.ची शेवटची परीक्षा पुण्याऐवजी औरंगाबादला देण्याची शक्कल लढवून माझे सहा महिने वाचले. औरंगाबादमधली इंटर्नशिप ८ डिसेंबर १९६३ला संपल्याबरोबर लगेच ९ डिसेंबरला बी.जे. मेडिकल कॉलेजमध्ये माझी ज्युनिअर लेक्चरर म्हणून निवड झाली. मी लगेचच तिथं रुजूही झालो. मला तिथं शरीरशास्त्र (ॲनॉटॉमी) विषय शिकवण्याचं काम होतं.

हे गॅझेटेड पद होतं. मला सहा महिने सिनिअर असलेल्या, पुण्यातल्या मुलांची इंटर्नशिप डिसेंबर १९६३ अखेर संपली होती. त्यांच्या सर्टिफिकेट्सच्या टू कॉपीजवर, गॅझेटेड ऑफिसर म्हणून मी स्वाक्षऱ्या केल्या होत्या!

माझा पहिला पगार झाल्याबरोबर, मी फार्म्याकॉलॉजीचे डॉ. एम. बी. घारपुरे सरांकडे गेलो. माझ्या शेवटच्या परीक्षेची फॉर्म फी भरताना घारपुरे सर देवदूतासारखे माझ्या मदतीला आले होते. त्यांनी माझी फी भरली होती. मी ते पैसे त्यांना परत करायला गेलो होतो. गुरुऋणातून मुक्त होणं कधीच शक्य नसतं; पण त्यांचं आर्थिक स्वरूपातलं ऋण तर नक्कीच परत करता येतं. मी सरांपुढे पैसे ठेवले.

ते माझ्याकडं पाहत म्हणाले, "वेडा आहेस की काय? अरे, मी कितीतरी मुलांना अशी मदत केलीय, करतोय; पण असे पैसे परत करायला येणारा तू पहिला आहेस!"

मी म्हटलं, "सर, माझ्या अडचणीच्या वेळी तुम्ही धावून आलात, त्या ऋणाची मला परतफेड करता येणार नाही आणि मला ते करायचेही नाही. माझा पहिला पगार झालाय, तुम्ही दिलेले पैसे परत करायची माझी प्रामाणिक इच्छा आहे."

त्यावर सर म्हणाले, "अरे, मला मूलबाळही नाही. हे पैसे घेऊन मी काय करू?"

"सर, माझ्यासारख्या आणखी एखाद्या मुलाला मदत करा; पण हे पैसे घ्याच."

मी अगदी हटून बसल्यावर, त्यांनी नाइलाजाने पैसे घेतले. सरांबद्दल वाटणारा

आदर, कृतज्ञता माझ्या मनात तशीच 'शिल्लक' राहिली. त्या 'लाखमोलाच्या शिलकी'चा विनियोग नाशिकच्या महाराष्ट्र आरोग्य विज्ञान विद्यापीठात 'फार्म्याकॉलाजी' या विषयात एम.डी.मध्ये पहिल्या येणाऱ्या विद्यार्थ्याला डॉ. घारपुरेसरांच्या नावाने एक पुरस्कार देण्यात करण्यासाठी मला धन्यता वाटली.

त्यानंतरच्या पगारांतून मी शैलाच्या लग्नासाठी घेतलेले उसने पैसे, सगळी देणी – अर्थातच 'भौतिक' स्वरूपाची, हप्त्याहप्त्यानं परत केली.

त्यानंतर ऑनॉटॉमी विभागाला उन्हाळ्याची सुट्टी लागली. या दोन महिन्यांच्या सुट्टीचा सदुपयोग करावा, असा विचार माझ्या मनात आला. त्या वेळी ससून हॉस्पिटलमध्ये सर्जरी विभागात हाउसमन डॉ. नेमगोंडा पाटील होते. त्यांचं लग्न ठरलं होतं, त्यासाठी त्यांना दोन महिने सुट्टी हवी होती. या काळात आपण त्यांच्याजागी काम केलं, तर तेवढाच त्या विषयातला अनुभव गाठीशी राहील, असं मला वाटत होतं. मग मी डीनकडं अर्ज केला. त्यामध्ये मी डॉ. पाटील यांच्या बदली विनामोबदला काम करण्यास तयार असल्याचं नमूद केलं. माझा अर्ज मंजूर झाला. त्यामुळे मला अनुभव आणि डॉ. नेमगोंडा पाटीलना दोन महिन्यांची सुट्टी मिळाली.

ऑगस्ट १९६४पर्यंत माझ्या शिरावरचं कर्जाचं सगळं ओझं हलकं झालं होतं. मग मी माझ्या बॅचच्या मुलांबरोबर, ससूनमध्ये सर्जरीला डॉ. मनोहर जोशी यांच्या युनिटमध्ये दाखल झालो. तिथं माझा रूम पार्टनर आणि माझा सिनिअर हाउसमन होता रवींद्र व्होरा, तर डॉ. सुभाष आठल्ये रजिस्ट्रार होता. त्यानंतर चार महिन्यांत रवींद्र एफ.आर.सी.एस. करण्यासाठी इंग्लंडला गेला आणि तीन महिन्यांनी आठल्ये परीक्षेच्या तयारीसाठी सुट्टीवर गेला. त्यामुळे मला बदली रजिस्ट्रारची जागा मिळाली.

या काळात मला सर्जरीचा अतिशय चांगला अनुभव मिळाला. आमचे सर डॉ. मनोहर जोशी उत्तम सर्जन होते, तसेच ते उत्तम शिक्षकही होते. त्यांचे सहायक डॉ. पी. के. भरुचा थोडे रागीट होते, पण त्यांची सर्जरी अतिशय वाखाणण्याजोगी असे... अतिशय जलद, नेटकी आणि नयनरम्य... हो, मी तिला नयनरम्यच म्हणीन! पुढं मी अनेक देशांत अनेक सर्जन्सची कुशल सर्जरी पाहिली, पण डॉ. भरुचांची सर्जरी अफलातून असे. ते 'कलाकार' आहेत, असे म्हणणेच योग्य होईल. मला जर कधी सर्जरी करून घेण्याचा प्रसंग आला, तर मी डोळे झाकून डॉ. भरुचांच्या स्वाधीन होईन. सर्जरीच्या संदर्भातलं माझं आणखी एक आवडतं व्यक्तिमत्व म्हणजे 'टाटा'चे सर्जन डॉ. प्रफुल्ल देसाई. संगीत-गायन-नृत्य अशा कलाप्रकारांत किंवा खेळांच्या बाबतीत काहींना उपजत देणगी लाभलेली असते. तसं 'सर्जरी'मध्ये मला डॉ. भरुचा, डॉ. देसाई हे 'बॉर्न सर्जन' वाटतात.

हाउसमनशिपचे एक वर्ष झाल्यानंतर काही जणांनाच रजिस्ट्रारची पोस्ट मिळत

असे. माझ्या बॅचच्या मुलांचा एकंदरीत विचार करता, फक्त एका वर्षानंतर 'जनरल सर्जरी' विभागात रजिस्ट्रारची पोस्ट मिळेल असं वाटत नव्हतं; पण 'प्लॅस्टिक सर्जरी'ला मिळण्याची शक्यता दिसत होती, म्हणून मी दुसऱ्या टर्मला डॉ. सुलाखेंच्या युनिटला प्लॅस्टिक सर्जरीला हाउसमनशिप घेतली. त्यांच्याकडं प्लॅस्टिक सर्जरी आणि जनरल सर्जरी अशी दोन्ही युनिट्स असल्यामुळे, दोन्ही क्षेत्रांतला अनुभव मिळणार होता.

ससूनमध्ये हाऊसमन असताना आमच्या वॉर्डपुरती एक फार मोठी जबाबदारी माझ्यावर सोपविली होती, ती म्हणजे आवश्यकता असूनही केवळ भीतीपोटी ऑपरेशनला तयार नसणाऱ्या पेशंटला ऑपरेशनसाठी तयार करण्याची! आणि ती मी यशस्वीपणे पार पाडत असे. यातून मला किंवा हॉस्पिटलला एकही पैसा मिळत नसे, पण पेशंट बरा होण्याचे समाधान मात्र मिळत असे.

त्या काळी हाउसमनला दीडशे रुपये आणि रजिस्ट्रारला दोनशे रुपये पगार होता. ड्युटी चोवीस तास! जेवण, कपडे हाच खर्च कसाबसा भागवावा लागत असे. पुस्तकं किंवा बाकी इतर काही लागलं, तर पालकांकडं पैसे मागायची वेळ येत असे. एम.बी.बी.एस. झाल्यानंतर असं परावलंबित्व नकोसं वाटत असे. पण पगारवाढीसाठी वारंवार मागणी करूनही मायबाप सरकार लक्ष देत नव्हतं. अखेर महाराष्ट्रातील सर्व शासकीय रुग्णालयांतल्या हाउसमन आणि रजिस्ट्रारनी संप पुकारला. मी आणि डॉ. अरविंद तेलंग पुण्यातल्या डॉक्टरांचं प्रतिनिधित्व करत होतो. हा संप बरेच दिवस चालला होता. तो मागे घेतला जावा, म्हणून सरकारनं आमच्या शिक्षकांकरवीच आमच्यावर दबाव आणण्याचा प्रयत्न केला.

एके दिवशी दुपारी काही मुलं धावतच माझ्याकडं आली आणि म्हणाली, ''डॉ. श्रीनिवास रानडे व त्यांची बायको मेसमध्ये मुलांना झापताहेत. मुलं चांगलीच घाबरली आहेत.'' हे सांगणारेही घाबरलेलेच होते.

मग मी तडक मेसमध्ये पोहोचलो.

रानडे सरांनी मला फैलावर घेतलं.

''काय रे, हा संप कशासाठी?''

''सर, दीडशे रुपयांत एकट्याचाही खर्च भागत नाही.''

''कशाला लागतात एवढे पैसे? आमच्या वेळी तर शंभर रुपये पगार असायचा. आमचे सर सांगायचे, डोक्याचा चमन करा आणि फक्त अभ्यासावर लक्ष केंद्रित करा. इतर कशातही भाग घेऊ नका.''

''सर, त्यांचे विद्यार्थी मठ्ठ असतील म्हणून ते तसं सांगत असतील; पण आम्ही इतर सगळ्या गोष्टींत भाग घेऊन, शिवाय अभ्यास करून पास होत आहोत.''

''अरे, पण मला सांग, दीडशे रुपये का पुरत नाहीत?''

''सर, तुम्ही बाजारात जाता का?''

''नाही, ते काम माझी बायको करते.''

''सर, तुम्ही हाउसमनशिप करत होता त्याला तीस वर्षं झाली आहेत. त्या वेळी पगार होता शंभर रुपये. मॅडम, तुम्हीच सांगा, तीस वर्षांत किती भाववाढ झाली असेल?''

''पन्नास पट झाली असेल.'' सौ. रानडे म्हणाल्या.

''म्हणजे शंभरचे आता पाच हजार रुपये व्हायला हवेत; आम्ही तर फक्त दीडशेचे अडीचशे रुपये करावेत, एवढीच मागणी करतोय!'' मी म्हणालो.

माझं बोलणं रानडे सरांना पटलं असावं. ते ''बरोबर आहे...'' असं म्हणाले. एवढंच नव्हे, तर जाताना त्यांनी आंदोलनाच्या खर्चासाठी शंभर रुपये काढून दिले.

पण संप मिटण्याची मात्र चिन्हं नव्हती. अखेर एके दिवशी महाराष्ट्राचे तत्कालीन आरोग्यमंत्री श्री. शांतिलाल शहा यांनी आम्हाला भेटायला बोलावलं. आम्ही त्यांना भेटायला गेलो. तेव्हा ते म्हणाले, ''तुम्ही विद्यार्थी आहात, तेसुद्धा पोस्ट ग्रॅज्युएशनचे. त्यामुळे खरं तर तुम्हीच फी द्यायला पाहिजे, पण उलट तुम्हालाच दीडशे रुपये दिले जातायत.''

त्यावर मी म्हणालो, ''सर, ऑनॉटॉमी, फिजिऑलॉजी यासारख्या नॉन-क्लिनिकल विषयात पोस्ट ग्रॅज्युएशन करणाऱ्या आमच्या वर्गमित्रांना साडेचारशे रुपये मिळतात.''

त्यावर मंत्रीमहोदय म्हणाले, ''पण ते फुलटाइम म्हणजे आठ तास नोकरी करतात.''

हे ऐकल्यावर मला काय बोलावं, तेच उमगेना!

मी म्हणालो, ''आम्ही तर चोवीस तास ड्युटी करतो. त्यांच्या आठ तासांना फुलटाइम आणि आम्ही जे काम करतो, त्याला पार्टटाइम म्हणायचं का?''

अशा प्रकारे सर्व वस्तुस्थिती समजावून दिल्यानंतर, अखेर मंत्रीमहोदय मेहेरबान झाले आणि त्यांनी हाउसमनला दीडशेऐवजी दोनशे रुपये आणि रजिस्ट्रारला दोनशेऐवजी सव्वादोनशे रुपये अशी घसघशीत (!) पगारवाढ जाहीर केली.

संपकाळात संबंधित लोकांना फार काळ एकत्र बांधून ठेवणं फार मुश्कील असतं. अखेर 'फेस सेव्हिंग' म्हणून दिलेल्या पगारवाढीवर संप मागं घेण्याचा निर्णय संघटनेनं घेतला आणि नोव्हेंबर १९६४मध्ये एकदाचा संप मिटला!

बराच काळची अस्थिरता आणि अस्वस्थता संपली. या काळात डोक्यात सतत संपाबद्दलचे विचारच सुरू असले तरी, माझं घराकडं अजिबात दुर्लक्ष झालं नव्हतं. आईच्या तब्येतीची विशेष काळजी घ्यावी लागत होती. मी १९५८मध्ये एम.बी.बी.एस.च्या

पहिल्या वर्षाला असताना आईला गर्भाशयाचा कर्करोग असल्याचं निदान झालं होतं. तिच्यावर ससून हॉस्पिटलमध्ये शस्त्रक्रिया केली होती. त्यानंतर डीप-एक्सरे उपचार केले होते. त्याला जवळपास पाच वर्ष उलटली होती. आता आईला घरात मदतीचा हात हवा होता. मीही एम.बी.बी.एस. झालो असल्यामुळे आता सून आणण्याच्या विचारानं घरात जोर धरला होता. माझ्या लग्नाबद्दल घरात चर्चा सुरू झाली होती आणि माझ्या मनात त्याबद्दलचे विचार....!

जीवनसाथी

आपली सहचारिणी शक्यतो आपल्या ओळखीच्या परिवारातली – माहितीतली असावी, असा माझा विचार होता. माझं शिक्षण सुरू असताना एक मुलगी सांगून आली होती, पण त्या वेळी लग्नाचा विचार नव्हता. दुसरं म्हणजे त्या वेळी माझ्या मनात पास होऊन, मिलिटरीत कमिशन घेण्याचा विचार घोळत होता. त्यामुळे त्या स्थळाला सध्या कर्तव्य नाही, असं कळवलं होतं.

त्यानंतर मी औरंगाबादला गेलो – म्हणजे पुण्यातून ‘नाहीसा’ झालो, त्या वेळी मी कुठल्यातरी मुलीला घेऊन गुलबर्ग्याला पळून गेलोय, अशी अफवा नातेवाइकांमध्ये पसरली होती. असल्या अफवांचा जन्म कधी आणि कुठं होतो, कोण जाणे! माझ्या औरंगाबादला जाण्याच्या घटनेला मिळालेलं हे विपर्यस्त आणि विचित्र वळण चक्रावून टाकणारं होतं. मी एम.बी.बी.एस. झाल्यानंतर, एका लग्नसमारंभासाठी पंढरपूरला गेलो होतो, तिथं हा विषय निघालाच. अर्थात ‘हा सूर्य हा जयद्रथ’ म्हणजे माझ्यासमोर खरं-खोटं झाल्यावर या विषयाला पूर्णविराम मिळाला.

मी अगदी शाळेत असल्यापासून लग्नांना हजर राहणं, जेवणाच्या पंक्तीत उत्साहानं वाढणं, या गोष्टींची मला आवड होती. सोलापूरला असंच एका लग्नात श्री. हिराकाका शहा यांचा परिचय झाला होता. या भल्या माणसाशी पुढं आपलं नातं जुळणार आहे, हे तेव्हा मला माहीत असण्याचं कारणही नव्हतं.

पंढरपूरला एका लग्नासाठी मी रात्री मठावर पोहोचलो तेव्हा दारात दोन उंच, देखण्या मुली उभ्या होत्या. त्यातली एक थोडी जाड आणि गोरीपान होती. दुसरी सडपातळ पण सावळी होती. ती सडपातळ मुलगी माझ्या मनात भरली होती. ‘भाळण्याचा’ क्षण आला होता; पुढे ‘सांभाळण्याचे’ यावेत, असं वाटलं. दुसऱ्या दिवशी समजलं की, ती हिराकाकांची मुलगी आहे; जिला ‘सध्या कर्तव्य नाही,’ असं कळवलं होतं, तीच! आता मात्र कर्तव्य असल्याचं हस्ते-परहस्ते त्यांना कळवलं होतं. मग नातेवाइकांनीही पुढाकार घेऊन, योगायोग आहे असं भासवण्याच्या भेटीचे योग जुळवून आणले होते.

नंतर मुलीकडच्यांकडून रीतसर पत्र आलं. सर्वांना मुलगी बरी वाटली. फक्त

माझ्या वडिलांना मुलीचा रंग आणि तिच्या वडिलांची परिस्थिती या दोन गोष्टी खटकत होत्या.

मी मात्र ठामपणे सांगितलं की, ''मला मुलगी पसंत आहे. मात्र वाटाघाटी, बैठका, देणं-घेणं या गोष्टी पसंत नाहीत. मुलीकडच्यांना होकार कळवा.''

मग मुलीकडचे लोक बोलणी करण्यासाठी मोडलिंबहून पुण्याला आले. इकडं माझ्या वडिलांनी माझ्या मामांनाही बोलावून घेतलं होतं. मी त्या वेळी ससूनमध्ये हाउसमन होतो. सकाळी नऊच्या सुमाराला हॉस्पिटलला जायला निघताना, मी मामांना अगदी स्पष्टपणे आणि बजावून सांगितलं की, ''देण्या-घेण्याच्या कसल्याही गोष्टी न करता लग्न ठरवा.''

दुपारी एकच्या सुमाराला मी जेवायला घरी आलो, तेव्हा घरात फारसं कुणी दिसेना. मी त्याबद्दल आईला विचारलं, तेव्हा तिनं शेजारच्या मंदिरात वाटाघाटी सुरू असल्याचं सांगितलं. मला आश्चर्य वाटलं. मग मी मामांना बाहेर बोलावून काय चाललंय, असं विचारलं.

त्यावर ते म्हणाले, ''अरे, आपण खाली उतरायला तयार नाही आणि ते वर चढायला तयार नाहीत.''

हे सगळं माझ्या समजण्यापलीकडचं होतं.

''अरे, तसंही तुला अजून सात-आठ महिने तरी लग्न करायचं नाही ना, मग घाई कशाला? पुढच्या बैठकीत ते वर चढतील... आणि समजा, हे फिसकटलं तर आणखी चांगल्या मुली येतील!'' मामा म्हणाले.

मी त्यांना म्हणालो, ''मामा, हुंड्यावरून लग्न मोडणं मला अजिबात पसंत नाही. लग्न झाल्यानंतर दुसऱ्या दिवशी त्या मुलीपेक्षा सुंदर आणि अधिक श्रीमंत मुलीचं स्थळ आलं तर?''

यावर मामा निरुत्तर झाले आणि माझं लग्न ठरलं. त्या दिवशी एकदाचा साखरपुडा झाला. मुलीच्या वडिलांनी हुंडा कबूल केला. नंतर आम्ही त्याची वाच्यता केली नाही. तरी आमची अडचण माहीत असल्याने त्यांनी ती रक्कम माझे मोठे मेहुणे भारत कोठाडिया यांच्याकडे लग्नापूर्वीच सुपुर्द केली, तीही आमच्या नकळत! पुढे कितीतरी वर्षांनी आम्हाला या गोष्टीचा पत्ता लागला!

लग्न ठरल्यानंतर आम्ही दोघं फिरायला गेलो असताना मी तिला विचारलं, ''पण मी तुला पसंत आहे का?''

त्यावर तिनं हसून विचारलं, ''सगळं सेफ झाल्यावर विचारताय होय?''

नंतर परत जाताना ती म्हणाली, ''पत्र लिहा.''

त्यावर मी म्हणालो, ''उत्तर लिहीन!''

दि. ९ मे १९६५रोजी एच.एन.डी. जैन बोर्डिंगच्या मेससमोरील ८ बाय ८

फुटाच्या ओट्यावर 'बोहलं' सजवून आमचं शुभमंगल झालं. हिराकाकांची शीलप्रभा, 'वर्षा' होऊन माझ्या आयुष्यात आली. आमच्या लग्नाचा थाटही वेगळाच होता – मांडव, कार्यालय, बोहलं सगळी हौस जैन बोर्डिंगमध्ये साजरी केली; तर बॅन्डची जागा बासरीच्या मधुर स्वरांनी घेतली. माझा मित्र वासू तरळगट्टी आणि त्याचा मित्र कोकरे या दोघांच्या बासरीवादनानं निमंत्रित पाहुणेमंडळी खूश झाली. मला चांगल्या घरात, चांगल्या संस्कारांत आणि शिस्तीत वाढलेली पत्नी लाभली आणि जीवनातला एक नवा अध्याय सुरू झाला....!

६.

राजाभाऊचे परिवर्तन

माणूस तरुण असतो, तेव्हा त्याच्या मनात जग बदलून टाकण्याची स्वप्नं असतात. पुढं जसजसा अनुभव जमा होत जातो, तसं लक्षात येतं की, हे आपल्या एकट्याच्या आवाक्यातलं नाही. आपण आपल्या देशातच बदल घडवावेत, हे ठीक... पण तेही अशक्यच असल्याचं लक्षात येतं. मग निदान आपलं कुटुंब... किमान त्यातली एखादी व्यक्ती, यांना बदलण्याची ऊर्मी असते. मी तो अनुभव घेतला आहे. तसं माझ्या मनात जग बदलण्याचं स्वप्न नव्हतंच; पण माझ्या लहान भावाच्या – राजकुमारच्या आयुष्याला काही वळण द्यावं (लावावं नाही!), अशी परिस्थिती निर्माण झाली, म्हणून मला ते करावंच लागलं.

आमचा राजा आम्हा सर्व भावंडांतला पाचवा. माझ्यापेक्षा सात वर्षांनी लहान. साहजिकच मोठ्या बहिणींच्या आणि माझ्या अंगाखांद्यांवर वाढलेला. तो नावाप्रमाणे खरोखरच राजा माणूस होता. प्रेमळ, भावनाशील; पण थोडा रागीट, कधी कधी जरासा बेफिकीरसुद्धा. मनानं थोडा कमकुवत... वडिलांसारखा! एखाद्या गोष्टीच्या सहजपणे आहारी जाणारा.

मी शिक्षणानिमित्त घराबाहेर होतो, तेव्हा राजा सातारा रस्त्यावर आई-वडिलांसोबत राहात होता; शिवाय आमच्या वयात सात वर्षांचं अंतर असल्यामुळे आमचा संपर्क तसा कमीच होता. वडिलांची १९६० च्या दरम्यान पुण्यातील हिराचंद नेमचंद दिगंबर जैन बोर्डिंगमध्ये अधीक्षकपदी नेमणूक झाली होती. तिथं कुटुंबासह राहता येण्याची सोय असल्यामुळे, सगळे जण पुण्याला आले. मी त्या वेळी आधी बी. जे. मेडिकलच्या वसतिगृहात आणि नंतर ससूनच्या हाउसमन क्वार्टर्समध्ये राहत होतो. राजा आधी मॉडर्न हायस्कूलमध्ये आणि नंतर गरवारे कॉलेजमध्ये एफ.वाय.बी.एस्सी.ला होता.

रवी पारसनीस, अनिल लोखंडे आणि विजय देशपांडे या जवळच्या मित्रांसह

राजाचा अड्डा कधी जंगली महाराज रस्त्यावरील एन. सी. आर. (न्यू सेंट्रल रेस्टॉरन्ट), तर कधी 'कॅफे गुडलक'मध्ये असायचा. तिथं चहा, सिगारेट आणि गप्पांची मैफल जमायची. या मित्रांपैकी दोघांना मेडिकलला, तर एकाला इंजिनिअरिंगला ॲडमिशन मिळाली. राजाला मात्र फारच कमी म्हणजे फक्त ४६ टक्के मार्क मिळाल्यामुळे त्याला एम.बी.बी.एस.ला प्रवेश मिळण्याची सुतराम शक्यता नव्हती. आपली आर्थिक परिस्थिती बेताची आहे, त्यामुळे अभ्यास आणि कष्ट करून पुढं येण्याला पर्याय नाही, हे मी राजाला सतत समजावून सांगायचो. पण त्याचा काही उपयोग होत नव्हता, हे त्याच्या मार्कांवरून दिसलं. त्याच्या मार्कांमुळे मीच सुन्न झालो होतो. काय करावं, तेच समजत नव्हतं; पण मी वेगवेगळे मार्ग शोधायला सुरुवात केली. बी.ए.एम.एस.ला अर्ज करू या, असं त्याला सुचवलं, तर त्यानं ''छट्! आपल्याला वैदू नाही व्हायचं!'' असं म्हणून तो पर्याय निकालात काढला होता. मग 'डेंटल'ला अर्ज भरून बघू या, म्हणून तिथं अर्ज केला. आणखी काय करता येईल या विचारात असताना अक्षरशः चमत्कार घडला, असं म्हणता येईल. अगदी कॉलेज सुरू होण्याच्या सुमाराला मुंबईच्या सरकारी डेंटल कॉलेजचा कॉल आला. त्या काळी प्रवेश मिळण्याची शक्यता असेल, तरच कॉल येत असे. त्यामुळे मी अगदी खूश झालो. राजानंही खुशीनं प्रवेश घ्यायची तयारी दाखवली.

त्याला मुंबईला प्रवेश घ्यायचं ठरवलं खरं, पण फी आणि इतर खर्च मिळून किमान तीनशे रुपये लागणार होते. मग मला तीन वर्ष ज्युनिअर असलेल्या एस. एन. सास्तुरे या मित्राकडून पैसे घेऊन मी आणि राजा मुंबईला गेलो.

प्रवेश मिळण्याची खात्री झाल्यावर मी त्याला विचारलं, ''राजा, प्रवेश घ्यायचा ना? राहणार ना इथं?''

राजानं होकार दिला.

त्याचं कॉलेज सुरू व्हायला अजून चार दिवस बाकी असल्यामुळे आम्ही दोघंही पुण्याला परत आलो. कॉलेज सोमवारी सुरू होणार होतं; पण शनिवार उजाडला तरी त्याची निघण्याची काही हालचाल, कसली तयारी दिसेना. मी त्याला त्याबद्दल विचारलंही, पण त्यानं उत्तर द्यायचं टाळलं.

मला रविवारी इमर्जन्सी ड्युटीवर जावं लागणार असल्यामुळे मी माझा मित्र डॉ. डी. व्ही. बद्रीनाथ याला राजाबरोबर मुंबईला जाण्याची विनंती केली. त्यासाठी पुन्हा दोनशे रुपयांची उसनवारी करावी लागली. अखेर रविवारी सकाळच्या ट्रेननं दोघं मुंबईला गेले. राजासोबत बद्रीनाथ असल्यामुळे मी निश्चिंत होतो. हा माझा मित्र बद्री पुढं एम. डी. होऊन अनेक वर्ष इंडियन एअरलाइन्समध्ये मेडिकल ऑफिसर होता.

''मेडिकलचे विषय समजायला सुरुवातीला थोडा त्रास होतो. काही जणांना शिकवलेलं समजतं, काहींना समजत नाही. काही जण आपल्याला समजत नाही,

हे कबूल करतात, काही जण कळल्याचं ढोंग करतात. पहिले सहा महिने कदाचित थोडा त्रास वाटेल, पण नंतर सगळं ठीक होईल.'' असं समजावून राजाची पाठवणी केली होती. त्याला मुंबईला सोडून, बद्री रविवारी संध्याकाळी पुण्याला परतला. मी एक विषय नीट मार्गी लागला, असा सुटकेचा निःश्वास सोडला.

... आणि... आणि सोमवारी सकाळी राजा बॅग घेऊन पुण्याला परत आला.

''आपल्याला जमणार नाही!'' एवढीच त्याची प्रतिक्रिया होती.

''अरे राजा, तिथं एकही दिवस न राहता, एकाही तासाला न बसता तू हे आधीच कसं ठरवलंस? आणि तुला विचारूनच आपण प्रवेश घेतला होता ना? तेसुद्धा इतके पैसे उसने घेऊन...'' मी एकटाच बोलत होतो. त्यानं कुठल्याही प्रश्नाला एका शब्दानंही काही उत्तर दिलं नाही.

''मग आता काय करणार आहेस?'' मी चिवटपणे प्रयत्न करत होतो.

''बी. एस्सी. करीन.''

''पुढे काय?''

''शाळामास्तर होईन.''

आता मीही उद्विग्न झालो. माझा संयम संपला. मग मी त्याला सांगितलं, ''राजा, आता मात्र मी तुला मदत करणार नाही. तुझं तू पाहा.''

त्याला मी असं बोललो खरं, पण लगेचच न राहवून सल्ला दिलाच. त्या वेळी ससूनमध्ये लॅब टेक्निशिअनचा एक वर्षाचा कोर्स होता. हा कोर्स एफ.वाय.बी.एस्सी.नंतर करता येत असे. हा कोर्स केल्यानंतर लगेच सरकारी नोकरी मिळत असे. बी. एस्सी.ची तीन वर्ष पूर्ण केल्यानंतर मिळेल, त्यापेक्षाही जास्त पगार मिळत असे शिवाय या कोर्सला दरमहा सत्तर रुपये स्टायपेंडही मिळत असे.

अखेर हे सगळं राजाभाऊला पटलं आणि त्यानं हा कोर्स एका वर्षात पूर्ण केला. लगेचच त्याला मुंबईच्या सरकारी हॉस्पिटलमध्ये नेमणुकीचं पत्रही मिळालं. मी ससूनच्या डीनना विनंती करून ऑर्डर बदलून त्याची पुण्यात नेमणूक करून घेतली.

हे सगळं झाल्यावर राजा म्हणाला, ''भैया, मला बी.ए.एम.एस.ला प्रवेश घ्यायचाय.''

कसा कोण जाणे, पण 'वैदू' न होण्याचा विचार बदलला होता. पण पुन्हा मार्कांची अडचण होतीच. फक्त ४६ टक्क्यांना बी.ए.एम.एस.ला प्रवेश मिळणं अवघड होतं. शेवटी टिळक आयुर्वेद कॉलेजचे सर्वेसर्वा डॉ. एम. जी. भिडे यांनी साडेचार हजार रुपये देणगीवर प्रवेश देण्याचं मान्य केलं. त्या वेळी मीही तिथं ॲनॉटॉमी विषयाचा पार्टटाइम लेक्चरर म्हणून दरमहा १०० रुपये पगारावर काम करत होतो.

आता देणगीसाठी पुन्हा पैसे उभे करावे लागणार होते. मग मी माझे मोठे मेव्हणे श्री. भारत कोठाडिया यांच्याकडून उसने पैसे घेऊन राजाचा प्रवेश निश्चित केला.

"राजा, आता तुला नोकरी मिळाली आहे आणि आता तू स्वावलंबनाचं ब्रीद जपावंस." असं त्याला समजावून, डीनना सांगून त्याच्यासाठी रात्रपाळी मिळवली. आता त्याला दिवसा कॉलेजला जाऊन रात्री नोकरी करता येणार होती. रात्रपाळीला फारसं कामही नसायचं.

असेच दोन-तीन महिने गेले. मग त्याने मोटारसायकल हवी म्हणून हट्ट सुरू केला. तेव्हा बँकेचे कर्ज काढून मोटारसायकल घेतली. मग त्यावरून भटकणं ओघानं आलंच. पण या सगळ्यात त्याचं अभ्यासात मात्र लक्ष नव्हतं, ते त्याच्या प्रत्येक निकालावरून दिसत होतं. मग आईला वाटू लागलं की, मुलाचं लग्न करावं, म्हणजे त्याला जबाबदारीची जाणीव होईल. मला हे अजिबात पटत नव्हतं, पण आईच्या हट्टापुढं मान तुकवावी लागली आणि त्याचं लग्न करायचं ठरलं.

माझ्या एका मित्राच्या भावाची मुलगी राजाला पसंत पडली. मुलीचे वडील श्रीमंत व्यापारी होते. लग्नाच्या वाटाघाटी, हुंडा, देणं-घेणं असल्या गोष्टींचा मला कायमच तिटकारा आहे. त्यामुळे मुलीच्या वडिलांनी आमच्या अपेक्षा विचारल्यावर मी त्यांना स्पष्ट सांगितलं, "आम्हाला कशाचीही अपेक्षा नाही. तुम्हाला हवं ते तुम्ही करा; आम्हाला शक्य असेल ते आम्ही करू."

माझ्या बोलण्याचा त्यांनी निराळाच अर्थ काढला. आमच्या अपेक्षा जास्त असाव्यात म्हणून आम्ही आकडा सांगत नाही, असं त्यांना वाटलं. मग त्यांनी माझ्या मित्राकरवी विचारणा केली, पण अर्थातच माझी मतं ठाम होती. माझ्या मित्राला माझा परखड स्वभाव माहीत असल्यामुळे तो गप्प बसला.

राजाचं आणि धाकट्या बहिणीचं – वनिताचं, अशी दोन्ही लग्नं कस्तुरबा मंगल कार्यालयात ६ जून १९७३ रोजी संपन्न झाली.

आम्ही माझ्या बायकोला जेवढे दागिने घातले होते, तेवढेच राजाच्या बायकोलाही घातले. लग्नानंतर मात्र त्याच्या बायकोच्या – दीपाच्या – अंगावर जास्त दागिने दिसू लागले. ते तिच्या वडिलांनी तिला नंतर दिले होते. माझा या गोष्टीला विरोध होता. मी तिला त्याबद्दल सांगितलंही. कधी काही कारणानं, प्रसंगानं वडिलांनी एखादी गोष्ट देणं वेगळं; पण दागिने कमी आहेत म्हणून त्यांनी देणं किंवा तिनं त्यांच्याकडं मागणं मला अत्यंत गैर वाटत होतं. पुढं काही दिवसांनी आमच्या राजाच्या अंगावरही लॉकेट, अंगठी झळकू लागली. मला तेही आवडलं नाही. त्यानंतर काही दिवसांनी मी बारामतीला एका ऑपरेशनसाठी गेलो होतो, तेव्हा राजाभाऊच्या सासऱ्यांना आवर्जून भेटलो आणि अशा वरचेवर अकारण भेटी देऊन, जावयाला आळशी करू

नये, अशी विनंती केली; पण त्यांना काही ते पटलं नाही. दिवस पुढं सरकत होते. राजाभाऊला मुलगा झाला, पण अजूनही राजाभाऊ बी.ए.एम.एस. झाला नव्हता.

माझ्या धाकट्या बहिणीचे – वनिताचे लग्न मात्र ती पदवीधर होण्यापूर्वीच झाले होते. लग्नानंतर एस.टी.सी. करून ती शाळेत नोकरीला लागली, नंतर चिकाटीने बी.ए ते पीएच.डी. असा खडतर प्रवास तिने नोकरी सांभाळून केला. आणि आज ती बडोद्याच्या सयाजीराव विद्यापीठात 'रीडर' म्हणून काम करते आहे. बडोद्याच्या वाङ्मय परिषदेचे कामही ती खूप मन लावून सांभाळते आहे.

दरम्यानच्या काळात माझा व्यवसायात चांगला जम बसला होता. तुळशीबागेतल्या भाड्याच्या जागेतून मी शनिवार पेठेत हॉस्पिटल उभं करण्यापर्यंत पोहोचलो होतो. एक जुनी मोटारही घेतली होती. राजाच्या वर्गातली मुलं पास होऊन, माझ्याकडं अनुभव घेऊन आपापल्या उद्योगाला लागली होती.

मी एके दिवशी राजाला समजावण्याचा प्रयत्न करत म्हणालो, ''हे बघ, तू बी.ए.एम.एस. झालास की ही गाडी, लोकमान्यनगरमधलं घर आणि तुळशीबागेतली दवाखान्याची जागा तुझी वाट पाहत आहे....''

''फुकट दिली तरी नको!'' राजा माझं बोलणं तोडत म्हणाला. खरं तर मी यातलं काहीच विकत देण्याबद्दल बोललोही नव्हतो!

दरम्यान, त्याच्या सासऱ्यांनी आदिनाथ हाउसिंग सोसायटीमध्ये त्याला फ्लॅट घेऊन दिला. मग राजाभाऊ तिकडं राहायला गेला. एकूण नऊ वर्ष घालवून तो कसाबसा बी.ए.एम.एस. झाला. मधल्या काळात म्हणजे बी.ए.एम.एस.चं घोडं गंगेत न्हाण्याआधीच, त्याच्या डोक्यात स्वतःचा स्वतंत्र दवाखाना सुरू करण्याचा विचार घोळू लागला होता. वाकडेवाडीत महानगरपालिकेच्या चतुर्थ श्रेणी कामगारांच्या वस्तीत त्याच्या एका मित्राचा दवाखाना होता. तो दवाखाना चांगला चालत असूनही त्याच्या मित्राला तो विकायचा आहे, असं राजानं मला सांगितलं आणि तो दवाखाना घेण्यासाठी त्यानं माझ्याकडं अकरा हजार रुपये मागितले.

त्याचा हा निर्णय मला चुकीचा वाटत होता. एक तर राजा डॉक्टर झालेला नव्हता. दुसरं म्हणजे, दवाखाना चांगला चालत असताना कुठलाही तरुण डॉक्टर तो विनाकारण विकणार नाही, असं मला खात्रीनं वाटत होतं. आणखी एक महत्त्वाची गोष्ट म्हणजे, ती जागा त्याच्या नावावर होणार नव्हती. या सगळ्या कारणांमुळे मी त्याला यामध्ये मदत करायला कबूल झालो नाही. पण तरीही त्याच्या सासऱ्यांच्या मदतीनं दवाखाना सुरू झाला. दवाखाना खूप चांगला चालला आहे, अशा बातम्या महिनाभर कानावर आल्या. त्यानंतर मात्र राजाभाऊ दवाखान्यात दिवसातून दोनदाऐवजी एकदाच जाऊ लागला... मग अधूनमधून कधीतरी जाऊ लागला... असं होत-होत एके दिवशी ती जागा महानगरपालिकेला परत करावी

लागल्याची माहिती मला मिळाली.

अखेर १९७६मध्ये राजा डॉक्टर झाला. आता त्यानं एखाद्या हॉस्पिटलमध्ये कामाचा थोडा अनुभव घ्यावा आणि नंतर दवाखाना सुरू करावा, असं मी त्याला सुचवलं. एका हॉस्पिटलचं नावही सुचवलं, पण ते त्याला रुचलं नाहीच.

त्या दरम्यान मी बारामतीजवळच्या माळेगाव इथे डॉ. राजकुमार कोठाडियांकडं ऑपरेशन्स करण्यासाठी जात असे. त्यांचा दवाखाना अतिशय उत्तम चालत असे. त्यांनी माळेगावला शेतजमीनही घेतली होती. एकदा खूप पाऊस झाल्यानं, त्यांच्या शेतातली विहीर तुडुंब भरली. विहिरीवर बसवलेल्या पंपात पाणी शिरलं. हे समजताच डॉ. कोठाडिया भल्या पहाटे पंप बाहेर काढण्यासाठी शेतावर गेले. ओल्या वायरींना हात लागताच त्यांना विजेचा धक्का बसला आणि त्यांचा तिथंच दुर्दैवी अंत झाला. डॉ. कोठाडियांच्या दवाखान्याचं खूप चांगलं वळण पडलेलं होतं. त्यामुळे तिथं प्रॅक्टिस सुरू करावी, असं मी राजाभाऊला सुचवलं; पण ''मला असल्या अपयशी गावी जायचं नाही,'' असं म्हणून त्यानं हा पर्यायही खोडून काढला.

त्यानंतर काही दिवसांनी तो आणि त्याचे सासरे माझ्याकडं आले.

''मला तुळशीबागेतल्या जागेत लॅब सुरू करायचीय!'' राजानं जाहीर केलं.

त्यावर मी त्याला सांगितलं, ''राजा, तू आता डॉक्टर झाला आहेस. थोडा अनुभव घेऊन मग दवाखाना सुरू करणं जास्त योग्य होईल. पुण्यात पुष्कळ पॅथॉलॉजिस्ट आहेत, तुझी लॅब चालणं सोपं नाही. शिवाय पॅथॉलॉजिस्ट व्हायचं तर एम.बी.बी.एस. नंतर तीन वर्षांचा अभ्यासक्रम पूर्ण करायला लागतो.''

राजाजवळ ते क्वालिफिकेशनही नव्हतं, पण तरी त्या दोघांचाही हट्ट कायम होता.

याआधी मी त्याला तुळशीबागेतल्या याच जागेबद्दल सुचवलं होतं, तेव्हा त्यानं ''फुकट दिली तरी नको!'' म्हणून माझं बोलणं उडवून लावलं होतं. राजा काही या जागेत येणार नाही, हे कळाल्यावर मी महिन्याभरापूर्वीच ही जागा डॉ. प्रदीप गांधी या त्याच्याच वर्गमित्राला दिली होती. ते राजालाही माहीत होतं. प्रदीपनं तिथं फर्निचरचं काम सुरू केलं होतं; शिवाय इतर दोन-तीन सहकाऱ्यांना 'टाइम शेअरिंग'वर जागा देऊ केली होती. अखेर, यातून तोडगा म्हणून मी प्रदीपला सांगितलं की, तू राजाला लॅबपुरती जागा दे, त्याचं भाडं घेऊ नकोस आणि मला जे भाडं देतोस, त्या पैशातून राजाचं भाडं वळतं करून मला पैसे देत जा.

त्याच वेळी मी राजालाही बजावून सांगितलं की, ''राजाभाऊ, तू टेक्निशिअनचा कोर्स केल्यानंतर, फक्त ब्लड बँकेत काम केलं आहेस. लॅबचा वर्षभर तरी अनुभव घे आणि मगच स्वतंत्र लॅब सुरू कर. काही चूक झाली, तर पुन्हा कुणी तुला काम देणार नाही; अगदी मीसुद्धा.''

पण नेहमीप्रमाणं त्यानं स्वत:चंच खरं केलं. लॅब सुरू झाली आणि काही काळातच 'चालत नाही' म्हणून बंदही पडली.

त्यानंतर त्याची पुढची योजना आली, ''मी आंबेगावला (कात्रज) दवाखाना सुरू करणार आहे.''

मी त्याला कुठल्यातरी हॉस्पिटलमध्ये नीट अनुभव घेऊन मगच दवाखाना सुरू करण्याचा सल्ला कळकळीनं देत होतो, तोच सल्ला या वेळीही दिला. त्यावर मला त्याच्या 'हितचिंतकां'कडून विचारण्यात आलं की, ''त्यानं तुमच्या हॉस्पिटलमध्ये इतकी वर्षं 'फुकट' काम केलं (!), तो अनुभव पुरेसा नाही का?''

राजाभाऊनं कधी माझ्या हॉस्पिटलमध्ये काम केल्याचं मला आठवतही नव्हतं आणि राजाभाऊलाही ते आठवणं शक्य नाही याची मला खात्री होती.

अखेर, आंबेगावला दवाखाना सुरू झाला आणि लवकरच तोही बंद पडला.

इतकं सगळं झाल्यानंतर, त्याला मी सुचवलेलं अखेर एकदाचं पटलं आणि ज्या कामाचा अनुभव आहे ते काम म्हणजे, ब्लड बँकेत काम करायला राजाभाऊ तयार झाला. नंतर जनकल्याण, लोकमान्य, रेडक्रॉस अशा ब्लड बँकांत काम करत राजाभाऊ १९९३मध्ये पूना हॉस्पिटलच्या जागेत नव्यानं सुरू होणाऱ्या आनंद ऋषीजी ब्लड बँकेत रुजू झाला. त्यानंतर मात्र त्यानं पुन्हा मागं वळून पाहिलं नाही. त्यानं ही ब्लड बँक चांगली नावारूपाला आणली. अनेक ब्लड बँकांचं सल्लागारपद भूषविलं. तिथं चांगलं नाव मिळवलं. ब्लड बँक असोसिएशनच्या अध्यक्षपदीही दोनदा त्याची निवड झाली. पुढं त्यानं हीच ब्लड बँक नवी पेठ इथं स्वतंत्र जागेत सुरू केली.

तरुणपणातल्या बेफिकीर राजाभाऊनं नंतर मात्र कामात कधीही तडजोड केली नाही किंवा तो कुणाच्या दबावाखालीही राहिला नाही. ब्लड बँक चालवताना त्यानं कधीही टक्केवारी घेऊन पैसा कमावला नाही. उलट, पेशंटला रक्ताचा पुरवठा कमीत कमी किमतीत कसा करता येईल, याचाच विचार त्यानं सतत केला. राजाची आर्थिक परिस्थिती चांगली नव्हती, तेव्हाही तो एखाद्याकडं औषधं विकत घ्यायला पैसे नसतील, तर स्वत:च्या खिशातून पैसे काढून देत असे. राजाभाऊनं ब्लड बँकेचं काम करावं, असं मी पहिल्यापासून सारखं सुचवत होतोच; अखेर त्यातच त्याला यश लाभलं.

राजाभाऊचा मुलगा पराग इंजिनिअर झाला. तो अमेरिकेत स्थायिक आहे. त्याचं छान चाललंय. राजाभाऊची मुलगी श्वेता लग्न होऊन, चांगल्या घरी गेली आहे. तिचाही संसार सुखाचा आहे. मुलांचं आई-वडिलांवर खूप प्रेम आहे आणि राजाभाऊचं अपत्यप्रेम तर वाखाणण्याजोगं!

असं सगळं स्थिरस्थावर आणि मार्गी लागलंय, असं वाटत असतानाच या

सुखस्वप्नाला दृष्ट लागली. राजाभाऊची २००७ च्या मे महिन्यात साठीशांत झाली आणि त्याच वेळी एक जबरदस्त आघात झाला....

राजाभाऊ साठीच्या समारंभानंतर, दुसऱ्या दिवशी मुंबईहून पुण्याला परत येत असताना वाटेत पनवेलजवळ त्याच्या गाडीला अपघात झाला. काळानं अचूक डाव साधला. राजाभाऊ जागेवरच गेला. या अपघातात त्याची पत्नी दीपाही बरीच जखमी झाली होती. गाडीत परागचा मुलगा आर्यन राजाभाऊच्या मांडीवर बसला होता. अपघाताची चाहूल लागताच राजाभाऊनं स्वतःच्या शरीराची ढाल आर्यनभोवती केली आणि त्याचा जीव वाचवला.

अपघातानंतर सर्वांना पनवेलच्या महात्मा गांधी हॉस्पिटलमध्ये दाखल केले होते. ही दुर्दैवी बातमी कळताच आम्ही तातडीनं पनवेलला पोहोचलो. तिथं राजाभाऊचा मृतदेह शवविच्छेदनासाठी नेला होता. आम्ही बाकीच्यांची चौकशी केली. आर्यन ठीक आहे ना, हे पाहण्यासाठी मी त्याच्याजवळ गेलो. त्याच्या पोटात दुखत होतं. त्याला तपासल्यानंतर माझ्या लक्षात आलं की, त्याच्या यकृताला जखम झाली आहे. आम्ही तिथल्या डॉक्टरांना सांगून, त्याला तिथून सलाईनसकट उचलून गाडीत घालून पुण्याला आणलं. पुण्यात थेट डॉ. किनरेंकडे जाऊन सोनोग्राफी केली, तेव्हा यकृताला जखम असल्याची खात्री झाली. मग त्याला घरच्याच हॉस्पिटलमध्ये आणून त्याच्यावर तातडीनं उपचार केले आणि आर्यन बरा झाला.

आधीच्या सगळ्या पार्श्वभूमीवर पराग, श्वेता यांचं माझ्याबद्दलचं मत चांगलं नव्हतंच. आमचा संपर्कही कारणपरत्वे आणि बेताचाच होता. मात्र, या घटनेनंतर अमेरिकेला परत जाण्यापूर्वी पराग भेटायला आला तेव्हा म्हणाला, ''काका, तुम्हाला ओळखायला तेहेतीस वर्ष लागली आणि त्यालासुद्धा हा असा वाईट प्रसंग कारणीभूत ठरला!''

माझं मन साठ वर्ष मागं गेलं. सगळे प्रसंग डोळ्यांसमोरून झरझर पुढं सरकू लागले. मनात आठवणी दाटून आल्या. काही नाती रक्ताची असतात, काही जोडलेली. काही नाती तुटतात, काही नाती तुटूनही पुन्हा अकस्मात जुळतातही... या साऱ्यांच्या आठवणी मात्र मनात कायम घर करून राहतात.

आता परागचा आणि माझा नियमित संपर्क आहे.

७.

उतराई

आयुष्यात काही व्यक्तींचा आपल्यावर प्रभाव पडतो; काही व्यक्ती आपल्यासाठी आधार बनून येतात, राहतात. त्यांचं आपल्या मनात एक खास असं स्थान निर्माण होतं. माझ्या मनात कायमच आदरस्थानी राहिलेलं, असंच एक नाव म्हणजे कस्तुरबाई वालचंद... 'बाईसाहेब!'

मी डॉक्टर होण्याच्या महत्त्वाकांक्षेचा झपाटून पाठपुरावा करत होतो, तेव्हाची गोष्ट. भरपूर अभ्यास करायची माझी तयारी होती, पण प्रश्न होता तो फी भरण्याचा. माझी ही अडचण शिष्यवृत्तीनं सोडवली.

मी एम.बी.बी.एस. करत होतो, त्या वेळी कस्तुरबाई वालचंद ट्रस्ट, मोतीचंद गौतमचंद ट्रस्ट, हिराचंद गुमानजी ट्रस्ट, अमीचंद दलूचंद ट्रस्ट अशा मुंबईतील विश्वस्त संस्थांकडून; तसंच उस्मानाबादच्या मोतीचंद गांधी ट्रस्ट आणि कोलकाताच्या साहू जैन ट्रस्टकडून, मला 'लोन स्कॉलरशिप' मिळत असे. या साह्याचा माझ्या शिक्षणात फार मोलाचा वाटा आहे. या सर्व ट्रस्टस्चा मी सदैव ऋणी आहे.

या शिष्यवृत्ती घेणाऱ्यानं पुढं शिक्षण संपल्यावर, उत्पन्नाच्या १० ते १५ टक्के रक्कम दरमहा देऊन ही शिष्यवृत्तीची रक्कम परत करणं अपेक्षित असे. तशी लेखी हमीसुद्धा दिलेली असे. तरीही वरचेवर पाठवलेल्या स्मरणपत्रांना साधे उत्तरही न येणे, हा सर्वच ट्रस्टचा सर्वसाधारण अनुभव होता. शिक्षण संपल्यानंतर एकदा पैसे जमवून मी मुंबईला गेलो. या सर्व ट्रस्टच्या कार्यालयांमध्ये जाऊन, त्यांचे सर्व पैसे एकरकमी परत केले. 'आम्ही हा वेगळाच अनुभव घेतोय,' अशा अनोख्या भावनेनं तिथले कर्मचारी माझ्याकडं पाहत होते.

कस्तुरबाई वालचंद या सुप्रसिद्ध उद्योगपती वालचंद हिराचंद यांच्या पत्नी. त्या गणेशखिंड रस्त्यावर 'कस्तुरकुंज' या आलिशान बंगल्यात राहत असत. सहा-सात एकरांचे विस्तीर्ण आवार, सुरेख बाग, पोर्चमध्ये दिमाखात उभ्या असलेल्या परदेशी

गाड्या! बंगल्यात सगळीकडं इटालियन मार्बल, बर्मा टीकचं सुंदर कोरीव फर्निचर... असा त्यांचा सगळा राजेशाही थाट असे.

सन १९६५ची गोष्ट. एके दिवशी मला बाईसाहेबांचा रक्तदाब तपासण्यासाठी बंगल्यावरून बोलावणे आले. त्यानंतर पुढं त्यांच्या निधनापर्यंत म्हणजे सोळा-सतरा वर्ष मी आणि माझे गुरू सुप्रसिद्ध 'धन्वंतरी' डॉ. ह. वि. सरदेसाई त्यांच्या प्रकृतीची काळजी घेत होतो. मी बी. जे. मेडिकलमध्ये शिकत असताना डॉ. सरदेसाई आम्हाला 'मेडिसिन' हा विषय शिकवत असत. त्यांचं प्रसन्न व्यक्तिमत्त्व, विनयशील, मृदू बोलणं भारावून टाकणारं; त्यांच्याबद्दल आदरभावना निर्माण करणारं होतं. अशा गुरूंबरोबर काही काम करायची संधी मिळणं भाग्याचं होतं.

मी बाईसाहेबांच्याच ट्रस्टची शिष्यवृत्ती घेऊन डॉक्टर झालोय, असं सांगून मी फी सांगण्याचं नम्रपणे नाकारलं; पण त्याचा काहीही उपयोग झाला नाही. त्यांच्या मुंबईच्या ऑफिसमधून नियमितपणे फी येत राहिली. त्यांच्या अखेरच्या काळात त्यांना हॉस्पिटलमध्ये ठेवणं आवश्यक होतं. त्यांचे कुठल्याही पंचतारांकित हॉस्पिटलमध्ये 'रेड कार्पेट'ने स्वागत होऊन त्यांना उत्तम उपचार मिळाले असते, पण त्यांनी शनिवारातल्या माझ्या छोटेखानी हॉस्पिटलमध्ये राहणं पसंत केलं होतं. त्या काळात शेठ लालचंद हिराचंद, सौ. ललिताबाई लालचंद, भारत आणि बाहुबली गुलाबचंद यांच्यासारखी मातब्बर मंडळी माझ्या छोट्या हॉस्पिटलमध्ये रूमबाहेर बाकावर बसलेली पाहून, येणारे-जाणारे चकित होत असत. बाईसाहेब हॉस्पिटलमध्ये असताना डॉ. सरदेसाईही त्यांना पाहायला बऱ्याचदा येत असत.

बाईसाहेब १९८१मध्ये ईहलोक सोडून गेल्या, तेव्हा मलाही पोरकं झाल्यासारखं वाटलं.

जैन विश्व प्रतिष्ठान

सुप्रसिद्ध उद्योजक शेठ वालचंद हिराचंद यांनी स्वातंत्र्यपूर्वकाळात आणि त्यानंतरही अनेक उद्योग-धंदे सुरू केले. विमान, जहाज, गाड्या, बांधकाम, साखर कारखाना, साखर कारखान्यासाठी लागणारी यंत्रसामग्री, तसंच कूपर इंजिनिअरिंग, इंडियन ह्यूम पाईप असे त्यांचे विविध क्षेत्रांतील उद्योग यशस्वी आणि अग्रणी ठरले.

शेठ वालचंद यांनी स्थापन केलेल्या ट्रस्टच्या मालमत्तेची म्हणजे कस्तुरबा मंगल कार्यालय, सॅनिटेरियम आणि शेठ वालचंद यांचा राहता बंगला यांची विक्री त्यांच्या वारसदारांनी करू नये, यासाठी आमच्या समाजानं एकत्र येऊन सर्वोच्च न्यायालयापर्यंत लढा दिला होता. यानिमित्तानं आमचा समाज एकत्र आला. त्या वेळच्या एका बैठकीत मी विचार मांडला की, 'आपण सर्व जण सामाजिक जाणिवेनं एकत्र आलो आहोत. आता आपण एखादा ट्रस्ट स्थापन करून, त्याद्वारे मंगल

कार्यालय, सॅनिटोरियम, मुलींसाठी वसतिगृह असे उपक्रम सुरू केले, तर ती वालचंदशेठना खरी श्रद्धांजली ठरेल. हा विचार सगळ्यांना आवडला. ॲड. किरण कोठाडिया यांनी खूप मेहनत घेऊन, या नव्या ट्रस्टची घटना तयार केली. त्यानंतर 'जैन विश्व प्रतिष्ठान' या नावानं या ट्रस्टची नोंदणी करण्यात आली.

दरम्यान दि. १ जुलै २००३ रोजी ट्रस्ट स्थापन झाला. आर्थिक मदतीचा उत्तम ओघ लाभून सात-आठ लाखांचा निधीही गोळा झाला. ट्रस्टचं पहिलं अध्यक्षपद मला देऊ करण्यात आलं. मी हा बहुमान समजून ही जबाबदारी आनंदानं स्वीकारली. सर्वांप्रति कृतज्ञता व्यक्त करून ट्रस्टच्या कामकाजाला सुरुवात केली. काही विधायक पावलंही उचलली. त्यापैकी एक म्हणजे कोथरूडला मुलींसाठी छोटं वसतिगृह सुरू केलं. ही जागा आमच्या मालकीची नव्हती, पण माझ्या दृष्टीनं एका आवश्यक उपक्रमाची सुरुवात तरी झाली होती. अजूनही लोक मुलगा-मुलगी असा भेदभाव प्रत्येक बाबतीत करतात. लहान गावांतील लोक मुलींना अजूनही शिक्षणासाठी परगावी पाठवायला नाखूश असतात. त्यामागं आर्थिक आणि इतरही कारणं असतात. त्यात राहण्याची सोय नाही, या कारणामुळे तर मुलींना ही संधी हमखास डावलली जाते. त्यामुळे मुलींच्या वसतिगृहाला प्राधान्य द्यावं, असं मला फार वाटत होतं.

माझी ही योजना मनातच राहिली. कारण नंतर या ट्रस्टमध्ये देणग्या जमा होईनात. मग मी एका बैठकीत जाहीर केलं की, ''आपल्याला २५ ते ५० लाख रुपयांपर्यंत देणगी मिळू शकेल. त्या देणगीदाराचा स्वतःचं नाव देण्याचा आग्रह नाही; पण त्याची एक अट आहे. ती म्हणजे आपण सगळ्यांनी मिळून सहा महिन्यांत २५ लाख रुपये गोळा केले, तर तो देणगीदार २५ लाख रुपये देईल. आपण एका वर्षात ५० लाख रुपये जमवले, तर तो ५० लाख देईल.''

तो देणगीदार मी स्वतःच होतो, ही गोष्ट मी कोणालाही कळू दिली नाही. त्यानंतर दोन वर्षांत सगळ्यांनी मिळून दोन हजार रुपयेसुद्धा गोळा केले नाहीत, त्यामुळे हे स्वप्न अपूर्णच राहिलं.

पुण्यात 'जैन विश्व प्रतिष्ठान' स्थापन झाल्याचे वाचून, एके दिवशी मला माढ्याहून डॉ. रमण दोशी यांचा अभिनंदनपर फोन आला. डॉ. रमण दोशी मला चार वर्ष सिनिअर होते. एम.बी.बी.एस. झाल्यानंतर त्यांना खासगी प्रॅक्टिसमध्ये भरपूर पैसे मिळवण्याची संधी असूनही, त्यांनी माढ्यासारख्या दुष्काळी गावात 'सन्मती नर्सिंग होम' या नावानं धर्मादाय ट्रस्ट स्थापन केला. त्याच्या माध्यमातून ग्रामीण भागात हॉस्पिटल सुरू केलं होतं. सन १९७० च्या दरम्यान हे हॉस्पिटल सुरू झालं. सेवाभावीवृत्ती आणि अतिशय उत्तम कार्यपद्धतीमुळे या उपक्रमाला अनेक व्यक्ती आणि संस्थांनी आर्थिक हातभारही लावला. त्यांचा डॉक्टर मुलगा आणि सून यांनीही या कार्याला वाहून घेतलं होतं. मात्र, एका अपघातात त्यांच्या मुलाचा दुर्दैवी अंत

झाला आणि सून माहेरी निघून गेली. डॉ. रमण दोशींनाही वयोमानासोबत अनेक व्याधींनी जर्जर केलं होतं. त्यांची काम करण्याची क्षमता मंदावली होती. हळूहळू त्यांचं हॉस्पिटल 'निरोगी' झालं होतं. कर्मचाऱ्यांचे पगार, इतर खर्च यांचा प्रश्न निर्माण झाला होता. रिकामं हॉस्पिटल, डॉक्टरांचं वय, त्यांची तब्येत आणि पुढील फळी तयार नसल्यामुळे देणग्यांचा ओघही आटला होता.

त्यांनी फोनवर काही व्यथा सांगितल्या आणि जैन विश्व प्रतिष्ठाननं 'सन्मती नर्सिंग होम' टेक ओव्हर करावं, अशी विनंती केली. याबाबत प्रत्यक्ष भेटून चर्चा करायचं ठरलं. त्यानुसार त्यांची भेट आणि चर्चाही झाली. त्यांना मदत करायची, तर व्यवस्थित नियोजन करणं गरजेचं होतं. सगळ्यात महत्त्वाचं होतं, ते पुन्हा पेशंट मिळू लागणं. त्यादृष्टीनं माढ्याजवळच्या कुर्डुवाडी, सोलापूर, बार्शी या ठिकाणच्या तज्ज्ञ डॉक्टरांशी संपर्क साधून त्यांचे माढ्याला येण्याचे वार ठरवले. त्याचबरोबर डॉ. प्रकाश डोके या माझ्या स्नेह्यांना माढ्याला घेऊन गेलो. डॉ. डोके हे महाराष्ट्र सरकारच्या आरोग्य विभागाचे संचालक होते. अतिशय सज्जन गृहस्थ. त्यांनी 'सन्मती नर्सिंग होम'ची पाहणी करून दोन पर्याय सुचवले –

१. सरकार हे हॉस्पिटल ताब्यात घेऊन, ग्रामीण रुग्णालय म्हणून चालवेल. हॉस्पिटलचं नाव तुम्हाला हवं ते ठेवू.

२. तुम्हीच हॉस्पिटल चालवा, नित्य खर्चासाठी पूर्ण आर्थिक साह्य (grants) देऊ. दुसऱ्या पर्यायानुसार, औषधपाणी, सर्व कर्मचाऱ्यांचे पगार आणि हॉस्पिटल चालविण्यासाठी लागणारा खर्च दिला जाणार होता; मात्र कर्मचाऱ्यांची संख्या, त्यांचं वेतन या बाबी सरकारी नियम आणि निकषांनुसार ठेवाव्या लागणार होत्या. तसंच, दर महिन्याला फॅमिली वेल्फेअर, क्षयरोग, कुष्ठरोग, मलेरिया, एड्स या आजारांबाबतचे अहवाल सरकारला पाठवावे लागणार होते.

यानंतर मी एक वेगळा पर्याय सुचवला. 'जैन विश्व प्रतिष्ठान'नं 'सन्मती नर्सिंग होम' चालवायला घेण्यापेक्षा, आम्ही या ट्रस्टतर्फे हे हॉस्पिटल चालवण्यास लागेल ती मदत करू. त्यांनी त्यांच्या ट्रस्टच्या रचनेत बदल न करता, आत्ता आहेत ते नऊ ट्रस्टी आणि अध्यक्ष यांच्या जोडीला 'जैन विश्व प्रतिष्ठान'च्या ट्रस्टपैकी ॲड. किरण कोठाडिया आणि सामाजिक कार्यकर्ते श्री. भारत कोठाडिया यांना स्वीकृत सदस्य म्हणून घ्यावे. तसेच त्यांची आवश्यक ती मदत आणि मार्गदर्शन घ्यावे.

यानंतर दोन्ही ट्रस्टच्या ट्रस्टींची संयुक्त बैठक झाली. त्यात या पर्यायावर चर्चाही झाली. त्यानंतर आठ दिवसांनी 'सन्मती'कडून त्यांना कुठलाच सरकारी प्रस्ताव मान्य नसल्याचे कळवण्यात आले. तसेच 'जैन विश्व प्रतिष्ठान'नं ५० लाख रुपयांची देणगी दिल्यास, त्यांचा एक ट्रस्टी स्वीकृत सदस्य म्हणून आमच्या ट्रस्टवर घेऊ, असेही सांगण्यात आले.

ट्रस्टच्या घटनेनुसार, ट्रस्टी आणि नियामक मंडळाची मुदत पाच वर्ष होती. दुर्दैवाने ट्रस्टतर्फे कुठलंही कार्य सुरू न राहिल्यानं आणि बैठकाही न झाल्यामुळे ट्रस्टच्या घटनेप्रमाणं आज कोणीच ट्रस्टी अथवा कुठलंच नियामक मंडळ नाही!

हे ऐकून मी नि:शब्द झालो.

'सन्मती नर्सिंग' होमला आता घरघर लागली असल्याचं कानावर येतंय.

कुंथलगिरी

सामाजिक कार्यामध्ये 'एकला चलो रे' या सूत्राचा उपयोग होत नाही, हा अनुभव येत गेला. माझ्या मनातल्या कितीतरी योजना प्रत्यक्षात उतरणं तर दूरच, पण कागदावरसुद्धा उतरल्या नाहीत. त्या तशाच मनात राहिल्या... मात्र, काही काळानं अचानक एक विलक्षण अनुभव आला आणि मला थोडंसं समाधान लाभलं.

उस्मानाबाद जिल्ह्यात कुंथलगिरी नावाचं सिद्धक्षेत्र आहे. आमचं गाव सोनारी आणि आजोळ गणेगाव या स्थानापासून ते अगदी जवळ आहे. माझे मामा श्री. वालचंद संघवी आणि माझा वर्गमित्र शेठ अरविंद दोशी तिथं बरंच कार्य करत असतात.

एकदा एका धार्मिक उत्सवासाठी मामांनी माझ्याकडं देणगी मागितली. मी धार्मिक वृत्तीचा नाही. मूर्तिपूजा, कर्मकांड यावर माझा विश्वास नाही. माणुसकी जपणं, जाणणं आणि चांगलं वागणं हाच मी मनुष्यधर्म मानतो. मी मामांना सांगितलं की, मला धार्मिक उत्सवापेक्षा तिथल्या शाळेतल्या गरजू मुलांच्या काही उपयोगी पडता आलं तर ते जास्त आवडेल. मग मी कुंथलगिरीच्या शाळेला, वसतिगृहाला आणि भोजनशाळेला भेट दिली. या उपक्रमांसाठी काही रक्कम त्यांच्याकडे सुपुर्द केली. माझ्या आईच्या स्मृत्यर्थ दर वर्षी ९ जुलै रोजी तिथं सर्वांना जेवण दिलं जातं. मी त्यासाठी लागणाऱ्या रकमेची तरतूद केली आहे.

तिथला परिसर पाहताना लक्षात आलं की, तिथं अडीचशे विद्यार्थी राहतात. पण वसतिगृहात बंदिस्त स्नानगृह, स्वच्छतागृह नसल्यामुळे विधी उघड्यावर करावे लागत आहेत आणि तीर्थक्षेत्राचा परिसर अस्वच्छ होतोय. मग मी या वसतिगृहासाठी वीस-वीस संडास-बाथरूम बांधण्याचा आराखडा करून घेतला; तसंच या कामासाठी किती खर्च येईल याचाही अंदाज घेतला. यासाठी माझा मुंबईचा भाचा डॉ. सुनील शहा आणि मी – आम्ही दोघांनी मिळून आमचं नाव कुठेही न देण्याची विनंती करून, अंदाजित खर्चाची तीन लाख रुपये रक्कम पाठवली. या रकमेचा योग्य विनियोग झाला.

माझ्या शिक्षणासाठी मला मिळालेली मदत मला विद्यार्थ्यांसाठी कार्य करण्यास उद्युक्त करणारी ठरली, हे समाधान कसल्याही मोजपट्टीनं न मोजता येणारं होतं... पैशात तर नाहीच नाही!

८.

डिस्पेन्सरी आणि सर्जिकल होम

'डॉक्टर' झालेल्या प्रत्येकाच्या मनात स्वत:च्या दवाखान्यात स्वतंत्र प्रॅक्टिस करण्याचे स्वप्न असते. मीही याला अपवाद नव्हतो. पण माझ्याबाबतीत स्वप्नापेक्षा वास्तवाचा विचार करण्याची गरज अधिक होती.

माझी प्लॅस्टिक सर्जरीची हाउसमनशिप ३१ जुलै १९६५ला संपली. त्याच दरम्यान वडील आजारी पडले. ते आता काही काम करू शकणार नाहीत, हे लक्षात आलं. त्यामुळे मी रजिस्ट्रारची पोस्ट न स्वीकारता पोटापाण्याच्या उद्योगाला लागावं, अशी परिस्थिती निर्माण झाली. नेमकी त्याच दरम्यान आमच्या हाउसमन क्वार्टर्सवर डॉ. श्रीनिवास रानडे यांची नोटीस लागली – 'A running dispensary is to be given to a young promising chap, without any liabilities' मला तर ती नोटीस म्हणजे तहान लागावी आणि समोर स्वच्छ पाण्याचा झरा दिसावा, तशी वाटली.

मागं संपाच्या वेळी याच सरांसमोर मी आमच्या मागण्या मांडल्या होत्या, त्या वेळी थोडी वादावादीही झाली होती. आमच्या दोघांच्या भूमिका वेगळ्या आणि परस्परविरोधी होत्या. त्यामुळे आता त्यांच्याचकडं जायचं म्हणजे...! पण मी धाडस करून त्यांच्याकडं गेलो.

"सर, तुमची नोटीस काळजीपूर्वक वाचली, म्हणून भेटायला आलोय.''

"तुला काय बोलायचंय, ते स्पष्ट बोल.''

"सर, तुम्ही 'विदाऊट एनी लायबिलिटीज' असं लिहिलं, म्हणून आलो. माझ्याकडं पागडी घ्यायला पैसे नाहीत. माझ्यावर घरातल्या आठ व्यक्ती अवलंबून आहेत. माझे वडील थोड्याच दिवसांचे सोबती आहेत. त्यामुळे एम. एस. अर्धवट सोडून जनरल प्रॅक्टिस सुरू करायचा विचार करत आहे. पुढं एम. एस.च्या टर्म्स पूर्ण करायच्या, तर पुण्यात राहण्याशिवाय पर्याय नाही.''

"ठीक आहे. तू किती देशील?''

''सर, तुम्ही सांगाल ते मान्य आहे.''

''दरमहा दोनशे रुपये दे.''

''सर, मला मान्य आहे. पण माझ्या कुटुंबाच्या पोटापाण्याची सोय करून दोनशे रुपये देता येतील की नाही, कोण जाणे! तुम्ही पहिले सहा महिने दीडशे रुपयांप्रमाणं घ्या, नंतर दोनशेप्रमाणं घ्या.''

''पण मी सांगेन त्या वेळी लगेच जागा सोडावी लागेल. कारण मी स्वत: इथं भाडेकरू आहे.''

''सर, मला सगळं मान्य आहे.''

''ही किल्ली घे आणि काही मदत लागली, तर सांग.''

काही वेळा एखादी कृती शब्दांचं काम करून जाते. त्या क्षणी माझ्या मनातले कृतज्ञ भाव व्यक्त करण्यासाठी योग्य शब्द सुचले नाहीत. पण सर आणि मॅडम यांना मी वाकून नमस्कार केला आणि किल्ली घेऊन निघालो.

माझ्या डोळ्यांसमोरून दोन वर्षांचा काळ झरझर सरकून गेला. ८ डिसेंबर १९६३ला इंटर्नशिप संपली... ९ डिसेंबरपासून, ॲनॉटॉमीचा लेक्चरर म्हणून रुजू झालो... ते ३१ जुलैपर्यंत काम केले. १ ऑगस्ट १९६४ पासून हाउसमनशिप सुरू झाली... ३१ जुलै १९६५ला संपली आणि १ ऑगस्ट १९६५ला माझा स्वतंत्र दवाखाना थाटला. माझं स्वप्न आता खऱ्या अर्थानं आकाराला येणार होतं. मी अक्षरश: रात्रीचा दिवस करून झपाटून काम करत होतो.

रानडे सरांच्या त्या जागेत, म्हणजे तुळशीबागेत जिलब्या मारुतीजवळ एका इमारतीच्या पहिल्या मजल्यावर माझ्या दवाखान्याची पाटी झळकली – 'DISPENSARY AND SURGICAL HOME'

दवाखान्याच्या उद्घाटनाला माझ्या सगळ्या नातेवाइकांना, शिक्षकांना आणि सहकाऱ्यांना बोलावलं होतं. माझे काही मित्र आणि शिक्षक ती पाटी पाहून हसले. काही स्पष्टवक्त्यांनी तर तिथंच विचारलं, ''अन्या, 'सर्जिकल होम' असं लिहिलं आहेस. पुण्यात एम.एस., एफ.आर.सी.एस. झालेले इतके सर्जन्स असताना तुझ्याकडं ऑपरेशनसाठी कोण येणार?''

त्यावर 'निंदकाचे घर असावे शेजारी' यातली चांगली बाजू लक्षात घेऊन मीही त्यांच्या चेष्टेला उत्तर देत म्हणालो, ''नुसतं डिस्पेन्सरी लिहिलं तर ऑपरेशनसाठी नक्कीच कुणी येणार नाही. मात्र ही पाटी पाहून काहींची करमणूक होईल... काही जण विचारतील, 'डॉक्टर, तुम्ही कसली ऑपरेशनं करता?' मग मी त्यांना सांगीन की, मी वर्षभर ससूनमध्ये काही ऑपरेशन्स केली आहेत. मी अमुक-अमुक करू शकतो. हे समजल्यावर एखादा 'अडला हरी' येईल माझ्याकडं!''

आणि खरोखरच तसंच झालं. १ ऑगस्टला माझा 'उद्योग' सुरू झाला आणि

श्री. रामचंद खेमचंद शहा हे परिचित गृहस्थ २१ ऑगस्टला मला भेटायला आले.

"अरे अनिल, मला हर्नियाचं ऑपरेशन करून घ्यायचंय. तुझ्या ओळखीनं ससूनमध्ये होईल का?"

त्यावर मी त्यांना होकारार्थी उत्तर दिलं, पण पुढं विचारलं की, "तुम्ही एवढे श्रीमंत असूनही ससूनमध्ये का जाताय?" एकदम त्यांचे डोळे पाणावले.

"बाबा रे, आज माझी परिस्थिती चांगली असती, तर तुलाच करायला सांगितलं नसतं का?"

"पण काका, पैसे लागणार नसतील, तर माझ्याकडून करून घ्यायची तयारी आहे का तुमची?" मी विचारलं.

"हो, अगदी आनंदानं!"

आणि दुसऱ्याच दिवशी माझ्या 'सर्जिकल होम'मध्ये त्यांचं ऑपरेशन झालं. माझ्या स्वत:च्या दवाखान्यातलं हे पहिलंवहिलं ऑपरेशन! सगळं सुरळीत पार पडलं. ऑपरेशननंतर दुसऱ्याच दिवसापासून काका व्यवस्थित हिंडू-फिरू लागले, त्यांचं खाणं-पिणंही नीट सुरू झालं. हे पाहून त्यांना भेटायला येणाऱ्या आप्तेष्ट आणि मित्रपरिवालाही खूप बरं वाटलं. काकांच्या ऑपरेशननंतर मला पेशंटची फार वाट पाहावी लागली नाही... ऑपरेशन्सचा ओघ सुरू झाला.

काकांनी घरी जाताना माझ्या हातावर पन्नास रुपये ठेवून माझा निरोप घेतला, तेव्हा त्यांचा कंठ दाटून आला होता. माझ्या डोळ्यांसमोर तो प्रसंग आजही जसाच्या तसा आहे. काही चित्रांतले रंग कधीच विटत नाहीत.

एम.बी.बी.एस. डॉक्टरला कायद्यानं किंवा 'एथिक्स'च्या निकषांवरही सर्जरी करण्यास मज्जाव नाही. पण या क्षेत्राचा अनुभव नसल्यामुळे सहसा कुणी या वाटेला जात नाही. मात्र, आपण आपल्या अनुभवाच्या संचितावर, आपल्या मर्यादा लक्षात घेऊन काम करतोय तोवर आणि त्यातून पेशंटचं नुकसान करत नाहीय तोवर, हा 'गुन्हा' नाही, अशी माझी धारणा होती. त्यानुसार मी माझ्या 'कक्षे'त राहूनच दवाखाना चालवत होतो.

जिलब्या मारुतीजवळ १९६५ला हे 'डिस्पेन्सरी आणि सर्जिकल होम' सुरू केले. त्या सुमारास फुले मंडईचे काम बी. जी. शिर्के कंपनी करीत होती. विश्वनाथ जाना हा या कामाचा मुख्य इंजिनिअर होता. कामावर छोटे-मोठे अपघात झाले की, त्या पेशंटला माझ्याकडे आणले जाई. विश्वनाथमुळे कंपनीचे मुख्य इंजिनिअर आणि नंतरचे सीईओ श्री. गणपतराव भरितकर (जीआरबी) यांचा परिचय झाला.

जीआरबी हे उमद्या व्यक्तिमत्त्वाचे. कंपनीत त्यांचा मोठा दरारा होता. अगदी जीव ओतून ते काम करत. रात्री-दिवसा कधीही देश-परदेशाच्या (बरीच वर्षे दुबईत पॅनगल्फचे मुख्य इंजिनिअर) प्रवासाहून आले तरी ऑफिसमध्ये डोकावून मगच घरी

जात. ताईंच्या (सौ. भरितकर) रूममध्ये जाऊन त्यांची विचारपूस करत. त्यांना इत्यंभूत बातम्या सांगून नंतर जेवायला किंवा झोपायला जात असत.

'....सुनीलच्या (शेंडेफळाच्या) जन्मानंतर साधारणपणे १९७०-७१पासून ताईंना संधिवात झाला आणि हळूहळू तो खूप वाढला. त्यामध्ये पुष्कळ गुंतागुंत निर्माण झाल्याने त्या अंथरुणाला खिळून होत्या. जीआरबी सगळे उपचार करून थकले होते. मला एकदा त्यांनी विचारले, ''आता काय करता येईल?'' निदान गुडघ्यांची सांधेरोपण शस्त्रक्रिया केल्यास, थोड्या प्रमाणात का होईना हालचाल करता येईल, असा सल्ला मी दिला. त्या काळात १९८३च्या सुमारास गुडघ्यांच्या सांधेरोपणाची भारतात नुकतीच सुरुवात झाली होती. फार अनुभव असलेले सर्जन नव्हते.

मिस्टर एम. ए. आर. फ्रीमन नावाचे लंडनमधील डॉक्टर या शस्त्रक्रियेत निष्णात असल्याचे समजल्यावरून, त्यांच्याशी आम्ही पत्रव्यवहार केला. एक्स-रे आणि रिपोर्ट्स त्यांच्याकडे पाठविले होते. त्यांच्या सांगण्यावरून १९८४मध्ये ताईंना ऑपरेशनसाठी न्यायचे ठरले. मला येण्याचा जीआरबींनी आग्रह केला. माझा खर्च मीच करायचा असेल तरच मी येईन, असे सांगून मी बरोबर जाण्याचे ठरविले आणि गेलो.

ताईंना तपासल्यावर मि. फ्रीमन यांनी सांगितले की, 'आजार विकोपाला गेला आहे. मज्जारज्जू अन् रक्तवाहिन्या फार ताणून निरुपयोगी होणार असतील, तर ऑपरेशन करता येणार नाही.' हे ऐकून जीआरबींमधील धीरोदात्त मेरूसुद्धा कोलमडला आणि ते अक्षरश: धाय मोकलून रडू लागले. येण्या-जाण्याचा आणि दोन सांधेरोपणाचा प्रचंड खर्च करण्यासाठी, काही हातभार शिर्के कंपनीचा, काही सेव्हिंग्ज आणि माझ्या बायकोचे दागिने विकून मीही थोडा खारीचा वाटा उचलला होता. अशा परिस्थितीत फ्रीमनचे हे बोलणे... 'काय बोलावे, ते सुचेना.'

मी जीआरबींना धीर देऊन शांत केले. इथवर आलोच आहोत, तर निदान एका बाजूच्या सांधेरोपणाचा प्रयत्न तरी करून पाहावा, असे ठरवले. आम्ही दोघे परत फ्रीमनला भेटलो. मी त्यांना नम्रपणे म्हणालो, ''आमच्या जागी तुम्ही असता, तर तुम्ही काय निर्णय घेतला असतात?''

हे ऐकून ते खूश झाले आणि म्हणाले, "If I had brought my wife to London all the way from India. I would atleast try one side." मी म्हणालो, ''आमचाही तोच निर्णय आहे.''

सुदैवाने पहिले ऑपरेशन व्यवस्थित झाले. ते पाहून आठ दिवसांनी दुसरेही केले आणि नंतर सगळा लवाजमा भारतात परतला. काही वर्षे वॉकर घेऊन ताई घरात बऱ्यापैकी चालात असत.

जीआरबींनी फ्रीमनना धन्यवाद दिले. त्यांनी विचारले की, 'फ्रीमन डॉक्टर (सर्जन) आहेत, मग त्यांना मिस्टर फ्रीमन का म्हणतात?' मी सांगितले की, 'इंग्लंडमध्ये एम. बी. बी. एस. व्यक्तीस डॉक्टर म्हणतात, तर एफ. आर. सी. एस. किंवा एम. आर. सी. पी. झाल्यानंतर (फेलोशिप) त्यांना 'मिस्टर' म्हणण्याची प्रथा आहे. तीच व्यक्ती एम. सी. एच. झाली की, पुन्हा त्याला डॉक्टर संबोधण्याची प्रथा आहे. का, ते ब्रिटिश लोकच जाणोत!'

सुरुवातीला मला कंपाउंडरसुद्धा परवडत नव्हता. माझा मित्र डॉ. नेमगोंडा-पाटील याचा धाकटा भाऊ शशिकांत याला कंपाउंडर म्हणून पोटावारी कामाला ठेवलं. तो अकरावी झालेला होता. दवाखान्याची साफसफाई, मला मदत – अशी कामं तो करायचा. माझ्या घरून डबा घेऊन यायचा, मग आम्ही दोघं उदरभरण करत असू. शशिकांत माझा पहिला कंपाउंडर!

शशिकांतच्या पाकिटात एका बाजूला त्याचा हॅट-गॉगल असा ऐटबाज फोटो असे, तर दुसऱ्या बाजूला डॉक्टर भावाचा साधा फोटो असे. फावल्या वेळात तो वेटिंग रूममधल्या पेशंटना दोन्ही फोटो दाखवून 'यातला डॉक्टर कोण, ओळखा पाहू?' असं कोडं घालत असायचा. शशिकांत एकंदरच खूप महत्त्वाकांक्षी होता. पुढं त्यानं शिवांबू चिकित्सेसंदर्भात वेगवेगळे प्रयोग करून, त्याचा अभ्यास करून त्याच्या गावी व्यवसाय सुरू केला. त्यानं 'शिवांबू' चिकित्सातज्ज्ञ म्हणून नावही कमावलं आहे. शिवांबू चिकित्सेवर त्याचं पुस्तकही प्रसिद्ध झालं आहे.

शशिकांत जेमतेम वर्षभर माझ्याकडं होता. त्यानंतर परिंचे या खेड्यातला आठवीपर्यंत शिकलेला बबन जंगम हा चुणचुणीत मुलगा माझ्याकडं कंपाउंडर म्हणून काम करू लागला. तो १९७२पर्यंत माझ्याकडं होता. त्याचं शिक्षण कमी असलं तरी तो अतिशय हुशार आणि तल्लख होता. नाडी, रक्तदाब, ताप पाहण्यापासून कुठल्याही ऑपरेशनची तयारी करण्यापर्यंत तो सगळी कामं व्यवस्थित पार पाडत असे. प्रत्यक्ष ऑपरेशनच्या वेळी मदत करणं, ही तर बबनची खासियत होती. त्याला कुठलीही गोष्ट पुन:पुन्हा सांगावी लागत नसे.

बबनची एक खास आठवण आहे. एकदा एक पेशंट दाखल झाला होता. बबननं त्याचा रक्तदाब, नाडीचे ठोके तपासले. सगळं काही नॉर्मल होतं. तरी त्याला तो पेशंट काही ठीक वाटला नाही. तो लगेच ते मला सांगायला आला आणि खरोखरच परिस्थिती तशीच होती. मग मी त्या पेशंटवर आवश्यक ते उपचार केले. मात्र, त्या वेळी मला बबनच्या निरीक्षणशक्तीचं विशेष कौतुक वाटलं.

सुरुवातीला बबनचा पगारही माझ्यासमवेत भोजन एवढाच होता. त्याबद्दल त्याची कधी तक्रार नव्हती, की कधी जास्तीची अपेक्षा नव्हती. हळूहळू माझी परिस्थिती सुधारत गेली तशी अर्थातच त्याचीही सुधारत गेली. नंतर बबन दहावी पास

झाला, त्यानंतर बारावी पास झाला. मग मी त्याला नागपूरजवळच्या एका आयुर्वेद महाविद्यालयात प्रवेश घेऊन दिला. आता बबन परिंचे येथे वैद्यकीय व्यवसाय उत्तमरीत्या सांभाळत आहे

याच सुमारास टिळक आयुर्वेद कॉलेजमध्ये शिकणारा, अतिशय कष्टाळू आणि हरहुन्नरी श्याम कुलकर्णी हा तरुण माझ्याकडं असिस्टंट म्हणून काम करू लागला होता. तो १९६६ ते १९७० या दरम्यान शिक्षण घेत असताना मला साह्य करायचा. त्याच सुमाराला त्याचं लग्न झालं. या लग्नाला त्याच्या घरच्यांचा विरोध होता, त्यामुळे ती मंडळी त्याच्या लग्नाला हजर नव्हती. हळूहळू त्याच्या घरच्यांचा विरोध मावळला. एव्हाना श्यामला मुलगा झाला होता. गंमत म्हणजे दोन्हीकडच्या नातेवाइकांच्या आणि त्याच्या दोन वर्षांच्या मुलाच्या साक्षीनं श्री. व सौ. श्याम देवाब्राह्मणांच्या साक्षीनं पुन्हा समारंभपूर्वक विवाहबद्ध झाले!

श्याम कुलकर्णी एके दिवशी संजय देवधर नावाच्या एका मेडिकलच्या विद्यार्थ्याला घेऊन १९७१च्या शेवटी माझ्याकडे आला. त्याने सांगितले, ''सर, याला आपल्याकडे शिकायला यायचे आहे.'' शेजारच्या रूममध्ये नर्स पेशंटला इंजेक्शन देत होती. मी संजयला सांगितलं, ''जा, ती काय करतेय ते बघ.'' थोड्या वेळाने तो परत आला आणि आल्यावर एकही क्रिया न वगळता त्याने इंजेक्शन देण्याची प्रक्रिया संगतवार वर्णन केली.

पूर्वी कधीही इंजेक्शन देण्याची कृती न पाहिलेल्या संजयने केलेले वर्णन ऐकून मुलाची निरीक्षणशक्ती वाखाणण्यासारखी आहे, हे माझ्या लक्षात आले. मी त्याला रोज येण्याची आनंदाने परवानगी दिली. पहिले सहा महिने फक्त पाहायचे, पेशंटची हिस्टरी घ्यायची, तपासायचे, पण इतर काही करायचे नाही, असे त्याला बजावले. संजयही अगदी वक्तशीर येऊन मन लावून सगळे निरीक्षण आणि सांगितलेली कामे मनोभावे करत होता.

हळूहळू ऑपरेशनला ट्रॉलीवर आणि नंतर असिस्ट करण्यास मी त्याला घेऊ लागलो. या काळात त्याचे टिळक आयुर्वेद कॉलेजमधील शिक्षण सुरूच होते. त्या वेळा सांभाळून तो माझ्याकडे येत असे. बी. ए. एम. एस. संपवून नंतर एल.सी.पी.एस., एम. बी. बी. एस. आणि नंतर एम. एस. जनरल सर्जन हा अतिशय दीर्घ प्रवास त्याने अत्यंत लीलया पार पाडला. एम. एस.चा काळ सोडला तर तब्बल सहा वर्षे शैक्षणिक व्यवधाने पाळून त्याने हॉस्पिटलमध्ये 'हे आपलेच हॉस्पिटल आहे' या भावनेने सतत मन लावून काम केले. सर्व पेशंट देवधरवर अगदी मनापासून खूश असत. मी तर त्याच्या कामावर फिदा होतो. अतिशय कष्टाळू, गुणवान आणि तितकाच विनयशील असा संजय मला मुलासारखाच आहे.

त्याची पात्रता, कष्ट आणि सर्जरीतील कसब पाहून बी. ए. एम. एस. पास

होण्याच्या आधी त्याला मी एक अपेंडिक्सचे ऑपरेशन पूर्णपणे करण्याची संधी दिली. अर्थातच मी समोरून त्याला असिस्ट करत होतो. स्कीन-टू-स्कीन संपूर्ण ऑपरेशन त्याने अतिशय कुशलतेने आणि फक्त वीस मिनिटांत पूर्ण केले. खूप वर्षे काम करूनही काही सर्जन्स एवढ्या कमी वेळात आणि सफाईदारपणे ते करू शकत नाहीत.

नंतर अनंत अडचणींना तोंड देत लग्न, दवाखाना सांभाळून संजय एम. एस. झाला. त्याच्या जिद्दीची तारीफ करावी तेवढी थोडीच! पुढे व्यवसायिक क्षेत्रात अगदी पूर्णपणे एथिकल प्रॅक्टिस करून त्याने पिंपरीमध्ये आपले एक मानाचे स्थान निर्माण केले आहे. रोटरीचा अध्यक्ष, पुणे सर्जिकल सोसायटीचा अध्यक्ष आणि डी. वाय. पाटील मेडिकल कॉलेजमध्ये प्राध्यापक अशी त्याची घोडदौड सुरू आहे.

संजयच्या बाबतीत... 'शिष्यात् इच्छेत् पराजयम्!' अशी स्थिती आहे आणि मला त्याचा सार्थ अभिमान आहे.

व्यावसायिक बाबतीतले यश बऱ्याच वेळा मस्तकात भिनले की माणूस बेदरकार होतो. घरात आणि समाजात वागताना बेफिकीर वृत्ती, अहंकार दिसून येतो; तसे त्याच्याबाबत बिलकुल घडले नाही. त्याची विनयशीलता तसूभरही ढळलेली नाही. आजकालच्या आत्मकेंद्रित समाजात आई-वडिलांना सांभाळणारा आणि अतिशय प्रेमाने देखभाल करणारा 'श्रावण' मी संजयमध्ये पाहतो. लहानांपासून मोठ्यांपर्यंत सर्वांनाच हवाहवासा वाटणारा संजय देवधर हे एक अतिशय उत्तम रसायन आहे, हेच खरे!

बबननंतर मला बऱ्याच जणांनी ऑपरेशनच्या वेळी चांगल्या प्रकारे साह्य केले, पण सौ. स्नेहा आनंद साळुंखेची (पूर्वाश्रमीची स्नेहा गुजर) कामाची पद्धत लक्षात राहण्याजोगी आहे. स्नेहा दहावी पास झाल्यानंतर ए. एन. एम.चा दोन वर्षांचा कोर्स करून माझ्या हॉस्पिटलमध्ये रुजू झाली. तिला डॉक्टर व्हायचं होतं, पण परिस्थितीमुळे ती शिकू शकली नाही. स्नेहा कामात अतिशय तत्पर आहे. ऑपरेशनची तयारी करण्यापासून ते त्यामध्ये पुढची 'स्टेप' काय, हे जाणून त्यासाठी लागणारं साधन-साहित्य ती अचूकपणे हातात देते.

पेशंटला समजून घेण्याचा तिचा स्वभाव खूप चांगला आहे. गेल्या सात वर्षांत तिला कधी चढ्या आवाजात किंवा वैतागून बोलताना पाहिलेलं, मला स्मरत नाही. नावाला साजेसा स्वभाव आणि वागणं प्रत्येकालाच जमतं, असं नाही!

व्यवसायाच्या निमित्तानं अशी अनेक माणसं मला भेटली. एखाद्या वळणावर त्यांची सोबत सुटली, कुणी या वाटचालीत सोबत राहिले; पण या प्रत्येकाच्या आठवणी मात्र माझ्या सोबत आहेत.

९.

होम – स्वीट होम!

छोटासा का असेना, पण 'माझा' दवाखाना सुरू झाला होता. 'सर्जिकल होम'मध्ये ऑपरेशन्स सुरू झाली होती. त्या वेळी माझ्याकडं वाहन नव्हतं. मला पाच वर्ष ज्युनिअर असलेल्या नीलेंद्र मेहतांनं त्याची सायकल मला वापरायला दिली. मग एक प्लॅस्टिकच्या ब्रीफकेसची 'व्हिजिट बॅग' सायकलला लावून माझी 'जिंदगी का साथ निभाता चला गया...' अशा आविर्भावात भटकंती सुरू झाली. सकाळी साडेसात ते साडेआठ, दुपारी एक ते दोन आणि संध्याकाळी सहा ते नऊ अशा माझ्या दवाखान्याच्या वेळा होत्या. दुपारी एक ते दोन या वेळात जेवण उरकून घ्यायचो. या वेळा अशा ठेवण्याचं कारण म्हणजे, दवाखाना सुरू झाला त्याच दिवसापासून दोन ठिकाणी अर्धवेळ नोकऱ्याही सुरू होत्या. सकाळी नऊ ते बारा या वेळात ससूनच्या बाह्यरुग्ण विभागात 'ड्रेसिंग सुपरवायझर' म्हणून, तर दुपारी दोन ते पाच या वेळात टिळक आयुर्वेद महाविद्यालयात ऑनॉटॉमी विषयाचा 'डेमॉन्स्ट्रेटर' म्हणून काम करत होतो. संपूर्ण दिवसभराचा असा भरगच्च कार्यक्रम असे.

या नव्या दिनक्रमाची मी १ ऑगस्ट १९६५पासून सुरुवात केली. वडिलांचं ११ ऑगस्टला निधन झालं. मी तीन दिवस घरी राहिलो, पण चौथ्या दिवसापासून पुन्हा कामाला लागण्यावाचून पर्यायच नव्हता. हातावरचे पोट होते ना!

वडील जैन बोर्डिंगमध्ये सुपरिंटेडेंट असल्यामुळे तिथं राहण्याची सोय मोफत होती. आता जागा शोधणं भाग होतं. बोर्डिंगच्या विश्वस्तांनी आम्हाला दोन-तीन महिन्यांचा अवधी दिला. मी जागा शोधायला सुरुवात केली, पण माझ्या रोजच्या अतिव्यग्र वेळापत्रकातून जागा बघायला जायला वेळच मिळत नव्हता. शिवाय पागडी किंवा ऑडव्हान्स न देता जागा मिळणं दुरापास्तच होतं. माझे बरेच मित्रही माझ्यासाठी जागा शोधत होतेच. अशातच जैन बोर्डिंगने दिलेली मुदतही संपली. आता काय करायचं?... मोठा प्रश्न उभा राहिला.

मला अनेकदा अनुभव आलाय की, प्रश्न उभा राहिला की उत्तराचा किरणही पाठोपाठ डोकावतोच! या वेळीही तसंच झालं. 'अ फ्रेंड इन नीड इज अ फ्रेंड इन्डीड' या वचनाचा प्रत्ययही आला. माझा वर्गमित्र कमल राठी याचा भांडारकर रस्त्यावर जुना, दुमजली, चिरेबंदी बंगला होता. बंगल्याच्या खालच्या मजल्यावर भाडेकरू राहत होते. सोलापूरहून घरचे कुणी पुण्याला आले, तर त्यांना राहण्यासाठी म्हणून त्यांनी वरचा मजला स्वत:कडं ठेवला होता. कमल राठींनं त्या घराची किल्ली माझ्याकडं सोपवत मला सांगितलं, ''ही घे किल्ली. दुसरी सोय होईपर्यंत तुम्ही सगळे जण तिथं राहा. भाडं – काहीही नाही!''

मला काय बोलावं, तेच सुचेना! हे सगळे माझे कोण होते? माझी फी भरणारे घारपुरे सर, 'बसायचा पाट' देणारा कमल राठी, 'समोरचं ताट' देणारे रानडे सर... या सगळ्यांनी मला नि:शब्द केलं होतं. रानडे सरांबरोबर तर माझी संपाच्या वेळी शाब्दिक चकमक झडली होती. तरी त्यांनी मनात कसलाही आकस न ठेवता अन् पागडी किंवा अॅडव्हान्स काहीही न घेता मला जागा दिली होती. एवढंच नव्हे, तर मला मोलाचं मार्गदर्शन करून माझा हुरूप वाढवला होता; वेळोवेळी मला धीरही दिला होता. माझ्या लेखी ते माझे 'गॉडफादर' होते, म्हणूनच मी दवाखान्यात माझ्या खुर्चीच्या मागच्या भिंतीवर त्यांचा फोटो लावला होता.

त्याच दरम्यान, एके दिवशी सकाळी सुधाकर पाटील वर्तमानपत्र घेऊन माझ्याकडं आला आणि म्हणाला, ''अन्या, महाराष्ट्र हाउसिंग बोर्डाची लोकमान्यनगरची जाहिरात आहे बघ. ते लॉट्स काढतात. तू तिथं अर्ज कर.''

सुधाकरनं ते अर्जही मला आणून दिले. ते अर्ज मिळवण्यासाठी त्याची बायको कितीतरी वेळ रांगेत उभी होती. मग मी 'अ' आणि 'ब' अशा दोन्ही प्रकारांसाठी अर्ज भरले. सुदैवानं माझा दोन्ही प्रकारांत नंबर लागला. पण त्यातला एकच घेता येणार होता. 'अ' प्रकारात व्हरांडा मोठा, एवढाच फरक होता. पण तो वरच्या मजल्यावर होता. मला पेशंट येण्याच्या दृष्टीनं खालचा मजला अधिक बरा, असं वाटत होतं. खालचा मजला श्री. बरमेचा नावाच्या गृहस्थांना मिळाला होता. मी त्यांना विनंती करून आम्ही आपापसात जागा बदलून घेतल्या. अशा प्रकारे खालच्या मजल्यावरच्या माझ्या घरावरही दवाखान्याची पाटी लागली. मी श्री. बरमेचांना धन्यवाद दिले. पण त्या वेळी सुधाकरमुळेच माझे घर झाले, हे खरे!

सुधाकर पाटीलने बँक ऑफ महाराष्ट्रमध्ये आधी क्लार्क, मग ऑफिसर आणि अखेर विभागीय व्यवस्थापक अशी पदे भूषविली. बँकेतील पगार सुरुवातीला बेताचे असत, त्यामुळे सुधाकरची आर्थिक ओढाताणच असे. काही अतिरिक्त व्यवसाय करावा अशा त्याच्या गप्पा चालत. व्यवसायासाठी स्कूटर हवी ही इच्छा त्याने माझी आणि त्याच्या वडिलांची मदत घेऊन पूर्ण केली. त्यामुळे बायकोला फिरायला घेऊन

जाण्याची सुविधा झाली, पण व्यवसायाची सुरुवात कधीच झाली नाही. काही दिवसांनी सुधाकरला पोटदुखीचा त्रास सुरू झाला. त्याला तपासून, एक्स-रे काढून काहीच समजले नाही. त्या वेळी सोनोग्राफी, सी. टी. स्कॅन, एम. आर. आय. या सुविधा नव्हत्या. मग मी आणि रवींद्रने डॉ. मनोहर जोशींचा सल्ला घेतला. पण त्यांनाही काही सुचेना. अखेर पोट उघडून पाहायचे आणि जे सापडेल त्याला सामोरे जाऊन उपचार करायचा असे ठरले. डॉ. जोशींनी पोट उघडले. कुठला तरी कॅन्सर लिव्हरमध्ये पुष्कळ प्रमाणात पसरल्याचे लक्षात आले. तेव्हा पोट बंद करण्याखेरीज अधिक काही करता आले नाही.

पुढे त्याच्या नातेवाइकांनी कोणी काही सांगेल ते सर्व उपचार केले. 'कळवा' येथे असलेल्या निसर्गोपचार केंद्रात प्रगत कॅन्सरचे पेशंट बरे होतात, असे समजल्याने तेथेही त्याला अॅडमिट केले. सुधाकरला बरे वाटले. त्याला कॅन्सर असल्याचे आणि तो बरा होणार नाही, याची कल्पना आम्ही शेवटपर्यंत त्याला दिली नाही. (हा निर्णय काहींना योग्य, तर काहींना अयोग्य वाटला.) अखेर सुधाकरचा अंत झाला.

त्या वेळी सुधाकरचा मुलगा आणि मुलगी दोघेही लहान होते. नंतर शंतनू बारावी चांगल्या मार्कांनी पास झाला. मेडिकलला जाण्याचा मानस त्याने बोलून दाखवला.

आमचा मिलिंद एम.बी.बी.एस.ला गेला तेव्हा आम्हाला आनंद झाला होता, पण त्यानंतरच्या तीन वर्षांत माझ्या विचारात आमूलाग्र बदल झाला होता. अजय, नितीन दोघांनाही इंजिनिअरिंगला जावं, असं मी सुचवलं होतं. तेच शंतनूलाही सांगितले. माझ्या विचारात झालेल्या बदलास कारणेही होती. एक म्हणजे डॉक्टरला पूर्वी जो मानमरातब होता, तो झपाट्याने कमी होत चालला होता. दुसरं म्हणजे डॉक्टरला कावीळ, एचआयव्हीसारख्या विकारांचा पूर्वी माहीत नसलेला वाढता धोका आज जाणवत आहे. किंबहुना आज ज्ञात नसलेले आजार भविष्यात भेडसावू शकतात. तसेच दीर्घकाळ शिक्षणासाठी आतापासूनच भरपूर गुंतवणूक करावी लागते. पंचतारांकित हॉस्पिटलला संलग्न होण्यातील अडचणींचे डोंगर वेगळेच. याउलट आय.टी., फायनान्स आणि इतर क्षेत्रांतले त्यामानाने कमी काळात, बिनभांडवली ऊर्जितावस्थेस नेणारे उपलब्ध करिअरचे ऑप्शन्स! इंग्लंड, अमेरिकेत डॉक्टरला 'व्हिजिटर व्हिझा'साठीसुद्धा होणारी खळखळ पाहिल्यावर तिकडे स्थायिक होण्यातले अडथळे आणि त्यामानाने इतर क्षेत्रांतील पदवीधरांना मिळणारी रेड कार्पेट वागणूक तसेच लठ्ठ पगार... अशा सर्व कारणांनी मी शंतनूला इंजिनिअर होण्यास सुचविले.

दुर्दैवाने पाटील कुटुंबीयांनी माझ्या विचारांचा रोख लक्षात न घेता, गैरसमज करून घेणे पसंत केले आणि माझ्या जिवलग मित्राचे कुटुंब दुर्दैवाने माझ्यापासून दूर गेले.

तरी सुधाकरच्या खटपटीने मिळालेल्या या घरासाठी सुरुवातीला चार हजार रुपये भरायचे होते आणि नंतर पंचवीस वर्ष दरमहा शंभर रुपये भरायचे होते. मग ही जागा नावावर होणार होती. सुरुवातीला भरायच्या चार हजार रुपयांचा प्रश्न होताच, पण नेहमीप्रमाणे मोठे मेव्हणे श्री. भारत कोठाडिया यांनी तो सोडवला. आमच्या आयुष्यात कधीही, कसलीही अडचण आली तर मोठी बहीण आणि मेव्हणे देवासारखे धावून येत. आमच्या घरात त्यांचं स्थान देव्हाऱ्यातील देवासारखं आहे!

घराचा शोध संपल्यामुळे थोडंसं स्वास्थ्य लाभलं. माझा दवाखाना सुरुवातीपासून बरा चालला होता. जोडीला दोन अर्धवेळ नोकऱ्याही होत्या. तीन-चार महिन्यांनी डॉ. धनंजय गुंडे यांची 'पर्ल-यामाहा' घेतली आणि सायकलची पायपीट संपली. या गाडीसाठी तीन हजार रुपये 'भारतभाई' बँकेतून घेतले. मग पुढं जमतील तसे त्यांचे पैसे परत करत गेलो. त्यानंतर सहा महिन्यांनी 'जावा' मोटारसायकल घेतली. पांडुरंग गुंजाळ (बुवा) बंगलोरहून माझ्यासाठी जुनी, पण सुस्थितीतली फियाट गाडी १९६७मध्ये घेऊन आले होते. अशा प्रकारे माझं वाहनसौख्य बहरत चाललं होतं.

मी फक्त एम. बी. बी. एस. असल्यामुळे जनरल प्रॅक्टिस करत होतो. त्यामुळे इतर जनरल प्रॅक्टिशनर्स माझ्याकडं सर्जरीसाठी पेशंट पाठवतील, ही अपेक्षा ठेवणंच चुकीचं होतं. पण माझा आशावाद कायम होता. सिनिअर प्रॅक्टिशनर डॉ. रमेशचंद्र शहांचा दवाखाना मंडईजवळ म्हणजे, माझ्या दवाखान्यापासून हाकेच्या अंतरावर होता. मी त्यांना भेटायला जाण्याचं धाडस केलं. त्यांना माझ्याबद्दल सगळी माहिती सांगितली आणि त्यांना विनंती केली की, ''तुम्ही माझ्याकडं सर्जरीसाठी पेशंट पाठवाल का? नंतर तो इतर आजारासाठी माझ्याकडं आला, तर मी त्याला नक्की तुमच्याकडं परत पाठवीन.''

डॉ. शहांनी मनाचा मोठेपणा दाखवला आणि माझ्याकडं एक पेशंट पाठवला. तो सर्जरी केल्यानंतर नीट बरा होऊन गेला. तीन महिन्यांनी तोच पेशंट माझ्याकडं पुन्हा दुसऱ्या काही दुखण्यासाठी औषधाला आला. त्या वेळी मी त्याला चिठ्ठी देऊन डॉ. शहांकडं परत पाठवलं. डॉ. शहांची खात्री पटली. डॉ. शहा आणि त्यांचे काही मित्र दर शुक्रवारी कँम्पमधल्या कॉफी हाउसमध्ये भेटत असत. त्या वेळी त्यांनी मित्रांना हा किस्सा सांगितला. तेव्हापासून डॉ. लोढा, डॉ. आबड, डॉ. गादिया, डॉ. लोहाडे, डॉ. शांतिलाल बंब माझ्याकडं सर्जरीसाठी पेशंट पाठवू लागले. त्यानंतर इतर जनरल प्रॅक्टिशनर्ससुद्धा माझ्याकडं निर्धास्तपणे पेशंट पाठवू लागले.

मी माझा शब्द पाळला होता. माझ्या व्यवसायातल्या प्रामाणिकपणाची ही पावतीच होती. माझ्याकडं असं 'पावती पुस्तक' तयार झालं, याचं मला फार समाधान वाटतं.

'देव तारी त्याला...'

प्रॅक्टिसमध्ये जम बसण्याआधीच्या काळात माझ्याकडं शस्त्रक्रियेसाठी लागणारी मोजकी उपकरणं आणि स्टँडचा एक साधा लॅम्प एवढीच साधनसामग्री होती. सर्जरीच्या आवश्यकतेनुसार काही वेगळी हत्यारं लागली, तर ती मी डॉ. सुलाखे सरांकडून उसनी आणायचो. मात्र, हळूहळू त्याबद्दलची त्यांची नाराजी लक्षात आल्यावर ते बंद केलं आणि लागणारी सगळी हत्यारं, स्टँडचा शॅडोलेस लॅम्प विकत घ्यायचं ठरवलं. पैसे उभे करण्यासाठी बायकोचे दागिने विकावे लागले. पण तिनं त्याचं जराही दुःख मानलं नाही.

हत्यारं खरेदी करण्यासाठी एके दिवशी मुंबईला निघालो. सोबत छोटी ब्रीफकेस घेऊन सकाळच्या डेक्कन क्वीनची वाट बघत मी प्लॅटफॉर्मवर उभा होतो. विनाआरक्षित डब्यात जागा मिळवायची असल्यामुळे ट्रेनचा तो डबा दिसताच दाराजवळचा उभा बार पकडला. पण तितक्यात फूटबोर्डवर ठेवलेला पाय सटकला तो प्लॅटफॉर्म आणि डबा यामधून खाली गेला. दुसरा पाय प्लॅटफॉर्मवर आडवा घासत होता. बारवरचा हात वरून खाली आला, पण सुदैवानं हाताची पकड सुटली नाही. अशी माझी पन्नास फूट तरी फरफट झाली... मग गाडी थांबली. मी भानावर आलो, पाय वर घेतला. एका क्षणात काय होऊ शकतं... मनात विचारांचं काहूर माजलं होतं... आत्ता आपला पाय तुटला असता, तर आपल्याला ससूनमध्ये नेलं असतं... तिथले डॉक्टर म्हणाले असते, ''अरे, हा तर आपला गांधी!'' पण माझ्या सुदैवानं किरकोळ खरचटणं आणि पॅन्ट फाटणं, एवढ्यावरच ते निभावलं. मग मी त्या दिवशी मुंबईला जाणं रद्द केलं.

असंच एकदा पावसाळ्यात सर्जरी आटोपून फलटणहून परत येत होतो. अचानक आभाळ काळ्याकुट्ट ढगांनी झाकोळलं आणि मुसळधार पाऊस सुरू झाला. ओढे भरून वाहू लागले. जेजुरी ओलांडून सासवडकडं जात असताना वाटेत एका ओढ्याच्या दोन्ही बाजूंना वाहनं खोळंबून थांबलेली दिसली. आमची गाडी प्रकाश जाधव चालवत होता. मी अविचारानंच त्याला 'ओढा पार करू या' म्हटलं आणि त्यानं गाडी पाण्यात घातली. निम्मा ओढा पार झाला, तितक्याच गाडीचं एक चाक खड्ड्यात अडकलं. गाडी पुढं हलेना. ओढ्याच्या पाण्याचा प्रचंड रेटा होता. गाडीच्या आत सीटवर पाणी आलं. गाडीतल्या वस्तू पाण्यात तरंगू लागल्या. गाडीत डॉ. अरविंद पाटणकर, डॉ. संजय देवधर आणि डॉ. व्ही. एन. जैनही होते. आमची बिकट अवस्था पाहून आजूबाजूचे लोक मदतीला धावून आले आणि त्यांनी गाडी ढकलून बाहेर काढली. सुदैवानं इंजिनमध्ये पाणी जाऊन गाडी बंद पडली नाही. अखेर आम्ही ओढा ओलांडून सुखरूप बाहेर पडलो. नुकतीच अशाच प्रकारची एक

बातमी वर्तमानपत्रात वाचली होती. नगर-पुणे रस्त्यावर एक नवदाम्पत्य अशाच एका ओढ्यात वाहून गेलं होतं. त्यांचा लग्नातला फोटोही बातमीसोबत होता. ओढ्यात अडकल्याची जाणीव झाली, तेव्हा 'आपुले मरण पाहिले म्या आपुल्याची डोळा'सारखी माझी अवस्था झाली होती.

काही ना काही निमित्तानं पुणे-मुंबई हा प्रवास बऱ्याचदा व्हायचा. त्यातले दोन प्रसंग कायमचे लक्षात राहिले आहेत.

एकदा काही कामासाठी मी आणि भालू जुनावणे मुंबईला फियाट घेऊन निघालो. भालू, बाळू चव्हाण, प्रकाश, विष्णू, बुवा ही माझ्या गाडीची देखभाल करणारी 'डॉक्टर' मंडळी. गाडी कुठंही बंद पडली, तरी दुरुस्तीला तत्पर असत. दुरुस्ती, सर्व्हिसिंग कशाचेही पैसे ते घेत नसत. मला कुठंही परगावी जायचं असेल, तेव्हा यांच्यापैकी एक जण बरोबर पहाटे पाचच्या ठोक्याला माझ्या दिमतीला हजर असे.

थंडीचे दिवस होते. पुण्यातून निघताना गाडीत मागच्या सीटवर छोटी हॅन्डबॅग आणि कोट ठेवला होता. वाटेत कुठंही न थांबता थेट शिवाजी पार्कजवळ माझे मेव्हणे डॉ. शरद शहा यांच्या घरी पोहोचलो. मुंबईला पोहोचल्यावर भालूला बॅग आणि कोट आणायला सांगून, मी त्यांच्या घरी वरच्या मजल्यावर गेलो. तितक्यात भालू धापा टाकत माझ्या मागून आला. ''डॉक्टर, गाडीत मागच्या सीटवर नाग आहे!''

आम्ही सगळे आश्चर्यचकित होऊन खाली गेलो. बघ्यांची ही गर्दी झाली होती. आम्ही खाली पोहोचण्यापूर्वींच लोकांनी त्या निष्पाप जीवाचा बळी घेतला होता. या आगंतुक पाहुण्यानं पुणे-मुंबई प्रवासात आमची शांतपणे सोबत केली होती! रात्री गाडीच्या काचा पूर्ण बंद केल्या नव्हत्या, त्यामुळे कधीतरी नाग आत शिरला असावा.

साधारण १९७६-७७चा उन्हाळा होता... एके दिवशी राजाभाऊ व माझा चुलत भाऊ सुनील दोघे आमची स्टँडर्ड गॅझल गाडी घेऊन चालले होते. कर्वेरोडने लकडी पुलाजवळच्या ट्रॅफिक सिग्नलला ते आले. वेळ होता म्हणून राजाभाऊने गाडीचे इंजीन बंद केले. हिरवा दिवा लागताच त्याने गाडीला स्टार्टर दिला अन् इंजिनाने अचानक पेट घेतला. दोघेही गाडीतून चटकन खाली उतरले, पण बघता-बघता संपूर्ण गाडी मागच्या टायरपर्यंत पूर्ण जळाली. हा प्रकार भरचौकात पोलिसांच्या साक्षीने घडला होता.

देवब्राह्मणाच्या साक्षीने लग्न लागले की, त्याला एक प्रतिष्ठा प्राप्त होते; तशीच गाडी भरचौकात पोलिसांच्या साक्षीने जळाल्यामुळे इन्शुरन्स कंपनीने काहीही खळखळ न करता 'टोटल लॉसचा क्लेम' दिला. जळलेल्या गाडीचा नंबर पाहून अनेक आप्तांचे चिंतायुक्त फोन आले. पण कोणासही अपाय झाला नसल्याचे

समजल्यावर त्यांनी नि:श्वास टाकला.

राजाभाऊ त्या वेळी गाडीच्या अपघातातून वाचला, परंतु पुढे गाडीच्या अपघातातच त्याचा मृत्यू झाला.

साधारण सन १९७९ची गोष्ट आहे. मुंबईच्या टाटा मेमोरियल हॉस्पिटलमध्ये डॉ. मुरली कामत माझ्या आईचे ऑपरेशन करणार होते. मी आणि 'मेकॅनिक कम्‌ ड्रायव्हर' बाळू चव्हाण पहाटे पुण्याहून मुंबईला निघालो होतो. बाहेर अजून अंधार होता. त्यामुळे हेडलाईट्स सुरू केले होते. जुन्या पुणे-मुंबई रस्त्यावरून जाताना, आम्ही कामशेतचा घाट ओलांडला... नंतर रेल्वेवरून जाणारा पूलही पार केला. गाडी शंभरपेक्षाही अधिक वेगात होती. आदल्याच दिवशी गाडीचे सर्व्हिसिंग केले होते.

अचानक गाडीच्या दिव्याच्या उजेडात कारचं एक चाक पळत जाताना दिसलं आणि ते रस्ता सोडून दिसेनासंही झालं. काही कळायच्या आत आमच्या गाडीचा मागचा भाग एका बाजूला कलून रस्त्यावर घासू लागला. तेव्हा कळलं की, आत्ता घाईघाईनं पळत दिसेनासं झालेलं चाक आपल्याच गाडीचं होतं! त्यानंतर जवळजवळ एक किलोमीटर चालत जाऊन चाक शोधून आणलं. इतर तीन चाकांचे एकेक नटबोल्ट काढून हे चाक बसवलं आणि लोणावळा गाठलं. एव्हाना उजाडलं होतं. मग तिथं चौकशी करून एका स्पेअरपार्ट विक्रेत्याचं घर शोधलं. त्याच्याकडून नटबोल्ट्स विकत घेतले आणि प्रत्येक चाकाला चार नटबोल्ट्स लावून एकदाची मुंबई गाठली!

मर्सिडिसचा अपघात

फेब्रुवारी १९८८ मधली गोष्ट आहे. एका लग्नसमारंभासाठी सोलापूरला गेलो होतो. काय अंगात 'संचारले' होते की काय कुणास ठाऊक, पण मी जराशा बेफिकीरीनं सुसाट गाडी चालवत होतो. परत येताना रात्री नऊच्या सुमाराला सोलापूरहून साधारण ऐंशी किलोमीटरवर वरवडे गावाजवळ गाडीनं एक वळण पार केलं आणि दिवा किंवा रिफ्लेक्टर नसलेल्या, एका ट्रकवर माझी एकशेवीसच्या वेगातली गाडी आदळली. क्षणभर डोळ्यांपुढं काजवे चमकले. भानावर येईपर्यंत ट्रक दिसेनासा झाला होता. माझ्या फासळीला एक क्रॅक आणि कपाळावर काचा घुसून किरकोळ जखमा झाल्या होत्या. गाडीतल्या इतर दोघांना किरकोळ लागलं होतं. त्या अपघातातून केवळ मर्सिडिसमुळे वाचलो, असं म्हटलं तर ती अतिशयोक्ती होणार नाही. गाडीचा विमा नेमका आदल्या दिवशी संपला होता, पण ते लक्षात नसल्यामुळे त्याचं नूतनीकरण करणं राहून गेलं होतं, त्यामुळे मोठा बांबू बसला, हे सांगणे न लगे! अर्थात, 'सिर सलामत तो पगडी पचास!'

असा 'देव तारी...'चा प्रत्यय अनेकदा येत गेला. मी, माझं शिक्षण आणि पेशंट यांच्या बाबतीतसुद्धा हे लागू पडतं!

असंच एकदा माझ्या एका व्यापारी मित्रानं मला विचारलं होतं, ''अनिल, तू जुनी गाडी घ्यायच्या ऐवजी नवीन का घेत नाहीस?''

''शेठ, गरिबी वाईट असते. हातावरचं पोट! ना मला पगार आहे, ना मी शेठ आहे.'' मी हसत म्हणालो.

त्यावर तोही तितक्याच गमतीनं म्हणाला, ''तुझ्यासारखी गरिबी सर्वांना लाभो!''

'हातावरचं पोट' हा शब्दप्रयोग वापरताना, विनोदाचा भाग सोडला तरी सर्जनचं पोट खरोखरच त्याच्या हातावर अवलंबून असतं, हे वास्तवच आहे! हातच काय, पण हाताचा अंगठा जरी निकामी झाला तरी सर्जनला खरोखर बेकार होण्याची वेळ येईल. एकलव्यासाठी अंगठा जितका महत्त्वाचा होता, तितकाचा तो सर्जनच्याही दृष्टीनं असतो!

माझा मित्र डॉ. नीलेंद्र मेहताचा उजवा हात आणि पाय अपघातामुळे काही प्रमाणात जायबंदी झाला. तो फिजिशियन असल्यामुळे तरून गेलाय; पण तो जर सर्जन असता तर...?

मी एक घर आणि छोटासा दवाखाना थाटला होता. 'हातावरच्या पोटाची' सोय झाली होती.

१०.

चालला... लमाणांचा तांडा

पुण्यात माझा जम बसू लागला होता. पेशंटनं ठणठणीत बरं होण्यातलं समाधान मी भरभरून मिळवत होतो. चारचाकी गाडीमुळे माझ्या या समाधानात आणखी भर पडू लागली होती. गाडी घेतल्यानंतर मी पुण्याच्या आसपासच्या गावांत सर्जरीसाठी जावं असा विचार करून, आजूबाजूच्या १०० किमी परिसरातील डॉक्टर्सना भेटलो. हळूहळू यवत, दौंड, वरवंड, वाल्हे, नीरा, वडगाव, माळेगाव, बारामती, लोणंद, फलटण, जुन्नर, बेल्हा आणि पिंपरी-चिंचवड या ठिकाणी मी माझ्या सहकाऱ्यांसह आठवड्यातून सरासरी तीन दिवस जायचो. आमची ही भ्रमंती १९६५ ते १९८५ या काळात सुरू होती. या लमाणांच्या तांड्यात श्याम कुलकर्णी, संजय देवधर हे माझे सहायक होते. डॉ. अरविंद पाटणकर किंवा डॉ. दिलीप पुराणिक हे भूलतज्ज्ञ सहभागी होत. आम्ही पहाटे पाच वाजता निघायचो, ते त्या दिवशी ठरवलेल्या मार्गावरील तीन-चार गावांमध्ये सर्जरी करून, सायंकाळी सहापर्यंत पुण्याला परत यायचो. तेथून आल्यानंतर पुन्हा पुण्यातल्या वेळापत्रकानुसार काम करायचो. एव्हाना मी दोन्ही अर्धवेळच्या नोकऱ्या सोडल्या होत्या.

डॉ. अशोक पाटील या माझ्या विद्यार्थ्याच्या वरवंड येथील हॉस्पिटलमध्ये मी सर्जरीसाठी जात असे. अतिशय शांत स्वभावाचा आणि पूर्णपणे 'एथिकल प्रॅक्टिस' करणाऱ्या माझ्या या विद्यार्थ्याचा मला सार्थ अभिमान आहे. माझ्या अडचणी जाणून आर्थिक हातभार लावायला तो सदैव तत्पर असतो.

एका रविवारी वाल्हे येथील शस्त्रक्रिया शिबिरात मी सत्तर शस्त्रक्रिया केल्या होत्या. हा माझा 'वन डे'तला सर्वाधिक 'स्कोअर' आहे!

आम्ही खेड्यापाड्यांत सर्जरीसाठी जायचो, त्या वेळी परिस्थितीने गरीब असलेली खेडूत माणसं भेटायची. स्थानिक डॉक्टर त्यांच्या बिलातले काही पैसे स्वतःसाठी ठेवत आणि टॉन्सिल्सच्या एका पेशंटमागं मला तीस रुपये देत. त्यातले दहा रुपये

भूलतज्ज्ञाला द्यावे लागत. गाडीचं पेट्रोल, भुलीची आणि इतर औषधं या साऱ्याचा खर्च वजा जाता प्रत्येक सर्जरीमागं मला दहा ते पंधरा रुपये मिळत. मात्र, एके ठिकाणी वीस ते पंचवीस सर्जरी होत, त्यामुळे सर्व गोष्टींचा खर्च जेमतेम भागत असे. या पेशंटना नंतर कधी गरज भासली, तर ते पुण्याला माझ्या हॉस्पिटलमध्ये येत असत.

मी एक गोष्ट अनेकदा पाहिलीय – या लोकांना एकमेकांबद्दल आत्मीयता, जिव्हाळा खूप जास्त असतो. त्यांचं वागणं सभ्य-सुसंस्कृत मानल्या जाणाऱ्या शिष्टाचारांच्या चौकटीत बसणारं नसेलही; पण त्यांच्या मनात नातं जपण्याची, एखाद्याच्या मदतीला धावून जाण्याची वृत्ती असते. या मंडळींचा कुणी नातेवाईक आजारी असेल किंवा त्यातल्या एखाद्याचं ऑपरेशन करावं लागणार असेल, तर पेशंटबरोबर नेहमी चार-सहा तरी आप्तस्वकीय येत. ही मंडळी बऱ्याचदा पेशंटच्या रूममध्ये, व्हरांड्यात किंवा हॉस्पिटलच्या आजूबाजूच्या परिसरात बसत, जेवत, कधी कधी तिथंच ताणूनही देत.

माझा एक श्रीमंत पेशंट नेहमी मला सांगत असे, ''अहो डॉक्टर, हे लोक इथं जमतात, इथं गर्दी करतात, घाण करतात; त्यामुळे 'चांगले' पेशंट तुमच्याकडं यायला नाखूश असतात.''

मी त्याला म्हणालो, ''हे लोक इथं कामधंदा सोडून येतात ते इथं गर्दी करावी, घाण करावी, या हेतूनं नाही! त्यांना परवडत नसलं तरी ते वाटखर्चासाठी उधार-उसनवारी करून पैसे जमवून आपल्या माणसांच्या काळजीनं, मायेपोटी इथं येतात. हे त्यांच्यातली माणुसकी जिवंत असल्याचं लक्षण आहे. हेच तू आजारी पडलास आणि तुला दवाखान्यात ठेवावं लागलं, तर तुझी बायको-मुलंसुद्धा त्यांना जमेल तेव्हा... त्यांची सगळी व्यवधानं सांभाळून शक्य झालं, तरच तुला भेटायला येतात!''

त्याला माझं म्हणणं पटलं की नाही कोण जाणे, पण त्याला ही वस्तुस्थिती नाकारता आली नाही.

सन १९६५ ते १९७१ या सहा वर्षांच्या काळात मी 'जनरल प्रॅक्टिस' करत होतो. कारण अजून माझं 'एम. एस.' झालेलं नव्हतं. मात्र, हा काळ माझ्या व्यावसायिक कारकिर्दीतलं सुवर्णपान आहे.

त्या काळात 'फॅमिली डॉक्टर' ही समाजात प्रिय असणारी 'संस्था' होती. आबालवृद्ध पेशंट्सची आपापल्या फॅमिली डॉक्टरवर श्रद्धा असे. यामध्ये फॅमिली डॉक्टरनं केवळ आजारावर उपचार करणं, एवढंच अंतर्भूत नसे; तर पेशंटच्या घरातले वाद सोडवणं, चार समजुतीच्या गोष्टी सांगणं, प्रसंगी सुनेच्या विनंतीवरून 'तिला चार दिवस विश्रांतीची गरज आहे, तिला माहेरी पाठवा,' हे सासूला पटवून

देणे, अशासारख्या गोष्टीही आपलेपणानं आणि हक्कानं कराव्या लागत. मला यामध्ये मनस्वी समाधान लाभायचं. शिवाय या 'सेवा'(!) नि:शुल्क असत. त्या काळात डॉक्टरही अतिव्यवहारी आणि आत्मकेंद्रित नसायचे.

सध्याच्या काळात डॉक्टर होण्यासाठी आटापिटा करावा लागतो. फी, डोनेशन यासाठी भला मोठा खर्च, त्यानंतर चकाचक क्लिनिक आणि अत्याधुनिक महागडी यंत्रसामग्री या सज्जतेसाठी मोठी भांडवली गुंतवणूक करावी लागते; त्याचा विचार आजच्या तरुण डॉक्टरांच्या मनात येणं स्वाभाविक आहे. 'कॉस्ट इफेक्टिव्हनेस' हा मुद्दा लक्षात घेता, त्यांनाही केवळ भावनांच्या आहारी जाऊन, अतिसंवेदनशील राहून चालणार नाही.

माझे काही पेशंट मात्र अगदी अस्सल पुणेरी होते. आई आणि मुलगा रिक्षानं दवाखान्यापर्यंत आले, तर दोघंपण ते पैसे 'शेअर' करत, हे उदाहरण मी स्वत:च्या डोळ्यांनी पाहिलं आहे. महिनाअखेरीला माझ्या बिलाचे पैसे देताना मुलगा त्या बिलात आईच्या उपचारांचं बिल नसल्याची खात्री करून घेत असे. हा 'व्यवहार'(!) मला आश्चर्यकारक वाटायचा आणि मन खिन्नही व्हायचं. अर्थात, त्या काळी तरी हा प्रकार सर्रास म्हणावा असा नव्हता, हेही खरंच!

याच काळात कात्रज घाट संपल्यावर लगेचच डाव्या बाजूला थोडं आत, वेळू नावाच्या एका छोट्या खेड्यात रोटरी क्लबनं धर्मार्थ दवाखाना सुरू केला होता. दर रविवारी अर्धा दिवस या दवाखान्याची जबाबदारी माझ्याकडं सोपवली होती. रोटरीकडून मला जाण्या-येण्याचे पेट्रोलचे पैसे मिळत. मला तीन-चार वर्ष ज्युनिअर असलेल्या सुनंदा सोहनी (अवचट), प्रतिभा आगाशे आणि विजया अभ्यंकर या मुली माझ्याबरोबर या दवाखान्यात येत असत. मी जनरल प्रॅक्टिसचा अगदी मनमुराद आनंद लुटत होतो. सुरुवातीच्या काळात मी बऱ्याच पेशंटकडून, नर्सेस, त्यांचे आप्त अशा लोकांकडून पैसे घेत नसे; ते सर्व जणही याची जाण ठेवून मला वेगवेगळ्या मार्गांनी मदत करत असत. त्या काळात एक डॉक्टर दुसऱ्या डॉक्टरकडून अथवा त्याच्या घरच्या लोकांकडून उपचारांचे किंवा अगदी ऑपरेशन, दवाखान्यात दाखल करणं अशा कशाचेही पैसे घेत नसत. या संदर्भात आमचे रानडे सर म्हणत, "डॉग्ज डोन्ट इट डॉग्ज!''

अशा प्रकारे माझी एकेक अनुभव गाठीला मारत वाटचाल सुरू होती....

'व्यक्ती तितक्या प्रकृती', ही म्हण आपण नेहमी ऐकतो; पण 'व्यक्ती तितक्या प्रकृती आणि जितक्या प्रकृती तितके आजार' याचा प्रत्यय डॉक्टरांना नेहमीच येत असतो. असे अगणित प्रकारचे पेशंट माझ्याकडे आले. त्यापैकी काही अजूनही तपशीलवार आठवतात.

'याला जीवन ऐसे नाव'

एके दिवशी माझ्या दवाखान्याच्या समोरच राहणाऱ्या मेढेकरबाई त्यांच्या मुलीला – रेखाला घेऊन आल्या. रेखाला खूप ताप होता, उलट्या होत होत्या आणि डोकं प्रचंड दुखत होतं. एकंदरीत लक्षणावरून तिला 'मेनिन्जायटिस' असावा, असं वाटत होतं. मग पाठीतील पाणी तपासून त्याचं निदान झालंच. तिच्यावर लगेच उपचार सुरू केले आणि रेखा छान बरी झाली. यामुळे मेढेकर कुटुंबाचा माझ्यासारख्या नवख्या डॉक्टरवर विश्वास बसला. त्यांच्याशी माझा घरोबा निर्माण झाला.

एके दिवशी मेढेकरांचे भोरमधले नातेवाईक श्री. दत्तोपंत म्हसवडे त्यांच्या मुलाला घेऊन माझ्याकडे आले. त्यांचा सहा वर्षांचा चिमुरडा मुलगा – गणेश, पन्नास टक्के भाजला होता. त्या काळात पन्नास टक्के भाजलेले पेशंट बऱ्याचदा दगावायचे. अजूनही दगावतात. त्यात त्या मुलाची अवस्था जरा बिकटच होती. मी म्हसवडेंना तशी कल्पना देऊन उपचार सुरू केले. या काळात मला घरदार-जेवणखाण कशाकशाची शुद्ध नव्हती. मी गणेशला वाचवायचा आटोकाट प्रयत्न केला, पण अखेर गणेशची प्राणज्योत मालवली. त्याच्या घरच्यांइतकाच मीही हताश झालो होतो. त्या वेळी दत्तोपंत माझ्या पाठीवर हात ठेवून म्हणाले, "डॉक्टर, तुम्ही केलेले प्रयत्न आम्ही पाहिले आहेत. पण या साऱ्याच्या पलीकडं असलेल्या ईश्वरी इच्छेपुढं आपण पामर काय करणार?"

मला काय बोलावं, कळत नव्हतं. देवपूजा करताना गणेशचं सोवळं देवापुढं लावलेल्या दिव्यांं पेटून तो भाजला होता... आणि दत्तोपंत मला त्याच देवाच्या इच्छेचं कारण सांगून माझी समजूत घालत होते... माझं मन सुन्न झालं होतं!

सन १९६९ची गोष्ट. लोकमान्यनगरमध्ये माझ्या शेजारच्या इमारतीत राहणारे प्रा. दशरथ पायगुडे आणि त्यांची बायको त्यांच्या बाळाला घेऊन माझ्याकडं आले. त्यांचं बाळ अवघं बारा दिवसांचं होतं. त्याला उलट्यांचा त्रास होत होता. नवजात अर्भकांना दूध पाजल्यानंतर उलटी होणं, हा तसा नित्याचाच अनुभव. पण या बाळाला दूध पाजलं की प्रत्येक वेळी अतिशय जोराची उलटी होत होती. दूध पाजलं की आधी बाळ रडायचं की पाठोपाठ उलटी, असा प्रकार सुरू होता. 'मेनिन्जायटिस', 'एन्केफेलायटिस' असं मेंदूज्वरचं किंवा पोटाचा आजार, याचं कुठलंही लक्षण नव्हतं. मात्र, बाळाचं पोट तपासल्यावर हाताला छोटी सुपारीएवढी गाठ लागली. मी निदान केलं 'Congenital Hypertrophic Pyloricstenosis.' खात्री करण्यासाठी मी एक्स-रे काढण्याचा सल्ला दिला आणि एक्स-रे मध्ये खात्री झाली, तर ऑपरेशन करावं लागेल, हेही प्रा. पायगुडेंना सांगितलं. त्यांना माझा सल्ला फारसा पटला नाही.

मग त्यांनी बालरोगतज्ज्ञ डॉ. धैर्यशील शिरोळे यांचा सल्ला घेतला. त्यांनीही तेच सांगितलं. मग बाळाचा एक्स-रे काढला, त्यात शंभर टक्के खात्री पटली. डॉ. शिरोळेंनी 'बाळाला सर्जनकडं न्या, ऑपरेशन करावंच लागेल,' असं सांगितलं. तेव्हा पायगुडेंनी त्यांना सांगितलं, ''आम्ही डॉ. गांधींकडं जातो.''

मग डॉ. शिरोळेंनी मला फोन केला, ''काय रे, तू इतक्या लहान बाळाचं ऑपरेशन करणार आहेस का?''

मी होकार दिला.

मी असलं ऑपरेशन कधी केलं नव्हतं; हे पाहिलं होतं. खरं तर डॉक्टरच्या लेखी प्रत्येक अनुभव वेगळा असतो, प्रत्येक पेशंट निराळा असतो. मी बऱ्याच गोष्टी प्रथमच स्वतंत्रपणे करत होतो. त्यासाठी काळजीपूर्वक पुस्तकं वाचून अभ्यास करून तयारी करत होतो. या वेळीही असंच केलं. ऑपरेशन व्यवस्थित पार पडलं.

या प्रकारच्या ऑपरेशनची गंमत अशी की, ऑपरेशनच्या यशस्वितेची पावती तिथल्यातिथं ऑपरेशन टेबलवरच मिळते! फुगलेलं जठर आणि 'कोलॅप्स्ड्' आतडं हे चित्र बदलतं आणि लगेच जठर लहान होणं, जठरातील गॅस, दूध सरसर पुढं सरकणं... हे सारं चटकन घडतं. इथेही असंच घडलं. 'very gratifying scene!'

ऑपरेशननंतर चारच तासांनी हे बाळ दूध पिऊ लागलं आणि त्याच्या उलट्या पूर्ण थांबल्या. हेच बाळ म्हणजे – शिरीष पायगुडे. तो दहावी, बारावीला मेरिट लिस्टमध्ये आला आणि पुढं इंजिनिअर झाला. प्रकृतीचा असा त्रास त्याला पुन्हा कधीही झाला नाही.

एकदा गोडबोले नावाच्या एक वयस्क बाई घशाला संसर्ग झाल्यामुळे उपचारासाठी आल्या होत्या. त्यांना तापही येत होता. त्या काळी पेनिसिलिन इंजेक्शनचा वापर सर्रास होत असे. मी त्यांना टेस्ट डोस देऊन इंजेक्शन दिलं. पहिल्या चार इंजेक्शनना त्यांनी चांगला प्रतिसाद दिला. मात्र, पाचव्या इंजेक्शनला त्यांना तीव्र रिॲक्शन आली. मी सर्वतोपरी उपचार केले, पण काहीही उपयोग झाला नाही. त्या दगावल्याच.

मी काय, कसे आणि किती प्रयत्न केले होते, ते पेशंटच्या नातेवाइकांनी प्रत्यक्ष पाहिलं होतं. माझ्या सुदैवानं त्यांनी मला दोषी मानलं नाही. मी मृत्यूचा दाखला दिला. त्यातही मी पेनिसिलिनच्या रिॲक्शनमुळे श्वास बंद पडून मृत्यू, हेच कारण दिलं होतं.

पंधरा दिवसांनी गोडबोले माझ्याकडं आले आणि म्हणाले, ''डॉक्टर, कॉर्पोरेशनचा माणूस आमच्याकडं आला होता. तुमचा पेशंट रिॲक्शन येऊन दगावला आहे, हे तुम्हाला माहीत आहे का; तुमची डॉक्टरविरुद्ध तक्रार नाही का, असं विचारत होता. आम्ही त्याला सांगितलं की, डॉक्टरांनी आम्हाला पूर्णसत्य सांगितलं आहे. आम्ही

त्यांचे प्रयत्न पाहिले आहेत. आमची काहीही तक्रार नाही. तो माणूस तुमच्याकडं आला, तर तुम्हाला आधीच हे माहीत असावं, म्हणून मुद्दाम सांगायला आलोय.''

आपल्या घरचं माणूस दगावल्याचं दु:ख मनात असूनही, डॉक्टरला दोषी न धरता माणुसकीनं वागणाऱ्या गोडबोले कुटुंबीयांबद्दल मला फार कृतज्ञता वाटली.

सन १९६५-६६ च्या दरम्यान 'डिस्पेन्सरी ॲन्ड सर्जिकल होम'च्या प्रारंभीच्या काळात दाखल झालेले पेशंट मला अजूनही आठवतात.

त्यापैकी एक म्हणजे पी. व्ही. पेंडूरकर. त्यांचा सराफी व्यवसाय आणि घर तुळशीबागेतच होतं. त्यांना मधुमेह होता. वयोमान आणि आजारपणामुळे त्यांचा स्वभाव चिडचिडा झाला होता. भरीस भर म्हणून दुसरेपणाची बायको! घरात ब्याद नको, म्हणून बायकोनं त्यांना माझ्या दवाखान्यात आणून टाकलेलं होतं. ते बराच काळ माझ्या दवाखान्यात होते. मधुमेहामुळे त्यांना दोन्ही वेळच्या जेवणापूर्वी इन्सुलिन द्यावं लागे. ही उस्तवार घरी कोण करणार? माझ्या दवाखान्यात ही सगळी व्यवस्था नीट होत असे. घरापासून असं दूर केल्यामुळे त्यांना मानसिक त्रास होत होताच; त्यातच त्यांना इतरही बऱ्याच शारीरिक तक्रारी सुरू झाल्या होत्या. त्यातल्या बऱ्याच तक्रारींना औषधाची गरज नसे, पण पेशंटचं मानसिक समाधान होणं महत्त्वाचं! म्हणून त्यांना लाल रंगाचं चमचाभर चेरी कफ सिरप द्यायचो. त्यानं त्यांना बरं वाटत असे. पुढं-पुढं तर काही त्रास झाला की पेंडूरकरच सांगायचे, ''डॉक्टर, अमुक अमुक होतंय... ते 'लाख दुखों की एक दवा'– तांबडं औषध द्या!''

त्यानंतर माझं हॉस्पिटल कर्वे वाड्यात पहिल्या मजल्यावर आलं. तिथं साधारण १५-१६ पायऱ्या चढून यावं लागत असे. एके दिवशी मी हॉस्पिटलमध्ये आलो. जिना चढणार, इतक्यात एक आजीबाई जिन्यावर उलट्या दिशेने एकेक पायरी चढत होत्या. त्यांच्या मागोमाग वर पोहोचल्यावर मी त्यांना विचारलं, ''आजी, अशा उलट्या का आलात?''

त्यावर त्या उत्तरल्या की, ''मला हार्टचा त्रास आहे. आधीच्या डॉक्टरांनी मला जिना चढण्यास मनाई केलीय.''

'नो एंट्री'मध्ये रिव्हर्स गिअरमध्ये गाडी चालवण्यानं 'नियम' मोडत नाही, हे आजींचं 'लॉजिक' होतं!

दिनकर जेधे नावाचे गृहस्थ, भोर इथं कारखान्यात कामाला होते. एके दिवशी दोन गरम ड्रम्समध्ये त्यांचा एक हात कोपरापर्यंत चिरडला आणि अर्थातच चांगला होरपळलाही. ते माझ्याकडं आले, तेव्हा जखमांचं चांगलंच भद झालेलं होतं –

पुष्कळ ठिकाणी हाडं मोडलेली, स्नायू आणि रक्तवाहिन्या उघड्या पडलेल्या, सेप्टिक झालेलं. अशा अवस्थेतल्या जेधेंना मी ॲडमिट करून, उपचार सुरू केले. आठ दिवसांनी अकस्मात त्यांच्या हातातली एक रक्तवाहिनी फुटून रक्ताचं अक्षरश: कारंजं उडू लागलं. सुदैवानं मी त्या वेळी शेजारच्या रूममध्येच होतो. मी ताबडतोब पॅड ठेवून दोन्ही हातानं दाबून धरलं. लगेच प्रेशर बँडेज केलं, पण तोवर रक्ताचं थारोळं साचलं होतं. जेधेंना रक्त द्यावं लागलं. दीर्घकाळ उपचारानंतर ते बरे होऊन घरी गेले, पण हात थोडा वाकडाच राहिला.

सर्जरी करण्यासाठी, तीही कौशल्यानं करण्यासाठी, नेमकी कशाकशाची आवश्यकता असते? उच्चतम पदवीची की आणखी कशाची? एफ.आर.सी.एस. पदवीप्राप्त मंडळी खूप तज्ज्ञ सर्जन असतात, असा त्या काळी समज होता. काही अंशी तो खरा असू शकेलही, पण प्रत्येक वेळी वस्तुस्थिती मात्र तशी नसायची. पदवी कुठलीही असो... एफ.आर.सी.एस. असो, एम.एस. असो वा फक्त एम.बी.बी.एस. सर्जरीचं कौशल्य भरपूर 'प्रॅक्टिकल्स' पाहणं आणि प्रत्यक्ष करायला मिळणं यावर मुख्यत्वे अवलंबून असतं, हे लक्षात आलं. यासंदर्भातलं एक उदाहरण माझ्या कायम लक्षात राहिलं आहे.

मला ४-५ वर्ष सिनिअर असलेले, एफ. आर. सी. एस. झालेले एक सर्जन पुण्याला आले होते. त्यांनी काही काळ माझ्या हॉस्पिटलमध्ये कन्सल्टिंग सुरू केलं होतं. ते त्यांच्या परिचयातल्या एका पेशंटचं मूळव्याधीचं ऑपरेशन करत होते. बबन त्यांना साह्य करत होता. पेशंटला बऱ्यापैकी रक्तस्राव होतोय, हे दिसताच डॉक्टरांनी सगळे आर्टरी फोरसेप्स लावले. अस्वस्थ होऊन एके ठिकाणी निडल होल्डरसुद्धा लावला. नंतर निडल होल्डरची गरज भासताच ते ट्रॉलीवरच्या साहित्यात तो शोधू लागले. तितक्यात बबननं त्यांना सांगितलं, "डॉक्टर, तुम्ही निडल होल्डर आर्टरी फोरसेपसारखा लावला आहे...."

सन १९६८ मधली घटना आहे. डॉ. पुराणिक हे भूलतज्ज्ञ माझ्याकडं येत असत. एके दिवशी त्यांचा फोन आला, "मी एका सूतिकागृहात आहे. गर्भपाताची शस्त्रक्रिया सुरू आहे, पण मोठी अडचण आलीय; ताबडतोब येता का?"

मी ताबडतोब त्यांनी सांगितलेल्या पत्त्यावर पोहोचलो. पेशंटची अवस्था खरंच गंभीर होती. तिच्या गर्भाशयाला छिद्र पडून, लहान आतड्याचा तीन-चार फूट भाग बाहेर येऊन, खाली ठेवलेल्या बादलीत लोंबत होता. रक्तस्रावही बऱ्यापैकी होत होता. मी ताबडतोब पेशंटची 'पोझिशन' बदलून पोट उघडलं. आतमध्येसुद्धा रक्ताचं मोठं थारोळं साचलं होतं. सगळं साफ करून पाहिलं, तर रक्तवाहिन्या आतड्याकडे

वाहून नेणारं पटल, म्हणजे 'मिझेंट्री' फाटलेली दिसली. लहान आतड्याचा रक्तपुरवठा बऱ्याच प्रमाणात खंडित झाला होता. पेशंटच्या आतड्याचा तो सगळा भाग, म्हणजे जवळजवळ पंधरा फूट लहान आतडं काढावं लागलं. तसंच मिझेंट्री आणि गर्भाशयातील छेद-छिद्र बंद करून शस्त्रक्रिया यशस्वी झाली. तीन-चार बाटल्या रक्त दिल्यानंतर ती पेशंट शॉकमधून बाहेर आली. काही दिवसांनी घरीही गेली, पण तिची परवड एवढ्यावरच थांबली नव्हती. लहान आतड्याचा बराचसा भाग काढावा लागल्यानं तिच्या बाबतीत अन्नपचन आणि पचलेल्या अन्नाचं शोषण या क्रिया खूप कमी झाल्या होत्या. परिणामी ती कुपोषण, ॲनिमिया यांची शिकार बनली आणि पुढं तीन-चार वर्षांनी तिचा मृत्यू झाला.

याच वर्षींच्या ऑक्टोबर महिन्यातली गोष्ट. एके दिवशी सकाळी-सकाळी अरविंद मेहताचा फोन आला. अरविंद म्हणजे सोलापूरला चाळीत आमच्या शेजारी राहणारा माझा बालमित्र. आता तो नोकरीनिमित्त पुण्याला आला होता.

तो म्हणाला, ''अनिल, जरा घरी ये, माझ्या बायकोच्या पोटात कळा येऊन रक्ताचे जुलाब होतायत.''

मी व्हिजिट बॅग घेऊन मोटारसायकलवर टांग मारून ताबडतोब निघालो. त्याच्या घरी जाऊन पाहिलं, तर तिचं पोट बरंच मोठं दिसलं. हात लावून पाहिलं, तर ती पूर्ण दिवसांची गर्भवती होती. तपासताना बाळाचं डोकं दिसलं. कळा जोरात येत होत्या, पण डोकं बाहेर येत नव्हतं. रक्तस्राव सुरूच होता. अशा परिस्थितीत हॉस्पिटलपर्यंत पोहोचणं अवघड होतं. योनिमार्गाला छेद देणं – एपिझिऑटोमी – आवश्यक होती. मी क्षणात निर्णय घेतला. त्याच्याच घरातलं दाढीचं नवं ब्लेड स्पिरीटनं पुसून घेतलं. भुलीचं इंजेक्शन दिलं. त्याच्याच घरात, तिथंच कट देऊन बाळंतपण जागेवरच केलं. वार बाहेर आल्यानंतर, मेथर्जिनचं इंजेक्शन दिलं आणि पेशंटला टाके घालण्यासाठी प्रसूतिगृहात पाठवलं.

चुटपूट

मी काडादी हायस्कूलमध्ये असताना श्री. चंद्रनाथ अंबुडकर सर आमच्या वर्गाला गणित आणि इंग्रजी शिकवायचे. ते माझ्या वडिलांचे सहकारी आणि मित्रही होते. त्यामुळे दसरा, संक्रांत अशा निमित्तानं किंवा इतर काही कारणास्तव त्यांच्या दक्षिण कसब्यातील घरी आमचं जाणं-येणं व्हायचं, पण मी पुण्याला आल्यानंतर त्यांच्याशी संपर्क राहिला नाही.

त्यानंतर सरांची भेट झाली ती एकदम १९८२ मध्ये. ते माझ्या हॉस्पिटलमध्ये 'पेशंट' म्हणून आले होते. त्यांना भगेंद्र (मल्टिपल फिश्श्युला – Multiple fistulas)

झालं होतं. त्यांचं १९७६-७७ दरम्यान दोनदा सोलापूरला झालेलं ऑपरेशन अयशस्वी ठरलं होतं. सोलापुरातल्या माझ्या डॉक्टर सहकाऱ्याकडून मी यातला 'स्पेशालिस्ट' आहे, असं कळल्यामुळे ते माझ्याकडं आले होते. मी अंबुडकर सरांची मनापासून चौकशी केली, त्यांचं आदरातिथ्य केलं. 'मी ऑपरेशन करून तुम्हाला बरं करीन', असा दिलासाही दिला. सरांच्या बोलण्यातून समजलं की, त्यांची आर्थिक स्थिती खूप खालावली होती. सर १९७१ मध्ये सेवानिवृत्त झाले होते. निवृत्तिवेतन अपुरं पडत होतं आणि उत्पन्नाचं इतर साधनही नव्हतं. मुलांचं शिक्षण, मुलींची लग्नं यामध्ये जमा पुंजी खर्च झाली होती.

मी त्यांना सांगितलं की, मी तुमचं ऑपरेशन औषधपाण्यासह पूर्णपणे मोफत करणार आहे; पण तुमची जखम पूर्ण बरी होऊन तुम्ही ठणठणीत बरे होऊन घरी जाण्यास तीन-चार आठवडे तरी लागतील. ऑपरेशननंतरचं ड्रेसिंग नीट झालं नाही तर फिश्श्युला पुन्हा उद्भवू शकतो. त्यामुळे तीन-चार आठवडे तरी पुण्यात राहावं लागेल याचीही कल्पना दिली.

त्यावर, 'सोलापूरला घरी जाऊन पुन्हा परत येतो', असं सांगून सर गेले; ते पुन्हा आलेच नाहीत. आली ती फक्त एक वाईट बातमी – 'सरांनी रेल्वेखाली जीव दिल्याची!'

अशा काही घटना मनाला कायमची चुटपूट लावून गेल्या.

माझे १९६५ पासूनचे जुने पेशंट श्री. सुभाष पेंडसे ऑगस्ट १९७७मध्ये ताप आणि पोटदुखीची तक्रार घेऊन माझ्याकडं आले. तपासून पाहिलं, तर पोट बऱ्यापैकी फुगलेलं होतं. कावीळ झालेली आणि अंगात चांगलाच ताप होता. एकूणच 'टॉक्सिक लूक' होता. पोटाला बोट जरी लावलं तरी त्यांना असह्य वेदना होत होत्या. एक्स-रे काढला, पण त्यातून अधिक काही कळणार नव्हतं. त्या काळी सोनोग्राफी, सी. टी. स्कॅन, एम. आर. आय. अशा सुविधाही नव्हत्या. अखेर पेशंटचे प्राण वाचवण्याचा प्रयत्न म्हणून, पोट उघडून पाहण्याचा आणि आवश्यक ते उपचार करण्याचा निर्णय घेतला. पेंडसेंचे भाऊ अच्युतही डॉक्टर होते.

पेशंटचं पोट उघडून पाहिल्यावर, यकृत खूप मोठं झालेलं दिसलं. त्यात सुई घालताच पू येऊ लागला. असा लिटरभर पू बाहेर काढला आणि त्या पोकळीत एक नळी घालून पोट बंद केलं. त्यांचं यकृत काम करत नसल्यामुळे, परिणामी रक्त गोठण्याची प्रक्रिया क्षीण झाली होती. ऑपरेशननंतर आठ-दहा दिवसांनी अचानक त्यांना उलटी आणि शौचावाटे प्रचंड रक्तस्राव होऊ लागला. त्यामुळे त्यांचा रक्तदाब चाळीसपर्यंत खाली गेला. नाडी लागेना. मग त्यासाठी उपचार सुरू केले.

त्या कठीण समयी त्यांना अनेकांनी आर्थिक मदत केली, पण त्या वेळी मुख्य

गरज होती ती रक्ताची. त्या वेळी अनेकांनी त्यांच्याशी 'रक्ताचं नातं' जोडलं. त्या आठ-दहा दिवसांत पेंडसेंना त्रेचाळीस बाटल्या रक्त दिलं गेलं.

त्यांना रोज ताज्या रक्ताची गरज होती. ते मिळवण्यासाठी खूप धावपळ, आटापिटा करावा लागत होता. ताराचंद हॉस्पिटलच्या आवारातल्या रेडक्रॉस ब्लड बँकेत काम करणाऱ्या एका कर्मचाऱ्याने रक्त उपलब्ध करून दिलं. त्यानं विलक्षण साह्य केलं. त्या वेळी त्यानं जी धावपळ केली, तिला तोड नाही. अगदी अपरात्रीसुद्धा टिळक आयुर्वेद महाविद्यालयातल्या विद्यार्थ्यांच्या होस्टेलवर जाऊन, त्यांना उठवून त्यांच्याकडून मदत मिळवली. ताजं रक्त मिळवण्यात कधी कधी अनेक अडचणी आल्या, पण त्यानं त्या कधीच जाणवू दिल्या नाहीत.

पेंडसेंचे प्राण वाचवण्यासाठी त्यानं खूप काही केलं होतं. पण तो म्हणाला, ''मी वेगळं काय केलंय? हे मी करायलाच हवं होतं.''

मला त्याच्या या वृत्तीचं फार विशेष वाटलं, त्याच्या या भावनेचा फार आदर वाटला. डॉक्टरच्या वाट्याला कृतज्ञता बऱ्याचदा येते, पण अशा माणसांची पेशंटला जीवदान मिळण्यात देवदूताची भूमिका असते!... अनेकदा हे देवदूत पडद्यामागंच राहतात.

पेंडसेंच्या या आजारपणाच्या काळात आणखी एक गंभीर क्षण आला. पेंडसेंचं रक्त प्रचंड प्रमाणात गेल्यामुळे एके दिवशी त्यांचा रक्तदाब एकदम खूप कमी झाला आणि हृदयक्रियाच बंद पडली. त्या आणीबाणीच्या वेळी थोपटेबाई त्यांच्या खोलीत फरशी पुसत होत्या. काहीतरी वेगळंच घडल्याचं थोपटेबाईंच्या लक्षात आलं. मी जवळपासच होतो, त्यामुळे पेंडसेंवर तत्काळ उपचार करता आले. त्यांच्या छातीवर दाब देऊन हृदयाचं स्पंदन परत सुरू (एक्स्टर्नल कार्डियाक मसाज) केलं आणि कृत्रिम श्वासोच्छ्वासही दिला. हाउसमननं रक्त भराभरा 'पुश' केलं. दुसऱ्या बाजूला सलाईन 'फोर्स'नं सुरू होतंच. त्यांचे दोन मित्र सलाईनची बाटली हातात धरून कॉटवर उभे होते, ज्यायोगे सलाईन अधिक वेगाने शरीरात जावं. या सगळ्या प्रयत्नांमुळे पेंडसे अक्षरश: मृत्यूच्या दारातून परत आले. त्यांची हृदयक्रिया पुन्हा सुरू झाली.

पुढं काही दिवसांनी त्यांची प्रकृती झपाट्यानं सुधारू लागली. माझ्या हॉस्पिटलमध्ये १६ ऑगस्टला दाखल झालेले पेंडसे २५ ऑक्टोबरला बरे होऊन घरी गेले. ऑपरेशनच्या आधी ८५ किलो वजन असणाऱ्या पेंडसेंचं वजन अवघं ४० किलोंवर आलं होतं. पण नंतर मात्र त्यांचं वजनही वाढलं.

घरी जाताना मी त्यांना म्हणालो होतो, ''खरं तर नियतीची तुम्हाला 'न्यायची' इच्छा होती. पण तुमची पत्नी, आजूबाजूचे सहकारी आणि तुम्ही स्वत: अशा सगळ्यांचंच 'कॉन्ट्रिब्युशन' आणि इच्छाशक्ती इतकी जबरदस्त होती की, त्यामुळे तुम्ही जिवंत राहिलात!''

उत्तम प्रकृतिस्वास्थ्य असलेले, एका शाळेच्या कामात व्यग्र असलेले सहासष्ट वर्षांचे पेंडसे नुकतेच मला भेटून गेले.

१९६५च्या सप्टेंबर महिन्यातील गोष्ट. अकबर काचवाला हे त्यांच्या वहिनीला घेऊन माझ्या 'डिस्पेन्सरी अँड सर्जिकल होम'मध्ये आले. तिचे गरोदरपणाचे नऊ महिने पूर्ण होत आलेले होते. तिला सारखा दम लागत असल्याने ती आली होती. तपासल्यानंतर तिच्या छातीत पाणी झाल्याचे माझ्या लक्षात आले. माझ्याकडे प्रसुतीची सोय नसल्याने मी तिला ससूनमध्ये जाण्याचा सल्ला दिला. तिथे तिला अॅडमिट करून घेतले आणि 'ट्रीटमेंटही' लगेच सुरू झाली. रोज एक 'आयर्न'ची आणि एक 'बी कॉम्प्लेक्स'ची गोळी! या औषधांमुळे अर्थातच तिला बरे न वाटल्याने ती परत माझ्याकडे आली. मी ससूनमधील डॉक्टरला परत सगळे समजावून सांगितले. तरीही त्याने दुर्लक्ष केल्याने मग मात्र माझ्याच हॉस्पिटलमध्ये मी ते पाणी काढले त्यात पूही झालेला होता. हे केल्यावर लगेचच तिला प्रसुतीवेदना सुरू झाल्याने प्रसुतीसाठी मात्र परत तिला ससूनमध्येच पाठवावे लागले.

ऑगस्ट १९७०मधील एक आठवण आहे. लक्ष्मी रस्त्यावरील 'वैशाली साडी सेंटर'चे मालक श्री. रतनचंद शहा यांच्या मातोश्री नवलबाई यांना हृदयविकाराचा झटका आल्यानं त्या माझ्या हॉस्पिटलमध्ये होत्या. त्या काळी छोट्याच काय, पण मोठमोठ्या हॉस्पिटलमध्येही अतिदक्षता विभाग नसे. ही सुविधा माझ्याकडंही नव्हती. एकदा डॉ. संजय देवधर राऊंड घेत असताना, त्या बोलता-बोलता एकदम गप्प झाल्या आणि बेशुद्ध पडल्या. नर्सनं मला वरच्या मजल्यावरून बोलावून आणलं. संजयनं त्यांना तपासलं, तर नाडीचे ठोके लागत नव्हते, हृदयाचे ठोकेही ऐकू येत नव्हते. आम्ही तत्परतेनं त्यांना 'एक्स्टर्नल कार्डियाक मसाज' आणि कृत्रिम श्वासोच्छ्वास सुरू केला. सुदैवानं त्यांच्या हृदयाचं स्पंदन परत सुरू झालं. पंधरा दिवसांनी त्या सुखरूप घरी परतल्या. त्यानंतर १९७४मध्ये त्यांना हृदयविकाराचा दुसरा झटका आला. त्यातूनही त्या सुखरूप बचावल्या. पुढं १९८७मध्ये त्यांचं निधन झालं. हृदयविकाराच्या दोन्ही झटक्यांतून, विशेषतः पहिल्या वेळच्या दुर्धर प्रसंगातून त्यांना मृत्यूच्या दाढेतून बाहेर आणण्यात मला यश लाभलं.

एके दिवशी परिंच्याहून श्री. मनोहर दीक्षित पत्नीला घेऊन माझ्याकडं आले. त्यांना गंडमाळा होत्या. त्यांचं ऑपरेशन केलं. त्या दरम्यान त्यांचे एक नातेवाईक त्यांना भेटायला आले होते. त्यांचं नाव व्ही. एन. दीक्षित. ते वकील होते. पाण्याचा नळ नाही, संडास-बाथरूम नाही – अशा हॉस्पिटलमध्ये ऑपरेशन करून घेणं त्यांना

रुचलं नव्हतं, पण ते गप्प बसले होते. पुढं त्यांना मधुमेह झाला, तेव्हा ते माझ्याकडं उपचारासाठी आले होते. त्यानंतर आमचा घरोबा वाढला. माझ्या हॉस्पिटलच्या उद्घाटनाला ते १९७०मध्ये आले होते. त्या वेळी ते म्हणाले, ''या डॉक्टरांना पहिल्यांदा भेटलो तेव्हा त्यांच्यावर खटला भरावा, असं मनात आलं होतं. पण आमचा पेशंट उत्तमरीत्या बरा झाल्यानं तो विचार सोडून दिला होता. आज मला तो निर्णय योग्य वाटतो, कारण आज माझी याच डॉक्टरांवर नितांत श्रद्धा आहे.''

रानडे सरांच्या त्या जागेत खरोखरच या मूलभूत सोईसुविधा नव्हत्या, पण मी या अडचणींवर विविध उपायांनी मात करत होतो. कारण मला वैद्यकीय क्षेत्रात पाय घट्ट रोवून उभं राहायचं होतं.

माझ्या करिअरमधला १९६५ ते १९७१ हा सुवर्णकाळ होता. या काळात मी जनरल प्रॅक्टिस करत होतो. अजून पोस्ट ग्रॅज्युएशन करायला उसंतच मिळाली नव्हती. हा काळ माझ्यासाठी सुसंधी होती. त्यानंतर मी एम. एस. झालो. त्याचे काही फायदे झाले. तरी जनरल प्रॅक्टिस करत होतो, त्या काळात मला लोकांचं जे प्रेम आणि श्रद्धा लाभली; त्याचं मोल कशानंही होणार नाही. ते दिवस भूतकाळात लुप्त झाले असले, तरी त्या आठवणींचा ठेवा सदैव माझ्यासोबत आहे.

मंडईतील आंब्याचे एक प्रसिद्ध व्यापारी १९७७मध्ये माझ्याकडं आले. मी तपासून पाहिलं, तर मी आजवरच्या आयुष्यात पाहिला नव्हता एवढा मोठा हर्निया होता... चक्क मोठ्या कलिंगडाच्या आकाराचा. गुडघ्यापर्यंत पसरलेला होता. वाढलेल्या अंडकोषात वृषण पूर्ण बुडालेलं, अशी अवस्था होती.

बेरियम देऊन एक्स-रे तपासणी केली. त्यात जठर आणि मोठ्या आतड्याचा काही भाग सोडून सर्व आतडं अंडाशयात गेल्याचं समजलं. पेशंट बऱ्यापैकी स्थूल होता. त्यातच रक्तदाब आणि हृदयाला कमी प्रमाणात रक्तपुरवठा (I.H.D.) याही व्याधी साथीला होत्याच.

त्यांना सहा वर्षांपासून हर्निया होता, पण गेल्या दीड वर्षांत त्याच्या आकारात झपाट्यानं वाढ झाली होती. आपल्या शरीराचा एक नैसर्गिक स्थायिभाव असतो. तो म्हणजे, Adoptation – वस्तुस्थितीशी जुळवून घेणं. पोटातील एवढा भाग जेव्हा काही वर्ष बाहेर राहतो, तेव्हा पोटाची (पेरिटोनिअल कॅव्हिटी) तो भाग आत सामावून घेण्याची क्षमता हळूहळू कमी होत जाते, त्यामुळे ऑपरेशन करून हा सगळा भाग पुन्हा आत ढकलणं अशक्य असतं आणि ओढून-ताणून तसा प्रयत्न केला, तर हृदयाकडं परत येणारं रक्त व्यवस्थित परत येऊ शकत नाही. श्वासपटल जबरदस्तीनं वर ढकललं जातं, त्यामुळे श्वास घेणंही अवघड होतं. याला वैद्यकीय परिभाषेत 'cardio-pulmonary embarrassment' म्हणतात. यामुळे जीवाला धोका होऊ

शकतो. या सर्व बाबींचा सखोल विचार करणे आवश्यक होते. पण त्याच वेळी शस्त्रक्रिया करणंही अत्यावश्यक होतं. या पेचातून मार्ग शोधण्यासाठी, मी लायब्ररीत जाऊन निरनिराळी मेडिकल जर्नल्स वाचली आणि मला त्यातून मार्ग सापडलाही.

अगदी अशाच केसमध्ये पूर्वी काही तज्ज्ञांनी एक क्लृप्ती वापरली होती. त्यांनी पोटात जागा करण्यासाठी पोटात हवा भरली (pneumoperitoneum) होती. मीही याच अनुभवावर आधारित उपचार सुरू केले. पेशंटला डोक्याकडं उतार करून झोपवायचं आणि त्याच्या पोटात दररोज १,००० ते १,५०० सीसी हवा भरायला सुरुवात केली. अशा प्रकारे आठवड्याभरात साधारणपणे ८,००० सीसी हवा भरल्यामुळे पोटात जागा निर्माण झाली. हवेचं प्रमाण हळूहळू वाढल्यानं हृदयाकडं परत येणारं रक्त व श्वासपटल यांना आणि एकंदरीतच रक्ताभिसरण संस्थेला (Cardiovascular System) त्याची सवय झाली. ऑपरेशनच्या आधी वीस दिवस या प्रकारे पोटात हवा भरली, त्यानंतर ऑपरेशन करून चरबीपटलाचा (omentum) जवळजवळ तीन किलो वजनाचा भाग काढला. त्यामुळे आतड्याचे सर्व भाग पोटात सामावण्यात यश आलं. सुदैवानं पुढं सगळं सुरळीत पार पडलं.

मी असंच एकदा त्यांना विचारलं, ''इतकी वर्षं का आला नाहीत?''

त्यावर ते म्हणाले, ''मुलं लहान होती आणि ऑपरेशनची भीती वाटत होती.''

काहीही असलं तरी मला सगळं सुरळीत, सुखरूप पार पडल्याचं समाधान वाटलं. ते माझ्याकडं आले, तेव्हा त्रेचाळीस वर्षांचे होते. आता सत्त्याहत्तराव्या वर्षींही त्यांची प्रकृती उत्तम आहे.

माझा कॉलेजपासूनचा मित्र, तो माझा करसल्लागारसुद्धा होता. एके दिवशी त्याच्या छातीत जरासं दुखलं आणि घाम आला म्हणून, तो माझ्याकडं आला. त्याला तपासलं, ई.सी.जी. काढला आणि फिजिशिअनला दाखवलं, हृदयविकार नाही याची खात्री पटेपर्यंत फिजिशिअननी त्याला दोन दिवस ऑब्झर्व्हेशनसाठी दवाखान्यात ठेवून घेतलं होतं. यामध्ये कसलाही कमर्शिअल इंटरेस्ट नव्हता, शिवाय त्याच्याकडून पैसे घेण्याचाही प्रश्न नव्हता.

एकंदरीत लक्षणांमुळे आणि दवाखान्यात अ‍ॅडमिट व्हावं लागल्यामुळे आपल्याला हृदयविकाराचा झटका आला आहे, असं समजून माझा तो मित्र चांगलाच घाबरला. अखेर दोन दिवसांनी त्याला हा झालेला त्रास हृदयविकार नसल्याचं सिद्ध झालं.

तरीही त्यानं त्या फिजिशिअनवर राग ठेवला; एवढंच नव्हे, तर त्यानं माझ्याकडं येणं-बोलणंही बंद केलं. मी खूपदा विचारूनही यामागचं कारण मला समजलं नाही.

पुढं चार वर्षांनी त्याला फिश्श्युलाचा त्रास उद्‌भवला, त्या वेळी त्यानं माझ्यावरच्या

रागामुळे दुसऱ्या सर्जनकडून ऑपरेशन करून घेतलं. मात्र, दुर्दैवानं त्याला पुन्हा तोच त्रास होऊ लागल्यानंतर तो नाइलाजानं माझ्याकडं आला. मी त्याचं ऑपरेशन केलं. तो पूर्णपणे बरा झाला. त्यानंतर मात्र त्याचं माझ्याशी वागणं पूर्ववत झालं.

सहा-सात महिन्यांपूर्वीची गोष्ट आहे. त्याला कावीळ झाली. इतरत्र उपचार करून घेऊन एकदा तो माझ्याकडं आला. त्याला तपासल्यावर त्याला स्वादुपिंडाचा कर्करोग असावा, अशी मला शंका आली. दुर्दैवानं चाचण्या केल्यावर ही शंका खरी ठरली. त्यामुळे ERCP करून कृत्रिम नलिका (स्टेन्ट) घातली. कावीळ कमी झाल्यानंतर त्याच्यावर शस्त्रक्रिया करणं अत्यंत आवश्यक होतं. त्यासाठी त्याला डॉ. शैलेश पुणतांबेकर या आंतरराष्ट्रीय ख्यातीच्या कॅन्सर सर्जनकडं पाठवलं. त्याला कर्करोग असल्याचं त्याला किंवा त्याच्या पत्नीला सांगू नये, असा त्याच्या मुलाचा आणि सुनेचा अनाठायी हट्ट होता. आपल्याला कर्करोग आहे, हे त्याला माहीतच नसल्यामुळे त्यानं ऑपरेशन करून घेण्यास नकार दिला. त्याला वस्तुस्थितीची कल्पना देण्याबद्दल मी त्याच्या मुलाला आणि सुनेला परोपरीनं समजावलं, पण त्याचा काहीही उपयोग झाला नाही.

त्याच्या बायकोला त्याच्या दुखण्याच्या खऱ्या स्वरूपाबद्दल कळाल्यानंतर तिनं एका लेखात त्याचा उल्लेख केला होता. तो लेख त्याच्या वाचण्यात आल्यावर त्यानं मला फोन केला, "मला कॅन्सर असल्याचं मला आत्ताच कळालं, तू माझ्याकडं ये. तू सांगशील तसं करायची माझी तयारी आहे."

प्रत्येकाला आपला जीव प्यारा असतो. त्यामुळे ऑपरेशनची भीती वाटत असूनही, जगण्याच्या दुर्दम्य इच्छेमुळे माणूस भीती बाजूला सारून, ऑपरेशनला तयार होतो... माझ्या या मित्राच्या बाबतीतही असंच घडलं. मात्र, तो ऑपरेशनला तयार झाला, तोवर ऑपरेशन करण्यासारखी परिस्थिती उरलेली नव्हती.

तो याआधीच ऑपरेशनला तयार झाला असता तर...?

मेहुणीचे आजारपण

माझ्या मोठ्या मेव्हणीचं – त्रिशलाचं – अपेंडिक्सचं ऑपरेशन मुंबईच्या अश्विनी नर्सिंग होममध्ये १९९९मध्ये झालं. ऑपरेशननंतर चौथ्या-पाचव्या दिवशी जखमेतून पू व विष्ठा (फिकल मॅटर) येऊ लागली आणि जखम उकललल्यासारखी झाली. ती जखम बरेच दिवस झाले तरी बरी होईना, म्हणून तिला दादरच्या डॉ. श्रीखंडे यांच्या हॉस्पिटलमध्ये दाखल केलं. तिथं तिच्यावर पुन्हा सर्जरी केली; पण त्यानंतर जखम खूप रुंदावली. त्यातून पू व फिकल मॅटर येणं थांबेना. डॉ. श्रीखंडे यांचं मत पडलं की, पेशंटला आधी बॉम्बे हॉस्पिटलला हलवू या आणि पुन्हा ऑपरेशन करू या. त्याप्रमाणं तिच्यावर बॉम्बे हॉस्पिलमध्ये पुन्हा सर्जरी झाली.

पण ही सर्जरीदेखील अपयशी ठरल्यानं तिचं पुन्हा ऑपरेशन करणं भाग होतं. एक्वाना या सगळ्यावर अमाप खर्च झाला; शिवाय मुंबईत राहणं, तिथली दूर-दूर अंतरं या सगळ्याला कंटाळून तिला पुण्याला आणलं.

नंतर माझ्या हॉस्पिटलमध्ये जखम पुन्हा ओपन केली. मोठ्या आतड्याला (caecum) मोठं छिद्र पडलेलं दिसलं, ते बुजवलं. त्या वेळी मला तिच्या मोठ्या आतड्याचा रंग खूपच निस्तेज, पांढुरका वाटला. मी छिद्र नीट बंद करून शिवण आत वळवली. पाच-सहा दिवस सगळं सुरळीत वाटलं, पण सहाव्या दिवशी जखमेतून पुन्हा अन्नकण बाहेर येऊ लागल्याचं लक्षात आलं. थोडक्यात सांगायचं तर, ते छिद्र पुन्हा ओपन झालं होतं... म्हणजेच तिच्या आतड्याची जखम भरून येत नव्हती.

मग पुन्हा तिचं पोट उघडावं लागलं. या वेळी मी तिच्या मोठ्या आतड्याचा खराब वाटणारा भाग काढून टाकला आणि लहान आतडं मोठ्या आतड्याच्या पुढच्या भागाला जोडलं. यानंतर आठवड्याभराचा काळ चांगला गेला. सगळं काही व्यवस्थित झालं, असं वाटू लागलं. तितक्यात आठव्या दिवशी 'पुनश्च हरी ओम...' पुन्हा फिकल मॅटर येणं सुरू झालं. पुन:पुन्हा सर्जरी आणि संसर्ग यामुळे तिची तब्येत खालावत चालली होती.

मोठ्या आतड्याचा काढून टाकलेला भाग तपासायला पाठवला होताच. त्यामध्ये समजलं की 'क्रोन्स' नामक आतड्याचा आजार आहे... बरा न होणारा! पण जीवाला थेट धोका नसलेला. हा पाश्चात्य जगात बऱ्याच प्रमाणात आढळणारा आजार भारतात तुलनेनं खूप कमी आढळतो.

एक्वाना तिची तब्येत चिंता वाटण्याइतकी खालावली होती. चार-पाच वेळा शस्त्रक्रिया होऊनही ती बरी होण्याची चिन्हं दिसेनात. मग मी सेकंड ओपिनियनसाठी डॉ. अंबीकर यांना बोलावलं. त्यांचं मत पडलं की, पुन्हा एकदा सर्जरी करून खराब आतड्याचा सगळा भाग काढून टाकावा आणि लहान आतडं वर पोटावर आणून त्याला वरूनच बॅग जोडावी, म्हणजे त्या बॅगमध्येच विष्ठा गोळा होईल. त्यानुसार 'ileostomy' केली. या ऑपरेशननंतर तीन महिन्यांच्या आत तिला घरी पाठवण्यात मला यश आलं; पण एवढ्यावरच समाधान मानावं लागलं. तिला अखेरपर्यंत म्हणजे जवळजवळ दहा वर्ष त्या बॅगचा आणि एका छोट्या फिश्च्युलाचा सामना करावा लागला. या सगळ्यात तिनं खूप धैर्य दाखवलं. एक लाख रुपयांना एक इंजेक्शन अशा प्रकारची अनेक परदेशी इंजेक्शनं, इतरही उपचार करून झाले; पण आजारानं तिची अखेरच्या श्वासापर्यंत सोबत केली... अखेर ३ जून २००९रोजी तिची या यातनांतून कायमची सुटका झाली.

ही माझी मेव्हणी चार ऑपरेशन्सनंतर मोठ्या विश्वासानं माझ्याकडं आली, तेव्हा मला फार धन्यता वाटली होती; पण नंतर दोनदा सर्जरी करूनही यश आलं

नाही, तिची तब्येत चिंताजनक बनली, तेव्हा मात्र मी अगदी हताश झालो. तिला लवकर बरं वाटावं आणि तिची आनंदानं घरी पाठवणी करावी, असं मला खूप वाटत असलं तरी तशी वेळच येत नव्हती. या सगळ्याचा मला प्रचंड मानसिक ताण आला होता. हृदयरोगतज्ज्ञ डॉ. नितीन पत्कींचं मत होतं की, माझी अँजिओग्राफी आणि जरूर पडली तर अँजिओप्लास्टी करावी लागेल; परंतु सुदैवानं तशी वेळ आली नाही. योग्य व्यायामाच्या आधारे मी तरून गेलो.

डॉक्टरी उपायांना आणि ते करणाऱ्या डॉक्टरांच्या प्रयत्नांनाही मर्यादा असतातच याची जाणीव करून देणारे... प्रसंग कधी ना कधी प्रत्येक डॉक्टरच्या आयुष्यात येतातच!

रक्तदान, नेत्रदान, अवयवदान (देहदान)

रक्तदानाचे महत्त्व आता समाजाच्या लक्षात आलेले आहे. त्याप्रमाणे नेत्रदान हेही खरोखरीच श्रेष्ठदान आहे. यासाठी मृत्यूनंतर सहा तासांच्या आत डोळा काढून घेतला आणि व्यवस्थित प्रिझर्व्ह केला, तर त्यातील कॉर्निया सहा दिवसांपर्यंत वापरता येतो. ज्या रुग्णांना काही कारणाने कॉर्निया अपारदर्शक झाल्याने अंधत्व आलेले असते, त्यांची दृष्टी पारदर्शक कॉर्नियाचे रोपण करून पूर्ववत होऊ शकते. या कारणाखेरीज दुसऱ्या कुठल्याही कारणाने आलेले अंधत्व रोपणाने दूर करता येत नाही. 'स्क्लेरा' काही महिनेही वापरता येतो.

नेत्रदानाप्रमाणे देहदान करण्याची प्रवृत्ती आजकाल समाजात जाणिवपूर्वक दिसू लागली आहे. काही वेळा पेशंटचा मेंदू निकामी (ब्रेन-डेड) पण हृदयक्रिया सुरू अशी अवस्था (Vegitative life) असते. अशा पेशंटला व्हेन्टिलेटरवर जगवणं शक्य असतं; पण तो बरा होऊन हिंडू-फिरू लागण्याची, पूर्वीसारखं क्रियाशील आयुष्य जगण्याची सुतराम शक्यता नसते. अशा वेळी नातेवाईकांनी संमती दिल्यास या पेशंटचे हृदय, किडनी, यकृत, स्वादुपिंड किंवा बोन मॅरो हे अवयव दान करता येतात. मात्र अवयव देण्या-घेण्याची ही क्रिया अतिशय जलद गतीने एकाचवेळी करणे श्रेयस्कर असते; नाहीतर अवयव व्यवस्थित प्रिझर्व्ह करून दोन तासांच्या आत वापरता येतात. याला खऱ्या अर्थाने देहदान (अवयव-दान) म्हणता येईल. मृत्यूनंतर केलेले देहदान केवळ वैद्यकीय विद्यार्थ्यांना शरीररचनेचा अभ्यास करण्यासाठी उपयोगी पडते.

काही वेळा असाध्य रोगांमध्ये विशेषत: पुढच्या टप्प्यावर पोहोचलेल्या कर्करोगाच्या पेशंटला होणाऱ्या असह्य वेदना कोणालाही बघवत नाहीत. अशा वेळी तो पेशंट शुद्धीवर असेल तर त्याच्या नाहीतर त्याचे जवळचे, जबाबदार नातेवाईक आणि तज्ज्ञ डॉक्टरांच्या समितीच्या सल्ल्यानं, सर्व कायदेशीर बाबींचा विचार करून अशा

पेशंटची 'लाईफ सपोर्ट लाईन' बंद करून किंवा प्रसंगी इंजेक्शन देऊन कायमची मुक्तता करणं म्हणजे 'मर्सी किलिंग', 'युथेनेशिया' किंवा 'स्वेच्छामरण'. यामध्ये अर्थातच पेशंटच्या यातना थांबवणं, त्याची सुटका करणं, हा हेतू असतो.

याला काही देशात सरकारी मान्यता आहे, तर काही ठिकाणी हे बेकायदेशीर मानले जाते. एक महत्त्वाची गोष्ट म्हणजे या व्यक्तींचेही देहदान, नेत्रदान करता येते.

माझ्या कारकिर्दीत पेशंटच्याबाबतीत मला दोन-तीन वेळा अशा प्रसंगांचा सामना करावा लागला. त्या वेळी मी घेतलेल्या निर्णयाबद्दल नातेवाईकांनी कृतज्ञता व्यक्त केली. कारण अर्थातच तो निर्णय योग्य ठरला होता.

अशा अनेकांच्या सदिच्छा, त्यांची कृतज्ञता, त्यांचे आशीर्वाद मला लाभले; त्यांच्या पाठबळावरच माझी स्वप्नं सत्यात उतरत गेली.

११.

स्वप्नपूर्ती

एखाद्या लहानशा खेडेगावात, नदीकिनारी, शांत, निसर्गरम्य परिसरात आपलं छोटंसं हॉस्पिटल असावं, असं माझं स्वप्न होतं. मात्र, त्यातले नदीकिनारी आणि हॉस्पिटल हे दोनच मुद्दे साकार होऊ शकले. स्वप्नाचे बाकीचे पंख मात्र मिटून ठेवावे लागले. पण हेही नसे थोडके! 'घर पाहावं बांधून' म्हणतात, तसा मी 'हॉस्पिटल पाहावं बांधून'चा अनुभव घेतला.

भालू जुनवणेनं मला पुण्यात शनिवार पेठेतली नदीकाठची जागा दाखवली. भालू जमिनीच्या खरेदी-विक्री व्यवहाराचं काम करायचा. त्यानं मला ही जागा मिळवूनही दिली; मात्र एजंटचं कमिशन घेतलं नाही.

या जागेत हॉस्पिटल उभारायचं... माझ्या कल्पनांचे इमले मनात उभे राहिले! नियमानुसार मला तीन मजली इमारत बांधायला परवानगी मिळाली असती, पण मला ते आर्थिकदृष्ट्या शक्य नव्हतं. त्यामुळे सुरुवातीला हॉस्पिटलसाठी तळमजल्याचं बांधकाम करायचं आणि वर राहण्यासाठी दोन-तीन खोल्या बांधायच्या, एवढंच 'टार्गेट' ठेवलं.

लोकमान्यनगरमध्ये, माझ्या घरासमोर राहणाऱ्या शशी पटवर्धनच्या आई माझ्या हॉस्पिटलमध्ये बऱ्या होऊन घरी गेल्या होत्या. शशी सिव्हिल इंजिनिअर होता. तो म्हणाला, "मी तुम्हाला स्वस्तात बांधकाम करून देईन."

त्याच्या आईनं त्याला कृतज्ञतेपोटी सांगितलं होतं की, डॉक्टरांच्या लक्षात राहील, असं काहीतरी त्यांच्यासाठी कर.

शशीनं बांधकामाचा आराखडा आणि खर्चाचा अंदाज काढून दिला. या दीड मजल्यासाठी एक लाख वीस हजार रुपये खर्च अपेक्षित होता. त्यासाठी मला बँकेचं कर्ज घ्यावंच लागणार होतं. त्या वेळी माझा जिवलग मित्र सुधाकर पाटील बँक ऑफ महाराष्ट्राच्या मुख्य कार्यालयात अधिकारी म्हणून काम करत होता. त्याचं ऑफिस

माझ्या दवाखान्यापासून हाकेच्या अंतरावर होतं. बँकेतले शिपाई, कारकून, ऑफिसर ते मुख्य कार्यकारी अधिकारी (कस्टोडियन) सी. व्ही. जोग यांच्यापर्यंत बऱ्याच जणांनी माझ्याकडं उपचार घेतले होते. डॉ. वसंतराव पटवर्धनही माझ्याकडं औषधाला येत असत. ते पुढे तिथं शाखाधिकारी आणि नंतर अध्यक्षपदापर्यंत पोहाचले होते.

मग मी एक लाख रुपये कर्ज मिळावं म्हणून बँकेकडं अर्ज केला. त्यावर श्री. जोग यांनी मला बोलावून विचारलं, ''काय रे डॉक्टर, तुझं उत्पन्न काय?''

मी गोंधळलो.

''अरे, तुझी प्रॅक्टिस चांगली चालते, हे मला माहीत आहे. पण आम्ही कागद पाहतो. तुझ्या टॅक्स कन्सल्टंटनं तुझं उत्पन्न पहिल्या वर्षी पाचशे रुपये, दुसऱ्या वर्षी पंधराशे रुपये आणि तिसऱ्या वर्षी साडेचार हजार रुपये दाखवलंय. एवढ्या उत्पन्नात तर तुझा उदरनिर्वाहदेखील भागणार नाही; तू बँकेचं कर्ज कसं फेडणार?''

मला काय बोलावं सुचेना. जोग हसले. त्यांनी शिपायाला बोलावून सांगितलं,

''जा रे, मोडकला बोलावून आण.''

मोडक आला.

जोग म्हणाले, ''अरे मोडक, आपल्या या डॉक्टरला एक लाखाचं कर्ज हवंय. हिशोब कसे लिहावेत, हे डॉक्टरला शिकवा आणि मग कर्ज द्या.''

त्यानंतर तीन वर्षं मोडकच माझे हिशोब नियमितपणे लिहीत होते. ते पुढं बँकेत मोठ्या अधिकारपदापर्यंत पोहोचले.

अखेर, सहा महिन्यांनी कर्ज मंजूर झालं; पण फक्त ऐंशी हजार रुपये. मला तर हवे होते एक लाख वीस हजार रुपये. चाळीस हजार रुपये कुठून आणायचे? त्यामुळे शशी पटवर्धनचा प्लॅन बासनात गुंडाळून ठेवावा लागला.

कुठंच काही मार्ग दिसत नाही, तेव्हा प्रकाशाची एखादी आश्वासक तिरीप दिसू लागते, असं म्हणतात. तसाच अनुभव मला या वेळीही आला. श्री. बी. एन. शहा हे सरकारी कामं करणारे सिव्हिल कॉन्ट्रॅक्टर माझे पेशंट होते. माझी अडचण समजल्यावर ते म्हणाले,

''मी तुला मजुरी कमी घेणारा कंत्राटदार ठरवून देतो. बांधकामाचं साहित्य कुठं स्वस्त मिळेल, तेही सांगतो. मी मधून-मधून चक्कर मारीन. तुझं तूच बांधून घे, म्हणजे स्वस्तात होईल.''

मी या कल्पनेला एका पायावर तयार झालो! मग आर्किटेक्ट प्रकाश आपटेंनी प्लॅन तयार करून, तो मंजूर करून घेतला. प्लॅन करताना तीन मजल्यांचा केला; पण आपलं अंथरूण पाहून पाय पसरायचं, असं ठरवलं. ऐंशी हजार ते एक लाख रुपयांत जेवढं बांधकाम शक्य होईल, तेवढंच करायचं; असं ठरवून भूमिपूजन केलं आणि कामाला सुरुवात झाली.

पायासाठी खणायला सुरुवात करून, दहा-बारा फूट खाली जाऊनही कठीण खडक (हार्डस्ट्राटा) लागेना. प्लॉट नदीकाठी असल्यामुळे मातीच होती. मग पाईल फाउंडेशन करायचं ठरलं. त्यानुसार खोदाई पूर्ण केली. यासाठी जेवढा खर्च आला, त्यापेक्षा खोदाईत निघालेली माती विकून जास्त पैसे आले... खुशीची बात होती! बांधकाम प्लिन्थ-लेव्हला येईपर्यंत बारा हजार रुपये खर्च झाले. त्यानंतर तळमजल्याचं सगळं आर.सी.सी. काम आणि स्लॅब झाली. एव्हाना बत्तीस हजार रुपये खर्च झाले होते. त्यानंतर मग वरचा मजलाही पूर्ण करायचं ठरवलं. दरम्यान, प्लॉटवरचं एक नारळाचं झाड काढताना खूप मोठा खड्डा पडला. तेवढ्या तळघराची खास परवानगी मिळाली... एखाद्या दंतकथेत घडावं, तसं घडलं. संपूर्ण तीन मजले तळघरासह पूर्ण झाले. संपूर्ण इमारत फिनिशिंग आणि फिटिंगसह अवघ्या नऊ महिन्यांत; एक लाख बारा हजार रुपये खर्चात पूर्ण झाली!

दि. ७ एप्रिल १९७० रोजी वास्तुशांत आणि हॉस्पिटलचे उद्घाटन केले. या समारंभाला गुरुवर्य डॉ. श्रीनिवास रानडे, शेठ लालचंद हिराचंद आणि बँकेचे सी. व्ही. जोग उपस्थित होते.

एवढ्या कमी खर्चात इमारत उभी राहिली, त्यामागचं कारण बऱ्याच जणांची स्नेहपूर्ण मदत हे होतं. 'देणाऱ्याचे हात हजारो...'चा अनुभव येत गेला. जितीचे झांजुर्णे, मेहता सोपचे मणिभाई मेहता, किरण आणि रमणभाई काणकिया, विशनजी जैन यांनी प्रत्येकी दोन हजार रुपये दिले होते. माझ्या लेखी या रकमा खूप मोठ्या होत्या.

भिकूभाई गांधींनी काँक्रीट ब्लॉक्स दिले. लोखंडी सळया, दारं-खिडक्यांची सगळी फिटिंग्ज, इलेक्ट्रिकल वायर्स, फिटिंग्ज हे सगळं साहित्य मुंबईहून घाऊक भावात आलं. दांडेलीहून ट्रकनं सागाचं लाकूड आलं. माझा मित्र अरविंद दोशी बारामतीहून खास हे काम पाहण्यासाठी येत असे. बांधकामाच्या महत्त्वाच्या टप्प्यात या सिव्हिल इंजिनिअर मित्राची विनामूल्य मदत मिळाली. इलेक्ट्रिशियन, प्लंबर यांनीही मजुरी घेतली नाही.

या साऱ्यांचा हातभार लागल्यामुळे ठरल्यापेक्षा मोठं बांधकाम – तेही कमी पैशात आणि मुदतीच्या आतच पूर्ण झालं. साऱ्यांच्या सदिच्छा, आशीर्वाद आणि प्रत्यक्ष मदत कामी आली!

असेही अनुभव

माझ्या हॉस्पिटलच्या बांधकामात वांजळे बंधूंनी सुतारकाम केलं होतं. साधारणत: १९७० च्या उत्तरार्धातली गोष्ट आहे. वांजळेंचा धाकटा भाऊ सुभाष पोटात दुखतंय

म्हणून माझ्याकडं आला. त्याला तपासल्यावर लक्षात आलं की, त्याला अपेंडिसायटिसचा तीव्र विकार आहे. त्याच्या पोटात पू पसरला होता, त्यामुळे ऑपरेशन करावं लागणार होतं. मी त्यांना वस्तुस्थितीची म्हणजेच हॉस्पिटल, ऑपरेशन, औषधोपचार या सगळ्यासाठी हजार ते पंधराशे रुपये लागतील, याची कल्पना दिली.

वांजळेंचा मोठा भाऊ म्हणाला, ''डॉक्टर, माझ्याकडं फक्त साडेचारशे रुपये आहेत. आम्ही हॉस्पिटलचं काम केलंय. एवढ्या पैशात काय ते भागवा.''

पेशंटची प्रकृती गंभीर असल्यानं आणि त्यांची आर्थिक अडचण असल्यानं, मी त्यांना ससून हॉस्पिटलमध्ये जाण्याचा सल्ला दिला. मात्र, 'तुम्हीच ऑपरेशन करा,' असा हट्टच त्यांनी धरला. अखेर मी सुभाषचं ऑपरेशन केलं. अपेंडिक्स फुटून आत नुसता राडा झालेला होता. मी त्याचं अपेंडिक्स काढलं आणि सगळं नीट करून स्वच्छ करून, पू बाहेर येण्यासाठी 'ड्रेन' ठेवला. दुर्दैवानं त्याची तब्येत बिघडत गेली. गुंतागुंत वाढत गेली. हे सगळं कमी होतं म्हणून की काय, त्या ड्रेनमधून नंतर विष्ठा बाहेर येऊ लागली. त्यांना कुठलीही औषधं लिहून दिली की, ''आमच्याकड फक्त साडेचारशे रुपयेच होते, ते तुम्हाला दिले. आता तुम्हीच काय ते बघा!'' असं म्हणून वांजळेंनी हात झटकले. तो पंधरा दिवस माझ्या हॉस्पिटलमध्ये होता. त्या काळात औषधं, सलाईन, रक्त असे मिळून माझेच दहा हजार रुपये खर्च झाले. अखेर सुभाषला ससूनला हलवलं. त्यानंतर आठ दिवसांनी त्याचं ससूनमध्ये निधन झालं.

त्यानंतर वांजळे कंपनीनं पोलीस, महाराष्ट्र सरकार ते थेट तत्कालीन पंतप्रधान इंदिरा गांधींपर्यंत माझ्याबद्दल तक्रार केली. मेडिकल कौन्सिलनं मला सर्व रेकॉर्डसह मुंबईला बोलावलं. माझ्यावर उलट-सुलट प्रश्नांची सरबत्ती झाली. अखेर निकाल दिला, त्यामध्ये म्हटलं होतं, 'जे-जे करणं शक्य होतं, ते या डॉक्टरनं केलं आहे. यामध्ये कुठंही 'मेडिकल निग्लिजन्स' आढळत नाही. सबब निर्दोष सुटका....'

अशा प्रकारे हे प्रकरण एकदाचं संपलं! मात्र, या प्रकारानं बरेच महिने मला मानसिक छळ सोसावा लागला. यामुळे अशा प्रकारे कुणाची मदत करावी का, हा प्रश्न ही मनात आल्यावाचून राहिला नाही.

एक १९७२ मधील आठवण आहे. बालगंधर्व रंगमंदिरात 'तरुण तुर्क म्हातारे अर्क' नाटकाचे प्रयोग सुरू होते. सुप्रसिद्ध अभिनेता अविनाश मसुरेकर त्यात काम करत असे. एकाएकी अविनाशच्या पोटात प्रचंड दुखू लागले, उलट्या होऊ लागल्या. अविनाशला घेऊन मोहन मुंगी माझ्याकडं आला. त्याला तपासून मी सांगितलं की, 'ॲक्युट अपेंडिसायटिस आहे. लवकरात लवकर ऑपरेशन करायला पाहिजे.'

मोहनकडून, अविनाशचे वडील एफ. आर. सी. एस. (Fellow of the Royal

College of Surgeons) असल्याचं आणि त्यांचं चेम्बूरला हॉस्पिटल असल्याचं कळलं. मी ताबडतोब त्यांना फोन करून अविनाशच्या दुखण्याबद्दल सांगितलं.

त्यावर डॉ. मसुरेकर म्हणाले, ''डॉक्टर, मी लगेच गाडीत बसतोय. पुण्याला पोहोचतोच आहे. पण तोवर थांबू नका. त्याला ताबडतोब ऑपरेशनला घ्या. 'आय नो इट्स अ ट्रेचरस डिझीस.''

अविनाशचं ऑपरेशन नीट पार पडलं. थोड्याच वेळात त्याचे वडील आले. त्यानंतर चार दिवस ते अविनाशसोबत माझ्या हॉस्पिटलमध्ये राहिले होते. मी राऊंडला आलो की ते न चुकता विचारत, ''कसं आहे आता? त्याला खायला काय देऊ?''

एका एफ. आर. सी. एस. डॉक्टरच्या या सौजन्यपूर्ण वागण्यानं मलाच अवघडल्यासारखं होत असे. चौथ्या दिवशी माझ्या परवानगीनं ते अविनाशला चेम्बूरला घेऊन गेले. त्यांनी पेशंटच्या पित्याची भूमिका चोख बजावली होती. आपण सर्जन असल्याचं त्यांनी कुठंही जाणवू दिलं नाही. आज इतक्या वर्षांनंतरही त्यांचं व्यक्तिमत्त्व माझ्या ठळकपणे लक्षात राहिलं आहे.

ही १९७३ ची गोष्ट. एके दिवशी 'डायझिनॉन' हे विष प्यायलेली स्त्री माझ्या हॉस्पिटलमध्ये दाखल झाली. तिच्यावर उपचार सुरू केले आणि पोलीस स्टेशनला खबरही दिली. काही वेळानं बाईचे सासरे आले. ते पोलीस इन्स्पेक्टर होते. त्यांनी विचारलं, ''पोलिसांना खबर केली आहे का?''

मी म्हणालो, ''हो.''

त्यावर ते म्हणाले, ''म्हणजे आता पैसे देऊन त्यांना 'मॅनेज' करावं लागणार.''

''तुम्ही इन्स्पेक्टर असूनही?'' मी आश्चर्यानं विचारलं.

त्यावर ते म्हणाले, ''पोलीस चौकीत प्रत्यक्ष बाप आला तरी तिथं आम्ही पैसे घेणारच. समजा नंतर लाज वाटलीच, तर घरी आल्यावर पैसे परत करू.''

त्यावर काय बोलणार?

असाच आणखी एक प्रसंग अनुभवला. मी १९७४ च्या सुमाराला एका जागेच्या खरेदीच्या दस्ताचं नोंदणी करण्यासाठी सब-रजिस्ट्रार ऑफिसमध्ये गेलो होतो.

माझ्यासोबत आलेले वकील सहज बोलण्याच्या ओघात मला म्हणाले, ''हे सब-रजिस्ट्रार माझे सासरे होणार आहेत. दोनच दिवसांनी माझं लग्न आहे.''

''मुलीचं लग्न दोन दिवसांवर आलं असेल, तर ते रजेवर असतील ना?'' मी विचारलं.

त्यावर ते वकील म्हणाले, ''अहो, हे लोक आई मेली तरी रजा घेणार नाहीत,

पैशाचं नुकसान होतं म्हणून....''

यावर काय बोलणार, पण असे काही प्रसंग अंतर्मुख करतात, एवढं खरं!

एक १९७७ च्या दरम्यानचा प्रसंग माझ्या लक्षात राहिलाय. त्या दरम्यान मी नीरा या गावी एका डॉक्टरकडं ऑपरेशन्ससाठी जात असे. तो 'प्राणी' जरा भारीच होता. एकदा त्याचं बायकोशी भांडणं झालं. तिनं रागाच्या भरात 'डायझिनॉन' हे विष घेतलं. तर, या पट्ठ्यानं तिला नीरेहून पुण्याला माझ्याकडं आणलं, तेसुद्धा मोटारसायकलवरून! वाटेत दिवेघाटात ती गाडीवरून खाली पडली, तर त्यानं तिला उचलून ओढणीनं स्वत:मागे बांधून इथंपर्यंत आणलं होतं. ती बरी होऊन घरी गेली याचं मला समाधान वाटलं, पण कधी कधी अशी कपाळाला हात लावून घेण्याची वेळही येते.

साधारण १९७२-७३साल असेल, चाकणवरून साळुंखे नावाचा पेशंट तीव्र पोटदुखीने हैराण होऊन माझ्या हॉस्पिटलमध्ये आला. त्याच्या पोटात अल्सर फुटून पू झाला होता. मी पोट उघडून सगळं स्वच्छ करून छिद्र बुजवलं. तो माणूस बरा होऊन घरी गेला. साधारणपणे वर्षभरानं पुन्हा पोटदुखीचा त्रास सुरू झाल्यानं तो दाखवायला आला. मी त्याच्यावर (Vegotomy) आणि (Gastrojejunostomy) करण्यासाठी त्याचं पोट उघडलं, तर एक विलक्षण गोष्ट पाहायला मिळाली. त्याच्या आतड्यावर हवेच्या फुग्यांसारखे दिसणारे अनेक घड (Intestinal Pneumatosis) दिसले. हा प्रकार अगदी दुर्मिळ आढळतो. मी त्याचे फोटो काढले. १९७५मध्ये कॅनडातील मॉन्ट्रिअल येथील कॉन्फरन्समध्ये मी ही केस प्रेझेन्ट केली. नंतर 'इंटरनॅशनल जर्नल ऑफ प्रॉक्टॉलॉजी' या मेडिकल जर्नलमध्येही ती प्रसिद्ध झाली.

पोटदुखीनं त्रस्त एक वृद्धा १९७४मध्ये दवाखान्यात आली. तिला वर्षभर पोट दुखणं-फुगणं, उलट्या असा त्रास होत होता. ती अगदी कृश होती. 'दंताजींचं ठाणंही' उठलेलं दिसत होतं. तिचा एक्स-रे काढला, त्यात ओटीपोटात चार-पाच खडे दिसले. या खड्यांची जागा मूत्रपिंड किंवा पित्ताशयातले खडे असतात त्याच्या कक्षेबाहेर होती. हे सगळे खडे आतड्यात असावेत, अशी मला शंका होती. हे 'कॅल्सिफाईड फायब्रॉईड' असू शकतील, असा रेडिओलॉजिस्टचा अंदाज होता. पण मला ते पटलं नाही, म्हणून त्यांनी बेरियम मील एक्स-रे काढले... आणि माझा अंदाज खरा ठरला. त्या वृद्धेला लहान आतड्याचा क्षयरोग होता, त्यामुळे आतडं दोन-तीन ठिकाणी अरुंद (स्ट्रिक्चर्स) झालं होतं, अशा दोन स्ट्रिक्चर्समधील फुगलेल्या भागात हे खडे होते. मी ऑपरेशन करून हा भाग काढला. आतडं उघडून त्याचे

फोटो काढले. ही वैद्यकीय क्षेत्रातली अत्यंत दुर्मिळ घटना आहे.

पुढे मी क्वालालंपूरमध्ये यासंबंधीचा प्रबंध सादर केला. 'इंटरनॅशनल जर्नल ऑफ सर्जरी'मध्ये हा लेखही प्रसिद्ध झाला होता.

एक १९८४ चा प्रसंग. डॉ. राजेश आनंद हा माझा विद्यार्थी त्याच्या वहिनीला घेऊन माझ्याकडं आला. तिला महिनाभर पोटदुखी, उलट्या, ताप असा त्रास होत होता. पोट तपासताना हाताला गोळा लागत होता. साधारण दीड महिन्यांपूर्वी तिचं कॅम्पमधल्या एका प्रसूतिगृहात सिझेरियन झालं होतं.

तिचं पोट उघडलं तेव्हा बऱ्यापैकी पू दिसला आणि १० बाय १० इंचाचा एक स्पंज! मग तो काढून, पू बाहेर येण्यासाठी नलिका (ड्रेन) ठेवून पोट बंद केलं. ती चांगली बरी होऊन घरी गेली. जाताना राजेशनं बिल विचारलं. मी डॉक्टर किंवा त्याच्या जवळच्या नातेवाइकांकडून बिल घेत नाही, त्यामुळे मी बिल सांगण्यास नकार दिला.

पण राजेश हट्टाला पेटला होता. त्याचं म्हणणं होतं की, एरवी बिल घेऊ नका, पण या वेळी घ्या. त्याला हे पैसे 'त्या' प्रसूतिरोग तज्ज्ञाकडून वसूल करायचे होते. मी त्याला खूप समजावलं, पण तो ऐकायला तयार नव्हता.

तो म्हणाला, ''मी त्यांच्याकडून नक्की पैसे वसूल करणार आहे. त्यांनी चूक कबूल करून पुढचे उपचार केले असते, तर मी गप्प बसलो असतो; पण त्यांनी आपली चूकही कबूल केली नाही आणि योग्य ते उपचारही केले नाहीत.''

अखेर मी नाइलाजानं बिल घेतलं.

अतिशय दिलदार वृत्तीचा, कोणत्याही प्रसंगी मदतीसाठी तत्पर असणारा हा माझा विद्यार्थी आता माझा मित्रच झाला आहे.

पुढील काळात एका पेशंटवरील शस्त्रक्रियांमुळे मी एका कुटुंबाचा घटकही बनलो. माझ्या स्पेशलायझेशनमुळे माझ्याकडे सुरुवातीला 'पुणेकर' पेशंट येऊ लागले, याचं मला समाधान वाटलं. समाधान अशासाठी की, एखादी गोष्ट पुणेकरांनी स्वीकारली, मान्य केली की, मग ती जगभरात कुठेही मान्य होतेच असा एक सिद्धान्त माझ्या ऐकण्यात होता. यातला अतिशयोक्तीचा भाग सोडून बोलायचे झाल्यास मला वाटतं की, कुठल्याही व्यावसायिकाचे ग्राहक त्या-त्या गल्लीतील, भागातील अथवा गावातील असतात असा सर्वसाधारण अनुभव असतो. याशिवाय त्या व्यवसायातील विशेष कौशल्य, पारदर्शीपणा तुमच्याजवळ असेल तर तुमचे अन्नदाते (ग्राहक) ज्या परिघातून येतात, त्याची व्याप्ती वाढून ती त्या व्यावसायिकास समाधान देणारी ठरते. ते समाधान केवळ आर्थिक नसते, तर आपल्या गुणवत्तेचा लाभ ग्राहकांना यथार्थपणे करून देता आला या जाणिवेचे असते. असे समाधान मला

वेगवेगळ्या गावांतून आलेल्या पेशंटस्ने दिले. माझ्याकडे पुण्याच्या आजूबाजूच्या गावांखेरीज मुंबई, नाशिक, जळगाव, मराठवाडा, सोलापूर यांसारख्या महाराष्ट्रातील व कर्नाटकातील आळंद, गुलबर्गा या गावांतूनही पेशंट आले. तसेच बीदडा (सौराष्ट्र), बिकानेर (राजस्थान), अहमदाबाद (गुजरात) अशा भारतातील प्रांतातून तर दोहा-कतारहूनही पेशंट माझ्याकडे आले.

या सर्वांना त्यांच्या व्याधीपासून मुक्तता देण्यात मला यश मिळाले याचे समाधान वाटले. त्यापैकी एक अनुभव सांगण्यासारखा आहे. डॉक्टर पेशंटवर उपचार करीत असतोच परंतु पेशंटने सहकार्य दिल्यास लवकर बरे होण्याचा आनंद तोही उपभोगू शकतो.

अहमदाबाद येथील सौ. मीनाबेन अगरवाल १२ फेब्रुवारी २००५ला माझ्याकडे आल्या. त्या अहमदाबादमधील एका सुप्रसिद्ध मिठाई व्यावसायिकाची पत्नी. माझ्याकडे येण्यापूर्वी त्यांची दोनवेळा अहमदाबादला शस्त्रक्रिया झाली होती. परंतु दोन्ही वेळा ती अयशस्वी ठरली होती. त्यामुळे मीनाबेनसह कुटुंबातील सर्वच जण हतबल झाले होते. शेवटचा उपाय म्हणून माझ्याकडे त्यांना आणले होते. तपासल्यानंतर पुन्हा शस्त्रक्रिया करावी लागणारच हे माझ्या लक्षात आले. मी त्यांना तशी कल्पना दिली आणि त्या तयार झाल्या.

पण शस्त्रक्रिया एवढी सोपी नव्हती. कारण त्यांचे अतिरिक्त वजन आणि त्यासोबत ब्लडप्रेशर, मधुमेह आणि कमकुवत हृदय (डायलेटेड हार्ट) असल्याने भूल देण्यात धोका होता. शस्त्रक्रिया करण्यासाठी निदान वीस किलो वजन कमी करावे लागेल, त्याचबरोबर इतर व्याधींवर उपचार करून धोका किमान पातळीवर आल्यावर शस्त्रक्रिया करता येईल, असा मी सल्ला दिला. मीनाबेन यांनी ते मनावर घेतले आणि चोवीस किलो वजन कमी करून त्या १० मार्च २०१०ला अहमदाबादहून माझ्याकडे आल्या. त्यामुळे तात्काळ १२मार्चला फिश्श्युलाचे व २३ मार्चला पित्ताशयाचे ऑपरेशन केले. त्या चांगल्या बऱ्या झाल्या आणि आणखी चार किलो वजन कमी करून त्या आनंदाने स्वगृही अहमदाबादला परतल्या. यामुळे त्यांच्या कुटुंबातला एक घटक बनल्याच्या समाधानाने माझे मात्र वजन वाढले!

एकदा माझ्या हॉस्पिटलमध्ये चाकूच्या वारामुळे जखमी झालेला एक पेशंट आला. मी त्याच्यावर शस्त्रक्रिया केली, तो बराही झाला. नंतर न्यायालयात केस उभी राहिली, तेव्हा मला साक्षीसाठी बोलावलं होतं.

आरोपीच्या वकिलानं मला प्रश्न केला, ''पेशंटला तुमच्याकडं किती वाजता आणलं?''

''सकाळी आठ वाजता.''

''तुम्ही पोलिसांना किती वाजता कळवलं?''

''सकाळी अकरा वाजता.''

''म्हणजे तीन तास उशिरा. असं का?''

''पेशंटचं ऑपरेशन करणं, त्याचा जीव वाचवणं, हे माझं आद्य कर्तव्य आहे. पोलिसांना कळवणं त्यापुढं दुय्यम आहे.''

''नाही. तुम्ही लगेच कळवणं गरजेचं होतं.''

''रुग्णावर उपचार हेच डॉक्टरचं प्रथम कर्तव्य असतं!'' मी ठामपणे सांगितलं. ते वकील काही त्यांचा हेका सोडेनात, तेव्हा न्यायाधीशांनी त्या वकिलाला फटकारून गप्प केलं आणि माझ्या म्हणण्याला दुजोरा दिला.

मी प्रॅक्टिसला सुरुवात केली. त्या वेळी मी सूट-टाय अशा पोशाखात असायचो. एकदा माझा एक मित्र माझ्याकडं आला आणि म्हणाला,

''माझ्याबरोबर चल. हॉटेलमध्ये चहा घ्यायचा; काय घडतंय ते मुकाट्यानं पाहायचं, काहीही बोलायचं नाही.''

माझा हा मित्र टॅक्स कन्सल्टंट होता. मला त्याच्या बोलण्यावरून काहीही उलगडा झाला नाही, पण मैत्रीखातर त्याच्याबरोबर गेलो.

आम्ही हॉटेलमध्ये चहा पीत असताना झब्बा-पायजमा, टोपी अशा पेहरावातला एक माणूस माझ्याजवळ आला आणि माझ्या खिशात एक पाकीट ठेवून निघून गेला. तो जाताच मित्रानं ते पाकीट माझ्याकडून मागून घेतलं.

''हा काय प्रकार आहे?'' मी त्याला विचारलं.

त्यावर तो म्हणाला, ''तू इन्कमटॅक्स ऑफिसर आहेस, असं मी त्या व्यापाऱ्याला सांगितलं होतं!''

हे ऐकून मला घाम फुटला.

मी म्हणालो, ''अरे, हा माणूस जर कधी पेशंट म्हणून किंवा कुणा नातेवाईकाबरोबर माझ्याकडं आला, तर माझी काय अवस्था होईल?''

पण माझ्या बोलण्याकडं मित्रानं पूर्ण दुर्लक्ष केलं. मला मात्र 'जीवन विद्यापीठा'तला आणखी एक धडा मिळाला!

साधारण १९७१-७२च्या सुमाराला बी. जे. मेडिकल कॉलेजमधील मेडिसिनचे प्रा. सैनानी यांची चिठ्ठी घेऊन एक विद्यार्थी माझ्याकड आला. तो एम.बी.बी.एस.च्या पहिल्या वर्षाला होता. मी शिकत असताना पार्टटाइम नोकरी करत होतो, हे प्रा. सैनानींना माहीत होतं. माझीही गरजू आणि होतकरू विद्यार्थ्यांना मदत करण्याची मनापासून तयारी होती.

सैनानी सरांच्या चिठ्ठीत 'या मुलाला आर्थिक मदतीची गरज आहे, त्याला

काम दे,' असा मजकूर होता. त्यांनी 'या मुलाला उचलून पैसे दे,' असं जराही सूचित केलं नव्हतं.

मी त्या मुलाला विचारलं, ''तुझी काय काम करायची तयारी आहे?''

''काहीही.'' तो म्हणाला.

हॉस्पिटलमध्ये तीन प्रकारच्या सेवा लागतात. डॉक्टर, नर्स आणि मावशी (आया). हा मुलगा अजून डॉक्टर व्हायचा होता. नर्सिंगचं काम म्हणजे पूर्णवेळ नोकरी आणि त्याला मावशीचं काम सांगणं गैर होतं. शिवाय माझ्याकडच्या कामात त्याचा फार वेळ गेला, म्हणून अभ्यास नीट झाला नाही आणि हा नापास झाला, तर ते आणखीनच वाईट!

मग मी यावर विचार करून त्याच्यापुढं प्रस्ताव ठेवला की, त्यानं कॉलेज सुटल्यानंतर फ्रेश होऊन चहा घेऊन, सायंकाळी सहापर्यंत माझ्या हॉस्पिटलमध्ये यावं. येताना सोबत अभ्यासाचं एक पुस्तक आणावं, रोज दोन तास अभ्यास करावा. मला वेळ असेल तेव्हा मी त्यानं त्या दिवशी केलेल्या अभ्यासावर एखादा प्रश्न विचारायचा आणि मग त्यानं जायचं. या कामासाठी म्हणजे अभ्यासासाठी दरमहा ऐंशी रुपये पगार ठरला. मी एका खोलीत त्याच्या अभ्यासाची सोयही केली.

ठरल्याप्रमाणं तो मुलगा येऊ लागला आणि चारच दिवसांनी यायचा बंद झाला.

सरांकडून १९७३-७४च्या सुमारास आणखी एक विद्यार्थी चिट्ठी घेऊन आला.

सरांनी चिट्ठीत लिहिलं होतं, 'या मुलाला काय आणि कशी मदत करता येईल ते बघ.'

त्या विद्यार्थ्याची काय अडचण आहे, याबद्दल विचारलं असता तो म्हणाला, ''होस्टेलची फी भरण्यासाठी अडीचशे रुपये हवे आहेत.''

मी त्याला ते पैसे देण्याचं कबूल केलं, पण त्या वेळी माझ्या खिशात तेवढे पैसे नसल्यानं मी त्याला दुसऱ्या दिवशी संध्याकाळी यायला सांगितलं.

त्या दरम्यान माझ्या हॉस्पिटलमध्ये एक पार्टटाइम एक्स-रे टेक्निशियन होता. तो ससून हॉस्पिटलमध्येही काम करत असे. मी विचार केला की, या मुलाच्या हातात पैसे देण्यापेक्षा, त्याचं नाव आणि रूम नंबर सांगून, या टेक्निशियनला त्याची फी भरायला सांगावे आणि थेट पावतीच त्या विद्यार्थ्याच्या हातात ठेवावी. त्यानुसार मी दुसऱ्या दिवशी सकाळी त्या टेक्निशियनला पैसे देऊन फी भरायला पाठवले. तो संध्याकाळी परत आला, तेव्हा माझ्या हातात ते पैसे ठेवत म्हणाला, ''त्या मुलाची होस्टेलची फी भरलेली आहे.''

त्यानंतर तासाभरानं तो विद्यार्थी पैसे न्यायला हजर झाला.

मी त्याला विचारलं, "तुझी होस्टेलची फी भरायला अजून किती मुदत आहे?''

तो म्हणाला, "एका आठवड्याच्या आत फी भरायची आहे.''

मग मी त्याला सगळा प्रकार सांगितला. त्यावर तो चपापून म्हणाला, "मी मित्राकडून पैसे उसने घेऊन चार दिवसांपूर्वींच फी भरली होती.''

"मग तसं का नाही सांगितलंस?''

त्यावर तो गप्प राहिला आणि निघून गेला, अर्थातच रिक्त हस्ते!

'भावी डॉक्टरां'चे हे दोन्ही अनुभव माझ्या स्मरणात राहिले आहेत. पण एक विशेष उल्लेखनीय अनुभव चिरस्मरणीयही आहे.

डॉ. सुनीलदत्त चौधरी

सुनीलदत्त प्रथम माझा विद्यार्थी आणि त्यानंतर माझ्याकडेच हाउसमन होता. त्याचे वडील जळगाव येथे प्रसिद्ध फॅमिली फिजिशियन होते.

एकदा ते पुण्याला आले तेव्हा सुनील त्यांना भेटायला गेला. गप्पांमध्ये माझी, हॉस्पिटलची सखोल चौकशी त्यांनी त्याच्याजवळ केली. ते म्हणाले, "मूळव्याध कधी ऑपरेशनने बरे होत नाही, ते परत-परत होते. आता ऑपरेशन झालेले लोक २-४ वर्षांनी परत तोच त्रास झाल्याचे सांगत येणार.'' त्यावर सुनील म्हणाला, "पण मी येथे पेशंटना परत आल्याचे पाहिले नाही.'' सुनीलने हे मलाही सांगितले. तेव्हा मी त्याला म्हणालो, "मूळव्याधीसारखे अनेक विकार त्या जागी होतात. पण पेशंटला वाटते की, परत मूळव्याधीचाच त्रास होत आहे. या गैरसमजामुळे मूळव्याधीसाठी परत-परत ऑपरेशन करावे लागते, असा समज (गैर) असतो. तुझ्या काळात ज्यांची ऑपरेशन्स झाली, त्यांना परत मूळव्याधीचाच त्रास झाल्याने ते नंतर २-४ वर्षांनी येतील, हे तुझ्या वडिलांचे विधान खरे असेल, तर गेल्या १५-२० वर्षांत मी ज्यांच्यावर शस्त्रक्रिया केल्या, त्यांच्यापैकी या वर्षांत परत आलेले किती पेशंट तुला पाहायला मिळाले?'' तो म्हणाला, "एकही नाही.'' मग हे त्याने वडिलांना सांगितल्यावर माझ्याकडे तो हाउसमन म्हणून आहे, त्याचेही त्यांना समाधान वाटले.

सुनील हा एक चांगला सिन्सिअर विद्यार्थी होता. त्याची गुरुभक्तीही वाखाणण्याजोगी. हा शिष्योत्तम आता एक पूजनीय डॉक्टर म्हणून जळगावमध्ये खूप नावारूपाला आला आहे. त्याच्या पेशंटच्या लेखी त्याचे स्थान देवासारखे आहे. अर्थातच मलाही त्याचे समाधान वाटते. अलीकडेच कन्याकुमारी ते लेह हा प्रवास विक्रमी वेळेत पूर्ण करून त्याने आपले नाव 'लिम्का बुक ऑफ रेकॉर्ड्स'मध्ये नोंदले आहे. सुनीलने त्याच्या पाच शिक्षकांच्या नावे 'महाराष्ट्र आरोग्य विज्ञान विद्यापीठा'मध्ये देणग्या दिल्या आहेत. या रकमेतून प्रत्येक शिक्षकाच्या नावाचे सुवर्णपदक त्या पारितोषिक

प्राप्त विद्यार्थ्याला दिले जाते. माझ्या नावाने दिल्या जाणाऱ्या सुवर्णपदकासारखाच असणारा हा माझा विद्यार्थी साधुसंतांच्या सेवेतही रमलेला मी पाहिलेला आहे. त्याच्या या नि:स्वार्थ वर्तनाबद्दल त्याला अनेक पुरस्कारांनी गौरविण्यात आले आहे.

माणूस अनुभवानं शहाणा होतो, समृद्धही होतो. मला डॉक्टर म्हणून पेशंटकडून कायम सुखावणारे आणि चांगलेच अनुभव आले, याचं समाधान आहे. क्वचित वाईट आणि काही वेगळे अनुभव आले. एका परिचित कुटुंबातील मुलानं दिलेला असाच एक अनुभव लक्षात राहिला आहे.

या मुलाचं त्याच्या सावत्र आईशी पटत नसे आणि वडिलांचं तिच्यापुढे फारसं चालत नसे. त्यामुळे तो मुलगा घरात फार वेळ थांबायचाच नाही. त्यातूनच त्याला वाईट संगत लागली. एके दिवशी तो पोटात खूप दुखतंय म्हणून माझ्या हॉस्पिटलमध्ये आला. त्याला तपासल्यावर पोटात अल्सरच्या जागी छिद्र पडून पू झाल्याचं लक्षात आलं. मग त्याच्यावर तातडीनं शस्त्रक्रिया केली. आठ-दहा दिवसांत तो बराही झाला. या दरम्यान त्याला भेटायला कुणीही नातेवाईक किंवा मित्र आले नाहीत. औषधं वगैरे सगळी व्यवस्था माझ्या हॉस्पिटलमध्येच केली होती. अर्थात, दुसरा पर्याय नव्हताच! त्याला डिस्चार्ज देताना, त्यानं बिलाबद्दल बरीच घासाघीस केली आणि पैशांची सोय करून लवकरच बिल भरतो, असं सांगून तो गेला तो पुन्हा आजतागायत दिसलेला नाही!

त्यावरून मला एक विनोद आठवतो – एका पेशंटनं खूप घासाघीस करून डॉक्टरांना दहा हजारांचं बिल कमी करून, आठ हजार रुपये करायला लावलं. मग तुमचे पैसे नंतर पाठवून देतो, असं सांगून तो पेशंट आणि त्याचे मित्र निघून गेले. बाहेर आल्यावर त्यातल्या एका मित्रानं त्याला विचारलं, ''का रे, एवढी घासाघीस का केलीस? तू बिल बुडवणार आहेस, हे मला माहीत आहे.''

त्यावर तो पेशंट उत्तरला, ''खरं आहे तुझं, पण डॉक्टरांनी एवढी मदत केली, तर निदान त्यांना दहाऐवजी आठ हजारच बुडाल्याचं समाधान मिळावं, म्हणून!''

अशाही 'जाती'चे पेशंट असतात! खरं म्हणजे, डॉक्टरकडं पेशंट आला की त्याचं डॉक्टरशी एक नातंच निर्माण होतं; पण असे काही प्रसंग त्याला छेद देऊन जातात.

बऱ्याचदा डॉक्टरला आणखी एक काम करावं लागतं, ते म्हणजे सर्टिफिकेट देण्याचं —

जन्म-मृत्यूची नोंद असो, आजाराचे फिट-अनफिट, नोकरीसाठी फिट-अनफिट, ॲक्सिडेंटमुळे वा मारामारीने झालेल्या इजांचे आणि त्यामुळे आलेल्या वैगुण्याचे

प्रमाण (diability), विष, मद्य प्राशन केले आहे वा नाही, लग्नानंतर लैंगिक क्षमता आहे अथवा नाही, बलात्कार झाला आहे वा नाही, मृत्यूपत्र करते समयी व्यक्ती शारीरिक व मानसिकदृष्ट्या सक्षम आहे का... या आणि अशासारख्या इतर कारणांसाठी मेडिकल सर्टिफिकेट लागते.

अलिकडे अशी सर्टिफिकेट्स खरी वा खोटी पैसे देऊन सहज मिळतात हा जनसामान्यांचा समज अनाठायी नाही, हे खेदाने कबूल करावे लागते. पेशंट औषधोपचाराचे आणि तपासणीचे पैसे देत असताना त्याबाबतच्या सर्टिफिकेटसाठी फी घेऊ नये असे माझे वैयक्तिक मत आहे. मी कुठल्याच सर्टिफिकेटसाठी फी घेतली नाही. मात्र एखादी व्यक्ती परीक्षेला बसत असेल आणि अभ्यासासाठी वैद्यकीय रजा घेणार असेल तर मी खोटे सर्टिफिकेटही दिले आहे, पण... फी न घेता!

माझा एक भाचा एकदा त्याला पी. टी.ला हजर राहायचे नव्हते म्हणून सर्टिफिकेट मागायला माझ्याकडे आला होता; परंतु मी त्याला सर्टिफिकेट दिले नाही. एक पोलीस इन्स्पेक्टरही 'प्रतिबंधक लस टोचली आहे.' अशा मजकुराचे सर्टिफिकेट हवे म्हणून माझ्याकडे आले, पण तेही देण्यास मी नकार दिला. कारण त्यांनी ती लस टोचून घेतलेली नव्हती. अशा वेळी नात्याचा-मैत्रीचा विचार बाजूला ठेवायलाच हवा असे मला वाटते.

खऱ्या आजारपणासाठी सर्टिफिकेट हा एक प्रकार आणि कधी सोईनं आजारी पडण्याचं सर्टिफिकेटही द्यावं लागतं.

या संदर्भात 'खरं' सर्टिफिकेट देऊनही विचित्र अनुभव कसा येऊ शकतो, ते मी पाहिलं आहे.

एके दिवशी डॉ. संजय देवधरचा फोन आला. आवाजावरून तो जरासा चिंतेत वाटला. त्याच्याकडून समजलं की, एक पेशंट पोटदुखीची तक्रार घेऊन त्याच्याकडं आला होता. संजयनं त्याचा केसपेपर करून, त्याला तपासून औषध दिलं होतं. तो पेशंट कामावर गेला नव्हता, म्हणून त्याला आजारी असल्याचं सर्टिफिकेटही दिलं होतं. त्यानंतर आठवड्याभरानं त्या पेशंटच्या ऑफिसमधून संजयला फोन आला. त्यांनी सगळी चौकशी केली आणि सांगितलं की, 'हा माणूस त्या तारखेला तुरुंगात होता.' हे ऐकल्यावर संजय उडालाच! त्याला काय उत्तर द्यावं कळेना. संजयचा प्रामाणिकपणा आणि तत्त्वांबद्दल मला जराही शंका नव्हती, पण वस्तुस्थिती काय होती? औषधोपचार घेऊन गेलेला माणूस आणि 'सर्टिफिकेट'मधला माणूस वेगवेगळे होते!

या प्रसंगावरून एक गोष्ट लक्षात आली की, बँका किंवा मोबाईल वितरक जसे फोटो, राहण्याचा पत्ता असे 'आयडेंटिटी प्रूफ' मागतात; तसंच डॉक्टरनंही मागण्याची नितांत गरज आहे. अजून तरी कुठं अशी पद्धत नाही. पण डॉक्टरनं पेशंटवर विश्वास कसा ठेवायचा, हा प्रश्न अशा निमित्तानं उपस्थित होतो. भारत

सरकारनं नंदन नीलेकणींच्या नेतृत्वाखाली 'युनिक आयडेंटिटी नंबर' (UID)ची योजना आखली आहे. त्याचा डॉक्टरांनाही उपयोग होईल, अशी आशा करू या.

१२.

नाती रक्ताची

डॉक्टरचा आणि रक्ताचा संबंध बऱ्याचदा येत असतो. पण रक्ताचं नातं हे वेगळं आणि महत्त्वाचं असतं. डॉक्टर हा माणूसच असल्यानं अर्थातच त्यालाही त्याचं महत्त्व असतंच. माझ्या लेखी माझी रक्ताची नाती म्हणजे लाख मोलाची ठेव आहे. त्यातसुद्धा आई-वडिलांच्या नात्याचं मोल काय सांगावं!

माझ्या आजोळची म्हणजे आईच्या घरची परिस्थिती बेताचीच होती. उस्मानाबाद जिल्ह्यातल्या गणेगाव या छोट्या खेड्यात तिचं बालपण गेलं होतं. त्या काळी म्हणजे ऐंशी वर्षांपूर्वी ती सातवीपर्यंत शिकली होती. तेव्हा मुलींना शिकवणं, हे फार सुधारलेपणाचं लक्षण मानलं जात असे. आईचं लग्न तेरा-चौदाव्या वर्षीच झालं. वडिलांचीही परिस्थिती बेताचीच होती. त्यांनी लग्नानंतर प्रथम आळंदला आणि नंतर सोलापूरला शिक्षक म्हणून नोकरी केली. त्यांचं अक्षर अतिशय सुंदर, वळणदार होतं. ते गणित आणि इंग्रजी हे विषय अतिशय उत्तम शिकवत असत. मात्र, प्रश्नांची उत्तरं किंवा गणित चुकलं की गालावर किंवा मांडीवर वळ उठण्याइतका मार मिळत असे. अभ्यास किंवा खोड्या यासाठी हा प्रसाद आम्हा सर्वंच भावंडांना नित्यनेमाने मिळत असे. याला अपवाद फक्त मोठ्या बहिणीचा – स्नेहलताचा असे!

माझी आई दिसायला छान होती, खूप हुशारही होती. तिचं वाचन अफाट होतं, त्यामुळे आम्हा भावंडांना चांगली शिकवण मिळाली. ती इंग्रजी शिकलेली नव्हती; पण शनिवारात माझं हॉस्पिटल सुरू झाल्यानंतर ती नर्स किंवा डॉक्टरला एखादं औषध किंवा इंजेक्शन सापडत नसेल, तर ते अचूक शोधून देत असे. असं बऱ्याचदा घडलंय. हे तिला कसं जमायचं, हे कोडंच होतं!

माझ्या हॉस्पिटलमध्ये पेशंटकडं व्यवस्थित लक्ष दिलं जातं ना, कर्मचारी पेशंटशी सौज्यन्यानं वागतात ना, याकडं तिचं बारीक लक्ष असे. त्यामुळे कर्मचारीवर्गाला तिचा दरारा वाटत असे. पेशंट आणि त्याच्या नातेवाइकांना समाधान आणि जिव्हाळा

लाभत असे. ती फक्त माझीच आई नव्हती... ममतेची पाखर सर्वांवरच घालण्याचं जणू तिनं व्रतच घेतलं होतं!

मात्र, तिच्या बाबतीतला एक प्रसंग माझ्या मनात सल बनून रुतून राहिला आहे.

आमचे लक्ष्मी सोसायटीतले घर १९७९ च्या नोव्हेंबरमध्ये बांधून तयार झाले. माझ्या वडिलांची आठवण म्हणून मी त्या बंगल्याला नाव दिलं 'गुलाब.' नव्या घरी राहायला जाताना सोबत आईलाही घेऊन जावंसं वाटणं स्वाभाविकच होतं. तिचं १९५८मध्ये कर्करोगाचं निदान झालं होतं. त्यानंतर १९७९मध्ये तिला मूत्राशयाचा कर्करोग झाला होता. आम्ही नवीन घरी राहायला येण्याबाबत खूप विनवण्या केल्या, पण काहीही उपयोग झाला नाही. आम्ही तिला सोडून राहायला जाणं शक्यच नव्हतं, त्यामुळे मग आम्हीही नव्या घरी जायचा बेत रद्द केला. आई ९ जुलै १९८०रोजी आम्हाला कायमची सोडून गेली. जाण्याआधी आई खूप रडली होती, त्या वेळी तिनं बंगल्यात राहायला न येण्यामागचं कारण सांगितलं, ते ऐकून माझ्या काळजाला घरं पडली.

'...त्या वेळी माझी दोन घरं झाली होती. एक शनिवारातील हॉस्पिटलच्या वरच्या मजल्यावर आणि दुसरं सेनापती बापट रस्त्यावरील बंगला. पण राजाभाऊचं मात्र एकही घर नव्हतं, याचं शल्य तिला होतं. मी बंगल्यात राहायला जाताना अर्थातच राजाभाऊलाही सोबत नेणार होतोच, पण तो त्याआधीच आदिनाथ सोसायटीत त्याच्या सासर्‍यांनी दिलेल्या फ्लॅटमध्ये राहायला गेला होता. त्याचं असं जाणं आम्हाला कोणालाच पसंत नव्हतं. त्यानं कॉलेजमध्ये असताना दिवसाकाठी किमान चार तास अभ्यास केला असता, तरी पुढचं सगळं चित्रच बदललं असतं. त्याचंही मोठं घर झालं असतं. पण त्या वेळी कानीकपाळी ओरडूनही त्यानं माझ्या बोलण्याकडे दुर्लक्ष केलं होतं. माणसानं सगळं काही असूनही आळसानं काहीच केलं नाही, तर त्याचे दूरगामी दुष्परिणाम त्याला खूप सोसावे लागतात... काहीही असो, आई बंगल्यात राहायला आली नाही, एवढं खरं!'

आमचं पहिलं अपत्य मिलिंद. त्याचा जन्म २१ जुलै १९६६चा. घरातला पहिलाच मुलगा असल्यामुळे, त्याचे सगळ्यांनीच भरपूर लाड केले. मिलिंद नऊ महिन्यांचा झाला तरी रांगत नव्हता. एके दिवशी तो खुर्चीला धरून उभा होता.

मी त्याला सहज म्हटलं, ''ये, इकडं ये.''

तर, तो सरळ चालत माझ्या दिशेनं आला आणि त्या दिवसापासून चालायलाच लागला!

मिलिंद अडीच वर्षांचा झाल्यावर, त्याला आमच्या घराजवळच्याच एका प्ले

ग्रुपमध्ये घातलं. थोडे दिवस तो खुशीत शाळेत गेला. एके दिवशी मात्र त्यानं शाळेतून आल्या-आल्या जाहीर केलं, ''मी शाळेत जाणार नाही.''

तीन-चार दिवस झाले तरी तो त्याच्या निर्णयावर ठाम होता. त्याला गोळ्या, चॉकलेट, आइस्क्रीम अशी काहीही लालूच दाखविली की, तो ते घ्यायचा; पण लगेच सांगून टाकायचा, ''....तरीही मी शाळेत जाणार नाही.''

शाळेत न जाण्याचं कारण सांगायला मात्र तो तयार नव्हता. प्ले ग्रुप असल्यामुळे आम्हीही ते फार लावून धरलं नाही.

एका रविवारी आम्ही तिघं बाहेर चाललो होतो. वाटेत एक म्हैस एका बाईच्या अंगावर धावून जाताना पाहिली. त्याबरोबर मिलिंद म्हणाला, ''दादा, आपल्याला एक म्हैस घ्या. मी ती शाळेतल्या बाईंच्या अंगावर घालीन.''

तेव्हा कुठं आम्हाला त्याच्या शाळेत न जाण्याचं कारण कळालं!

मग त्याला विचारलं, ''दुसऱ्या शाळेत जाशील का?''

त्यावर म्हणाला, ''शाळा आणि बाई पाहून ठरवू.''

मग टिळक रस्त्यावरील पिल्लेंच्या शाळेला आणि बाईंना पसंती मिळाली!

पुढं एप्रिल १९७०मध्ये आम्ही शनिवार पेठेत हॉस्पिटलच्या वरच्या मजल्यावर राहायला आलो, तेव्हा मिलिंद नवीन मराठी शाळेत जाऊ लागला.

एकदा त्याची चप्पल हरवली. त्याची आई दुसरा चप्पलजोड आणायला निघाली. तेव्हा मी नकाराधिकाराचा वापर केला होता. मुलांनी वस्तू सांभाळायला शिकलं पाहिजे. चप्पल हरवली, तर सहा महिने दुसरी आणायची नाही. पायाला खडे कसे टोचतात, पाय कसे पोळतात; ते समजायला हवं. ज्या मुलांना परिस्थितीअभावी चप्पल मिळणं शक्य नसतं, त्यांच्या यातनांचीही जाणीव असावी, हा माझा हेतू होता.

मुलांना कपड्यांचेसुद्धा दोन-तीनपेक्षा जास्त जोड नसावेत, यावर माझा कटाक्ष असे. मुलांना लग्नसमारंभ वगैरेंसाठी चांगले कपडे असावेत, हा त्यांच्या आईचा आग्रह रास्त होता. त्यामागं 'लोक काय म्हणतील?' हा विचारही असायचा.

त्यावर मी म्हणायचो, ''काय म्हणतील लोक? डॉक्टर गांधींच्या मुलांना चांगले कपडेसुद्धा नाहीत, हेच ना? ते ऐकून घ्यायची माझी तयारी आहे!''

मुलांना लहानपणापासूनच हवं ते भरभरून मिळते, अशी सवय लागली की त्यांना पैशाचं मोल कळत नाही. कुठल्याच गोष्टीची अपूर्वाई राहत नाही. हे सगळं मिळवण्यासाठी कराव्या लागणाऱ्या कष्टांची जाणीव तर मुळीच होत नाही. शिवाय, प्रत्येक वेळी आपल्या मनाजोगं घडतं, हवं ते मिळतंच, अशी त्यांची धारणा झाली; तर हे भविष्याच्या दृष्टीनं त्रासदायक होऊ शकतं. दुर्दैवानं त्यांना भविष्यात उत्पन्नाचं भक्कम साधन मिळालं नाही तर मुलं सैरभैर होतात, त्यांना नैराश्य येऊ शकतं. मुलं

नकार पचवायला जर कधी शिकलीच नाहीत, त्यांच्यात नकाराला सामोरं जाण्याची ताकद निर्माण झालीच नाही; तर ती कुठल्याही गैरमार्गाचा अवलंब करण्याची किंवा निराश, हताश होऊन वैफल्यग्रस्त आयुष्य कंठण्याची शक्यता अधिक असते.

आपण मुलांच्या गरजा सीमित ठेवल्या, त्यांच्यात नकार पचवण्याचंसुद्धा सामर्थ्य निर्माण केलं; तर त्यांच्यात प्रतिकूल परिस्थितीलासुद्धा हसत तोंड देण्याची वृत्ती निर्माण होते. मुलांना चांगल्या सवयी आणि शिस्त लावण्याचे काम सर्वस्वी त्यांच्या आईनेच केले. क्वचित मी त्यांच्यावर हात उचलला आहे. पण त्याही वेळी त्यांची चूक नव्हती, हे लक्षात आल्यानंतर मी मोकळेपणे त्यांची माफीही मागितली आहे.

मुलांना लहानपणापासूनच बाहेरच्या जगाची ओळख व्हावी, त्यांना व्यवहार कळावा यासाठी त्यांची आई त्यांना काही वस्तू विकत आणायला दुकानात पाठवायची. एकदा मिलिंदला वही हवी होती. तिने त्याला कोपऱ्यावरच्या दुकानात वही आणायला पाठवलं. तो वही घेऊन आला, पण त्या वहीची छपाई फारच वेडीवाकडी असल्यामुळे त्याला वही बदलून आणायला पाठवलं. तो पुन्हा दुकानात गेला, तेव्हा दुकानदार वैतागून म्हणाला, ''खराब आहे तर जा... उकिरड्यावर नेऊन टाकून दे.''

त्याप्रमाणे मिलिंदनं वही उकिरड्यावर नेऊन टाकली आणि तो परत दुकानात हजर झाला. दुकानदारानं कपाळावर हात मारून घेतला!

आमच्याकडं वास्तुशांतीला बरेच पाहुणे आले होते. त्यात मुंबईहून आलेल्या माझ्या सहा वर्षांच्या भाच्याला – मृगांकला – आमच्या नव्या घरी तीन टॉयलेट्स पाहून फार आश्चर्य वाटलं होतं.

तो त्याच्या आईला सांगत होता, ''आई, हे लोक बरेच श्रीमंत दिसतायत. यांच्या घरी बघ तीन-तीन टॉयलेट्स आहेत.''

त्या वेळी मिलिंद, मृगांकपेक्षा लहान होता. त्यांचं बोलणं ऐकून मिलिंद म्हणाला, ''अरे नाही! आमच्याकडं पैसे नसतात म्हणून तर येणारे पेशंट माझ्या दादांना थोडे-थोडे पैसे देतात... मी स्वत: पाहिलंय.''

मिलिंद आठवीत होता तेव्हाची गोष्ट आहे. एकदा तो 'किशोर' मासिक वाचत होता. वाचताना मध्येच उठून तो माझ्याजवळ येऊन म्हणाला, ''दादा, हे पान वाचा.''

त्यामध्ये एका अपंग मुलाबद्दल लेख आला होता.
मिलिंद म्हणाला, ''आपण याला मदत करायची का?''
मला त्याचं फार कौतुक वाटलं.
मी म्हटलं, '' तूच पत्र लिहून त्याला बोलावून घे.''

त्याप्रमाणे मिलिंदनं त्याला पत्र लिहिलं. त्यानुसार एका रविवारी गडहिंग्लज जवळच्या शेंद्री गावाहून तो अपंग मुलगा – बाळू गिलबिले, त्याची आई आणि त्याचे सावंत गुरुजी आमच्याकडं आले. बाळूला जन्मतःच उजवा हात फक्त कोपरापर्यंत होता, त्यावर फक्त दोन बोटं होती आणि डावा हात खांद्यापासून तीन इंच लांब होता. त्याची अवस्था पाहून कुणाचंही मन कळवळलं असतं!

बाळू जिद्दी, उत्साही आणि चुणचुणीत वाटला. तो आठवीत होता. तो शाळेतही नियमित जात होता. बरोबरीच्या मुलांच्या हेटाळणीला न जुमानता खेळात भाग घेत होता. हात 'नॉर्मल' नसूनही तो लिहायला शिकला होता. पायाचा अंगठा आणि त्याशेजारचं बोट यामध्ये पेन धरून तो लिहित असायचा. त्याचं 'चरणाक्षर' अगदी मोत्यासारखं वगैरे नसलं, तरी इतर मुलांच्या हस्ताक्षरापेक्षा सरस होतं! बाळूची इच्छा आणि त्याचा उत्साह पाहून सावंत गुरुजी त्याला प्रोत्साहन देत होते, मदत करत होते.

बाळूनं आमच्याकडं त्याच्या त्या एक-दीड इंच लांबीच्या दोन बोटांत चमचा अगदी व्यवस्थित धरून पोहे खाल्ले, चहाही बशीत अगदी सफाईनं ओतून घेतला. त्याच्याशी मारलेल्या थोड्याफार गप्पांतून त्याच्याबद्दलची माहिती घेतल्यावर मी त्याला विचारलं,

"बाळू, तुला काय मदत हवीय?"

तो म्हणाला, "मला कृत्रिम हात बसवून हवाय."

कृत्रिम हाताचा त्याच्या वाढत्या वयाला फार दिवस उपयोग होणार नाही, हे मी त्याला समजावायचा प्रयत्न केला, पण त्याचा बालहट्ट कायम होता.

मग मी त्याला वानवडीच्या कृत्रिम अवयव केंद्रात घेऊन गेलो. आत्ता बसवलेला हात एक-दोन वर्षांनी निकामी ठरेल, असं तिथल्या तज्ज्ञांनीही सांगितलं; पण बाळूचं ते समजून घेण्याचं वयच नव्हतं. अखेर त्याला कृत्रिम हात बसवला. तो हात तो व्यवस्थित वापरूही लागला. पण वर्षभरातच त्याला आमच्या म्हणण्याची प्रचीती आली.

आता तो हात त्याला उपयोगी पडेना, पण त्यानंही पुन्हा दुसऱ्या हातासाठी आग्रह धरला नाही. मात्र, तो आपल्याला दोन्ही हात नाहीत, या दुःखाला कवटाळून बसणारा मुलगा नव्हता. मी त्याला शिक्षणासाठी लागेल ती सर्व मदत करण्याची तयारी दाखवली. त्यानं अभ्यासाबरोबरच खेळ, पोहणं, सायकल चालवणं, टायपिंग अशा गोष्टी इतर शारीरिकदृष्ट्या सक्षम मुलांपेक्षा लवकर आत्मसात केल्या. बाळू १९८७मध्ये चांगल्या गुणांनी बी. कॉम. उत्तीर्ण झाला. दूरदर्शनवर 'मुलखावेगळी माणसं' या कार्यक्रमात तो झळकला. त्यामध्ये त्याच्या जिद्दीचं आणि जबरदस्त इच्छाशक्तीचं दर्शन सर्वांना घडलं. एवढंच नव्हे, तर तिसरीतील मराठीच्या क्रमिक

पाठ्यपुस्तकात त्याच्या जीवनावर आधारित 'जिद्' हा धडा समाविष्ट करण्यात आला. मात्र, पदवीधर होऊनही बाळूला कुणी नोकरी द्यायला तयार होईना.

मग मी माझ्या ओळखीनं बी. जी. शिर्के यांच्या वाशी येथील बांधकामावर त्याला नोकरी मिळवून दिली, पण तिथं मिळणाऱ्या पगारात त्याला सगळं घर चालवणं अवघड झाल्यानं तो परत आला. मग आम्ही खूप विचार केला. अखेर मी मार्ग सुचवला की, त्यानं टेलिफोन बूथ चालवावा. टेलिफोन विभागाच्या अधिकाऱ्यांनी बाळूचं हाताच्या त्या दोन बोटांनी आणि पायाच्या बोटांत पेन्सिल धरून नंबर फिरवण्याचं कौशल्य पाहून त्याला बूथ चालवण्याची परवानगी दिली.

बाळू टेलिफोन बूथ चालवणार, हे निश्चित झालं. हा बूथ एखाद्या हॉस्पिटलजवळ किंवा शैक्षणिक संस्थेजवळ असावा, असा विचार करून मी समाजकार्याशी संबंधित असणाऱ्या दोन नामांकित हॉस्पिटलशी आधी संपर्क साधला. पण त्यांनी जागा देण्यास असमर्थता दर्शवली. मग शैक्षणिक संस्थांमध्ये मला भारती विद्यापीठाचा प्राधान्यानं विचार करावासा वाटला.

त्याप्रमाणे मी ताबडतोब डॉ. पतंगराव कदम यांना जाऊन भेटलो. त्यांनी अतिशय तत्परतेनं बाळूला जागा द्यायची तयारी दाखविली आणि मला म्हणाले, ''डॉक्टर, हे खरं समाजकार्य! नाहीतर आम्ही नुसत्या गप्पा मारतो!!''

डॉ. पतंगराव कदम यांनी बाळूला त्यांच्या पुणे-सातारा रस्त्यावरील भारती विद्यापीठाच्या आवारात लगेच आणि तीसुद्धा विनामूल्य जागा दिली. एवढंच नव्हे, तर बूथ बसवण्यासाठी सगळी मदतही केली. मला त्यांच्या प्रांजळ कबुलीचं आणि तत्पर मदतीचं फार विशेष वाटलं.

माझ्या सहज विनंतीवरून, डॉ. पतंगराव कदम यांनी केलेल्या साह्यामुळे बाळू स्वतःच्या पायावर उभा राहिला. त्याचं चांगलं बस्तान बसलं. पुढं १९९३मध्ये त्याचं लग्न झालं. पायाला पोलिओ झाल्यानं अपंगत्व आलेली, पण अत्यंत सुस्वभावी मुलगी बाळूला सहचारिणी म्हणून लाभली. त्याच्या लग्नानंतर पुण्याला आमच्या घरी स्वागतसमारंभ ठेवला होता. त्याला माझे नातेवाईक, मित्र याचबरोबर बी. जी. शिर्के आणि पतंगराव कदम हेही आवर्जून उपस्थित राहिले, याचा मला विशेष आनंद वाटला. पुढं बाळूनं भारती विद्यापीठाजवळच एक फ्लॅट घेण्याचं ठरवलं. तेव्हा ॲड. संध्या पटवर्धन आणि ॲड. अनिल सरदेसाई यांनी कागदपत्रांचं सगळं काम विनामोबदला करून दिलं. तो फ्लॅट बाळूनं कर्ज न काढता घेतला. त्याला दोन अपत्यंही झाली. एकंदरीत आता त्याचा सुखी संसार सुरू आहे.

बाळूनं अपंगांसाठी मागदर्शक ठरणारी एखादी चळवळ उभारावी, अशी कल्पना मी त्याला बोलून दाखवली. या कामात लागेल ती सर्व मदत करण्याची तयारीही दर्शवली; पण बाळूनं ते अजून मनावर घेतलं नाही याची मला खंत वाटते...

मात्र, मिलिंदला लहान वयातच झालेल्या एका जाणिवेमुळे एका आयुष्यात यशस्वी स्थित्यंतर घडलं याचं मला फार समाधान आहे!

मिलिंद दहावीत गेल्यावर मी त्याच्या अभ्यासाकडं जास्त लक्ष द्यायला सुरुवात केली. पहाटे त्याच्याबरोबर उठून त्याचा अभ्यास घेऊ लागलो. पण तो अभ्यासाला बसला तरी त्याचं लक्ष मात्र खिडकीबाहेर पक्ष्यांकडं असायचं. त्याच्याकडून अभ्यास करून घेण्यासाठी त्याच्या आईलाही खूप प्रयास पडायचे. मग मी त्याला आमिष दाखवलं की, तू बारावीला जर चांगला अभ्यास करून, तुझ्या गुणवत्तेवर एम.बी.बी.एस.ला प्रवेश मिळवलास तर तुला हवं ते बक्षीस देईन.

आणि त्यानं खरंच गुणवत्तेवर मेडिकलला प्रवेश मिळवला. मग माझ्या मनात नसूनही, दिलेला शब्द पाळण्यासाठी मला त्याला इम्पोर्टेड मोटरसायकल घेऊन द्यावी लागली.

दुचाकी चालवण्याच्या या अनुभवाच्या बळावर त्यानं एकदा कार चालवण्याची इच्छा दर्शविली आणि कधीही कार न चालवलेल्या मिलिंदनं अतिशय सफाईदारपणे कार चालवली. मी गाडीत शेजारीच बसलो होतो.

काही गडबड झाली तर आपण आहोतच, हा विचार करूनच मी त्याला गाडी चालवू दिली होती... पण तशी काही गरजच पडली नाही!

मिलिंद ऑर्थोपेडिक सर्जन झाल्यानंतर त्याच्या लग्नाचा विचार सुरू झाला. बऱ्याच मुली पाहिल्या; पण माझा एक जुना स्नेही डॉ. शरद शहाची ज्येष्ठ कन्या वैशालीशी त्याची लग्नगाठ पक्की झाली. लग्नाच्या वेळी वैशाली बी. एस्सी. (होम सायन्स) झालेली होती. त्यानंतर तिनं ऑनिमेशनचा कोर्स केला. मुलगी नेहमीच्या पाहण्यातली होती. दोन्ही बाजूंना एकमेकांच्या घरांबद्दल पूर्ण कल्पना असल्यामुळे, या स्थळाच्या बाबतीत इतर काही विचार मनात येण्याचा प्रश्नच नक्हता. मिलिंद-वैशाली विवाहबद्ध झाले, पण त्यानंतर मला एक अनपेक्षित आणि नवा अनुभव आला. मी आणि शरद व्याही झालो, तशी आमची दोस्ती जवळपास संपलीच! मित्रत्वात एकमेकांकडून फारशा अपेक्षा नसतात, त्यामुळे थोडेफार विचार जुळत असतील तरी मैत्री होऊ शकते; पण नातं जुळलं की संदर्भ बदलतात, या न्यायानं आमची दोस्ती संपून आम्ही 'नातेवाईक' झालो. याबाबत विचार करताना असे जाणवते की नवरा-बायको, बापलेक, भाऊ-भाऊ, व्याही वा इतर नातेसंबंधांमध्ये एकमेकांबद्दल अपेक्षा ह्या असतातच आणि ती न संपणारी गोष्ट असते. त्या अपेक्षांचे ओझे वाढले, तर माणसं व नाती त्या ओझ्याखाली भरडली जातात. या दुखण्याला औषध नाही.

ऑगस्ट १९८०मध्ये आम्ही दोघं आणि मुलं बंगल्यात राहायला गेलो. बंगला पुरेसा मोठा होता. मिलिंदच्या खोलीला पुढं बाल्कनी होती. त्याची खोलीही मोठी होती. त्याचं लग्न झाल्यानंतर एकदा त्यानं मला विचारलं, ''आपण बाल्कनी आत घेऊन खोलीत मार्बल बसवू या का?''

मी या गोष्टीला नकार दिला. एकतर खोली पुरेशी मोठी होती, त्यामुळे बाल्कनी आत घेऊन ती वाढवण्याची काहीच गरज नव्हती आणि मार्बल बसवणं ही तर चैनीचीच गोष्ट! आर्थिकदृष्ट्या मला हे परवडण्याजोगं असूनही मी त्याला या गोष्टीला नकार देताना म्हणालो,

''मिलिंद, मूलभूत गरजा पुरवण्याची जबाबदारी आई-वडिलांची; पण चैनीत मोडणाऱ्या सुखसोई-गरजा या स्वकष्टार्जित असाव्यात, असं मला वाटतं. बघ तुला पटतंय का!''

आणि मिलिंदला ते पटलं याचं मला फार बरं वाटलं. काही काळानं मला त्याचं प्रत्यंतरही आलं.

मिलिंदचं लग्न १९९३मध्ये झालं. त्यानंतर १९९९मध्ये तो हॉस्पिटलच्या वरच्या मजल्यावरच्या घरी राहायला गेला. हॉस्पिटलचं नूतनीकरण २०००मध्ये झालं. त्यानंतर २००५मध्ये मिलिंदनं स्वकष्टार्जित पैशातून घराचं नूतनीकरण केलं. स्वकष्टानं मिळवलेल्या गोष्टींचं समाधान काही वेगळंच असतं! मिलिंदच्या चेहऱ्यावर त्याच्या देखण्या घराच्या आनंदापेक्षा हे समाधान जास्त दिसत होतं... आणि मलाही तेच जास्त आवडलं!

मिलिंदचा मुलगा पार्थ दहावीत गेला. दहावीच्या बोर्डाच्या परीक्षेपर्यंत त्याला साधारणपणे ८०-८५ टक्के मार्क्स मिळत होते. त्याला प्रोत्साहित करण्यासाठी एक दिवस मी त्याच्याबरोबर एक पैज लावली, म्हटले, ''ती पैज तू जिंकलास म्हणजे तुला जर ९५ टक्के मार्क्स मिळाले, तर मी तुला 'वर्ल्ड-टूर'ला पाठवेन,'' ही पैज मी पूर्णपणे हरलो!!

गीताच्या शिक्षणाची 'गीता'

गीता अपत्यांमध्ये सर्वांत लहान. तिचा जन्म जानेवारी १९७३ मधला. घरात मोठी भावंडं खेळाडू, त्यामुळे बलदंड. गीताचा सतत त्यांच्याशी समरप्रसंग सुरू असे. गीताही त्यांना चांगली चिवट आणि कडवी झुंज देई. विशेषतः गीता आणि नितीनचा लढा कायम रंगत असे.

गीताला अगदी सुरुवातीपासूनच शिक्षणाचा प्रचंड तिटकारा होता... हळूहळू त्याचं रूपांतर रागात होऊ लागलं. दुसरीत असताना तिला स्त्रीशिक्षणासाठी काही

समाजसुधारकांनी किती कष्ट घेतले याची आणि त्यांच्या महान कार्याची माहिती मिळाली. 'या लोकांनी ही नस्ती उठाठेव (!) केली नसती, तर आज आपण घरी आरामात असतो,' असे विचार त्या वेळी तिच्या डोक्यात घोळत असायचे. त्यामुळे सर्वच समाजसुधारकांना त्या-त्या काळी समाजाचा दुस्वास सोसावा लागला होता, या इतिहासाची प्रचीती आम्हाला घरबसल्या येत होती!

गीताची इच्छा असो वा नसो; शाळेत जाण्यावाचून तिला गत्यंतर नव्हतं. आज काय – सायकल पंक्चर आहे, उद्या काय... बरं वाटत नाहीय, अशी कारणं शोधण्यात तिचा हातखंडा होता. पण काहीही कारणं सांगितली तरी थोड्या उशिरा का होईना, शाळेत जावंच लागायचं. 'तुला वाढदिवसाला काय द्यायचं?' असं चुकून तिला विचारलंच, तर हमखास मागणी असे, ''चार दिवस शाळा बुडवण्याची परवानगी!''

मग तडजोड होऊन ती दोन दिवस शाळा बुडवणं, या पर्यायाला नाइलाजानं तयार व्हायची. पण एक मात्र होतं – तिचा अभ्यास फार उत्तम वगैरे नसला, तरी काळजी करण्यासारखा नसायचा.

अजय आणि नितीन या भावंडांप्रमाणंच गीताही खूप रस घेऊन बॅडमिंटन खेळत होती. बॅडमिंटनच्या सबबीखाली शाळेत शेवटचे दोन तास बुडवायला मिळत, हे तिच्या बॅडमिंटनमध्ये रस घेण्यामागचं रहस्य होतं. अभ्यासाबद्दल अत्यंत अनास्था असल्यामुळे तिला नववीपर्यंत मार्कही बेताचेच असत. नितीन-गीताचं विळ्याभोपळ्याचं सख्य होतं. त्यामुळे भांडणं-मारामाऱ्या! असंच एकदा गीताला मार्कांवरून हिणवल्यानंतर तिनं आव्हान स्वीकारलं आणि दहावीच्या परीक्षेत चांगले मार्क्स मिळवायचेच, हा निश्चय केला. तिन्ही भावांपैकी कुणालाच दहावीत ८० टक्क्यांच्या खाली मार्क्स नव्हते. गीतानं जीवतोड मेहनत केली. तिला ७९ टक्के मार्क्स मिळाले तेव्हा तिला रडू कोसळलं होतं.

दहावीचा निकाल लागल्यावर मी तिला विचारलं, ''आता पुढं काय करायचंय?''

''मला घरी बसायला आवडेल.''

''पण शिक्षण घेतलं नाही, तर धुण्याभांड्याची कामं करावी लागतील.''

''चालेल मला.''

मग मात्र मी सुनावलं की, ''तुला शिक्षण घ्यावंच लागेल.''

त्यावर ती म्हणाली, ''शिकायलाच लागणार असेल, तर मी एम.बी.बी.एस. होईन.''

आणि खरंच तिनं हे आव्हान समर्थपणे पेललं. ती एम. बी. बी. एस. झालीच, त्यानंतर नेत्रतज्ज्ञही झाली. डी. ओ. एम. एस.चं पहिलं वर्ष झाल्यानंतर, १९९८मध्ये तिचं डॉ. मोहित शहाशी लग्न झालं. तिनं लग्नानंतरही चिकाटीनं पोस्ट ग्रॅज्युएशन

पूर्ण केलं.

डॉ. मोहितनंही मोठ्या जिद्दीनं वैद्यकीय शिक्षण पूर्ण केलं. त्यानं प्रथम डी.एम.आर.डी आणि नंतर डी. एन. बी. दोन्हीही पहिल्याच प्रयत्नांत उत्तमरीत्या पूर्ण केलं. त्यानंतर तो काही काळ मुंबईच्या जसलोक हॉस्पिटलमध्ये काम करत होता. पुढं त्यानं ठाणे अल्ट्रासाऊंड क्लिनिक या सुप्रसिद्ध केंद्रात कामाला सुरुवात केली. तो अजूनही तिथं काम करतोय. जरासा शीघ्रकोपी पण अतिशय मनमिळाऊ, दिलदार, मित्रप्रेमी असं त्याचं उमदं व्यक्तिमत्व आहे. त्याच्या क्षेत्रातील त्याच्या व्यावसायिक नैपुण्यामुळे त्याला अनेक परिषदांमध्ये, चर्चासत्रांत सहभागासाठी आमंत्रण येतं असतं. लहान वयातच त्याला अशा प्रकारे आदराचं स्थान लाभलं आहे, त्याचा आम्हा सर्वांना सार्थ अभिमान आहे.

माझ्या चारही मुलांत नितीन अभ्यासात सगळ्यात हुशार. त्याला शाळा फार आवडायची. त्याची शाळेची वेळ होण्याआधीच तो शाळेत जायची घाई करायचा. नितीन चौथीच्या वर्गात पहिला आला. त्या वेळी 'तुला काय बक्षीस देऊ?' असं विचारल्यावर, त्यानं क्रिकेटपटू घालतात तसल्या टोपीची मागणी केली होती. ती टोपी चार आण्याला मिळत असे! तोही बॅडमिंटन चांगलं खेळायचा, पण अजयच्या कौशल्याच्या छायेत त्याचं बॅडमिंटन तितकंसं फुललं नाही. नितीनला दहावीला नव्वद टक्के मार्क्स मिळाले होते. त्यामुळे त्याला एन. टी. एस. मिळाली होती. पुढंही त्याच्या करिअरचा आलेख चढता आणि उत्तमच राहिला. एम. आय. टी. कॉलेजचा 'बेस्ट आऊटगोईंग स्टुडंट' म्हणून त्याचा १९९२मध्ये सन्मान करण्यात आला होता. तो पुढे बी. ई. झाला.

गीतापेक्षा नितीन दोन वर्षांनी मोठा. आमच्याकडं येणारे पाहुणे गीतासाठी फ्रॉक्स किंवा काहीतरी वस्तू आणत. नितीन आणि गीताच्या हाडवैरामुळे (!) तिलाच फक्त भेटवस्तू मिळतात, या गोष्टीनं नितीनचा पारा चढत असे. त्यामध्ये त्या वस्तूची अपूर्वाई नसे, तर पाहुण्यांनी आपल्याकडं दुर्लक्ष केलं आणि वर 'जानी दुष्मन'चं कौतुक चाललंय याचा चडफडाट असे.

कष्टाळूपणा आणि हुशारी या गुणांच्या जोरावर नितीननं व्यावसायिक स्तरावर अतिशय उज्ज्वल यश मिळवलं. त्याचं लग्न १९९९मध्ये झालं. त्याची पत्नी – प्रीती, लग्नाच्या वेळी एम. कॉम. होती. पुढं तिनं इंग्लंडमध्ये अकाउंटंटची परीक्षा पास होऊन एका कंपनीत नोकरी धरली.

नितीनची मुलगी 'सिम्रन' चौथीत असताना 'ॲडव्हान्स रोल - गोल्ड' अवॉर्ड समिती इंग्लंड, आयोजित 'कुमॉन' या गणिताच्या चाचणीमध्ये देशपातळीवर सुमारे सहा हजार विद्यार्थ्यांमध्ये बारावी तर इंग्रजीमध्ये सुमारे साडेतीन हजार विद्यार्थ्यांमध्ये दुसरी आली. वडिलांच्या हुशारीचा वारसा तिनं पुढे चालू ठेवलेला पाहून मला

समाधान वाटले. नितीन सध्या ह्युलेट-पॅकर्ड (लंडन)मध्ये मोठ्या हुद्द्यावर आहे.

आमच्याकडं मोठ्या भावाला 'भै' म्हणजे भाई म्हणण्याची पद्धत आहे. श्री. भारत कोठाडिया नात्यानं खरं तर माझे मोठे मेव्हणे, पण आम्ही त्यांना भारतभाई असंच संबोधत असू. त्यात अधिक जवळीक वाटे आणि ते आमच्या दृष्टीनं होतेही जवळचेच! भारतभाई म्हणजे उंच, देखणे आणि सदाहरित हसतमुख व्यक्तिमत्त्व. कुणाच्याही मदतीला सतत तत्पर.

ते पेशानं वकील होते. काही वर्ष पंढरपूरला वकिली केल्यानंतर त्यांनी वालचंदनगर इन्डस्ट्रीजच्या लीगल आणि पर्सोनेल विभागात जबाबदारीची पदं भूषविली. त्यानंतर त्यांनी सुरतची सेन्ट्रल पल्प, किर्लोस्कर ऑईल इंजिन्स वगैरे कंपन्यांमध्ये काम केलं. त्यानंतर ते बराच काळ पुणे जिल्हा कुष्ठरोग केंद्रात काम करत होते. या कामात नोकरीपेक्षा समाजकार्याची भावना अधिक होती.

आमच्या कुटुंबाला त्यांचा सतत आधार असे. सल्लामसलत, प्रोत्साहन ते प्रत्यक्ष आर्थिक मदत अशा वेगवेगळ्या रूपांत त्यांनी कायम आम्हाला मदत केली. ते आमच्या कुटुंबाचे 'पालक'च होते. माझ्या लेखी ते व्याज न घेता अर्थसाह्य करणाऱ्या बँकेसारखे होते. भारतभाईंबद्दलच्या भावना शब्दांत मांडता येणं अवघड आहे.

माझ्या बायकोचे भाऊ उच्चशिक्षित... सुवर्णपदकाचे मानकरी... मोठा भाऊ डॉ. भारत शहा यांनी मुंबई विद्यापीठात एम. डी.ला असताना सुवर्णपदक मिळवले होते. त्यानंतरच्या बाहुबलीला हुशार असूनही शिकता आलं नाही, कारण दोघांचा शिक्षणाचा खर्च वडिलांना परवडण्याजोगा नव्हता. मोतीलाल – बी.ई., शरद – एम.डी., सुभाष – बी.ई. आणि धाकटा शशांक – एम.डी. झाला. त्याला एम.बी.बी.एस.ला तीन आणि एम. डी.लाही सुवर्णपदक मिळालं होतं. माझी बायको सुभाषच्या पाठची. असा तिचा 'सोन्याच्या' खाणीतला जन्म!

यापैकी सुभाषनं सिव्हिल इंजिनिअर झाल्यानंतर मुंबईच्या सुप्रसिद्ध अरविंद दप्तरी कंपनीत काम केलं. त्यानंतर तो सोलापूर आणि आजूबाजूच्या गावांत सरकारी कंत्राटे घेत असे. काही वर्ष पंढरपुरात राहून, आता तो पुण्याला स्थायिक झाला आहे.

सुभाष अतिशय कष्टाळू आहे. नातेवाईक, मित्र – कुणाकडेही काहीही कार्य असो; सुभाष कायम हसतमुखानं आणि सळसळत्या उत्साहानं कष्ट उपसण्यास सज्ज असतो, त्यामुळे मी त्याला 'कामाचे मामा' अशी सार्थ पदवी बहाल केली आहे आणि सर्व संबंधितांचे त्याला अनुमोदनही आहे.

माझ्या मोठ्या बहिणीच्या मुलीचं – नीताचं, सोलापूरला लग्न होतं. मी त्या वेळी थोडी गंमत करायची ठरवली. मेव्हणे आणि बहीण दोघांनाही सांगितलं की, मी माझ्या सोलापूरमधल्या काही मित्रांना लग्नाला बोलावलं आहे. मी येण्याआधीच ते आले, तर कल्पना असावी म्हणून सांगून ठेवतोय.

मी सोलापूरला पोहोचल्यावर दाढी-मिशा, फेटा अशी वेशभूषा करून सरदारजी बनून लग्नघरी निघालो. वाटेत चंडक बगीचा लागला. माझे पाय आपोआप तिकडं खेचले गेले. चाळीत आमच्या शेजारी येलाजा सर राहत असत, त्यांच्या घरी गेलो. सरांची पत्नी यव्वा तशी अक्षरशत्रूच म्हणण्याजोगी होती. पण मला पाहताच ती कपाळावर हात मारून घेत म्हणाली, ''अव्वा... काय अवतार केलास रे बाबू!'' (माझं बालपणीचं टोपणनाव)

झालं... माझं बिंग फुटलं!

त्यानंतर मी कार्यालयात गेलो. तिथं विधी सुरू होते. मी मेव्हण्यांच्या शेजारी जाऊन बसलो.

मेव्हणे म्हणाले, ''सरदारजी, आप बैठिये! अनिल थोडी ही देर में आयेगा!''

मला तिथं कुणीच ओळखलं नाही. मग मी जेवणाच्या पंक्तीत वाढायला गेलो. ज्येष्ठ आणि सोवळेवाल्या मंडळींना सरदारजीनं जैनांच्या लग्नात वाढणं पसंत न पडल्यानं लवकरच मला वाढणं थांबवावं लागलं.

दुसऱ्या दिवशी मुहूर्ताची वेळ जवळ आल्यावर, गुरुजींनी 'मुलीचे मामाऽऽ' असा पुकारा केला. तेव्हा सलवार-कमीज अशा वेशभूषेतला, कल्लेबाज मिशावाला, गालावर मोठा मस असलेला पठाण मामा अंतरपाट धरायला पुढं आला. एव्हाना लोकांना मामाचे फॅन्सी ड्रेस कळाले होते; पण एकंदरीत मजा आली!

प्रदीप गांधी

प्रदीप गांधी हा नात्याने खूप लांबचा, पण लहानपणापासून खूप जवळचा मित्र! अगदी सरळमार्गी, सज्जन, प्रामाणिक व्यक्ती. तो आता उत्तम फिजिशयन आहे.

एक स्नेही श्री. पोपट फडे यांनी १९७६मध्ये माझ्याजवळ 'स्थळा'बद्दल चौकशी केली, तेव्हा साहजिकच एक चांगले स्थळ म्हणून मी प्रदीपकडे अंगुलीनिर्देश केला. यातूनच प्रदीपचे लग्न ठरले. यानिमित्त आमचे कुटुंबीय आणि हॉस्पिटलमधील काही स्टाफ यांना प्रदीपच्या घरून जेवणाचे आमंत्रण आले. मोदकाचा बेत होता.

आमचे सर्वांचे जेवण माफकच होते. आम्ही जेवून उठणार तेवढ्यात परत मोदकांचा आग्रह झाला. आम्ही नको म्हणाल्यानंतर प्रदीपने एक किस्सा सांगितला, 'जपानमध्ये जेवणानंतर कॉफी देतात. कपात कॉफी शिल्लक ठेवत नाही, तोपर्यंत

कप भरत राहतात.' हे सूचक उदाहरण ऐकल्यावर मी म्हणालो, ''असे मोदकांच्याही बाबतीत असेल तर आधी घरच्यांचा सल्ला घे! मोदक कमी नको पडायला!''

घरच्या महिलांनी तो 'चॅलेंज' स्वीकारला. मी, संजय देवधर आणि ढवळे आम्ही एकमेकांकडे पाहिले आणि 'होऊन जाऊ दे' असा इशारा झाला. प्रदीपच्या वहिनीने प्रत्येकाला पाच-पाच मोदक परत वाढले. मी म्हणालो, ''असे थोडे थोडे आणून हेलपाट्याने दमाल. सगळे मोदक घेऊन इथे पुढ्यात ठेवा.'' घरच्यांनी जेवणानंतर आता पाच-पाच संपले तरी पैज लावू, असे म्हटले. अखेर पाच नंतरच्या प्रत्येक मोदकास शंभर रुपये ठेवले.

एकंदरीत ८० मोदक शिल्लक होते. बघता-बघता सगळेच्या सगळे ८० मोदक फस्त झाले. मग आणखी आणले. नंतर सारण संपल्यामुळे सारणाऐवजी साखर भरून मोदक येऊ लागले. मग मात्र आम्ही सांगितले, 'ही फसवणूक आहे. एकतर प्रॉपर मोदक आणा, नाहीतर हात वर करा. त्यांना हात वर करण्याखेरीज गत्यंतर नव्हते!' नंतरच्या पंक्तीला मोदकच उरले नव्हते.

अशी किती नाती, किती प्रसंग... कुणाकुणाबद्दल काय काय लिहावं? कितीही लिहिलं तरी हे न संपणारं आहे....

■

१३.

हस्तरेषा पर्यटनाची!

माझं स्वप्न, ध्येय काही प्रमाणात का होईना; पूर्ण झालं होतं. मी एम.बी.बी.एस. झालो होतो. मला अजूनही पुढं जायचं होतं, पण मार्गातले काटे संपतच नव्हते. मी ते दूर करत पुढं वाटचाल करत होतो. सन १९६५ ते १९७० या दीर्घ विरामानंतर मी पहिल्याच प्रयत्नात एम. एस. झालो. त्याचा आनंद साजरा करण्यासाठी थोडी प्रवासाची मजा लुटली. त्या वेळी मी आयुष्यात पहिल्यांदाच जल आणि हवाई पर्यटनाची नवलाई अनुभवली.

परत आल्यानंतर एका ज्योतिषानं आम्हा उभयतांच्या हातावर परदेश पर्यटनाची रेषा नसल्याचा ठाम निर्वाळा दिला होता.

मी एम. एस. झालो खरा! पण पेशंट विचारत, ''डॉक्टर, तुम्ही कशाचे स्पेशालिस्ट आहात?''

त्या दरम्यान 'स्पेशलायझेशन'चं युग सुरू झालं होतं. 'जनरल सर्जन' म्हणजे काही विशेष नाही, अशी धारणा होत चालली होती. मी विचार करत होतो, आपणही कशात तरी स्पेशलायझेशन करायला हवं. एम. एस.च्या परीक्षेच्या वेळी मला मुंबईचे डॉ. आर. के. मेंडा परीक्षक होते. ते 'कोलोरेक्टल सर्जरी'मधले तज्ज्ञ होते. त्या वेळी असा स्पेशालिस्ट डॉक्टर पुण्यात नव्हता. अखेर, माझा विचार पक्का झाला आणि मीही याच विषयात स्पेशलायझेशन करायचं ठरवलं.

मग 'कोलोरेक्टल सर्जरी' या विषयावर वाचन सुरू केलं. या संदर्भात लंडनच्या सेंट मार्क्स हॉस्पिटलचा उल्लेख प्रत्येक ठिकाणी हटकून असायचा. मग मी या हॉस्पिटलबद्दल अधिक माहिती मिळवली. त्यात समजलं की लंडनमधलं हे हॉस्पिटल गेली दीडशे वर्ष फक्त अशा या विषयाशी संबंधित आजारांवरील उपचारांसाठी प्रसिद्ध आहे. मी या हॉस्पिटलशी संपर्क साधून या विषयात काही डिग्री,

डिप्लोमा करण्याची सोय आहे का, याची चौकशी केली. तिथं तीन महिन्यांचा डिप्लोमा असल्याची माहिती मिळाली.

त्यानंतर मी तिथं डिप्लोमाला प्रवेश घेतला. माझा हा कोर्स १ जानेवारी ते ३१ मार्चदरम्यान होता. फी होती पन्नास पौंड. माझी राहण्याची सोय वॉरन स्ट्रीट-अंडरग्राऊंड स्टेशनजवळच्या वाय. एम. सी. ए.च्या विद्यार्थी वसतिगृहात झाली. त्या काळी परदेशप्रवास ही मोठी पर्वणी मानली जात असे. माझ्यासारख्या शाळामास्तरच्या मुलाला तर याचं फारच अप्रूप होतं.

परदेशी जाऊ इच्छिणाऱ्या कुणालाही, कुठल्याही कारणासाठी परदेशी चलन मिळणं पूर्वी महाकठीण काम असे. रिझर्व्ह बँकेच्या एक्स्चेंज कंट्रोल विभागाकडून एक्स्चेंज परमिट घ्यावं लागे. या सगळ्याला खूप वेळ लागतो, खूप त्रास देतात; असं काय काय ऐकून होतो. मी पाचशे पौंडांसाठी अर्ज भरून दिला. तिथल्या अधिकाऱ्यानं अर्ज घेतला, माझ्याकडं एक कटाक्ष टाकला आणि मला थांबायला सांगितलं. तो आता काय खेकसतोय याची प्रतीक्षा करत मी उभा राहिलो.

दहा मिनिटांनी माझं नाव पुकारलं. मी त्याच्यासमोर गेलो.

"तुमचा अर्ज भरायला चुकला आहे. तीन महिने राहण्यासाठी ७०० पौंड मिळतील, फीसाठी पन्नास पौंड मिळतील." त्यानं खुलासा केला.

मी उडालोच!

"सर, पण माझ्याकडं एवढी रक्कम घेण्याइतके पैसे नाहीत." मी म्हणालो.

"ठीक आहे. पाचशे घ्या, पण तुम्हाला परमिट घेण्यासाठी उद्या यावं लागेल."

इतकी तत्परता पाहून मी स्वप्नात तर नाही ना, असं वाटलं. या सगळ्याला महिनाभर तरी लागणार, बरीच कटकट असणार, असा अंदाज होता; पण इथं तर सगळं इतक्या झटपट होऊ घातलं होतं!

मी त्या अधिकाऱ्याला म्हटलं, "शक्य असेल तर आजच परमिट मिळालं तर बरं होईल. मी फक्त एवढ्या कामासाठी पुण्याहून आलोय."

त्यावर थोडा विचार करून तो म्हणाला, "तुम्हाला फीचे पन्नास पौंड नको आहेत तर! 'मी काटकसरीनं राहून या पाचशे पौंडांतूनच फी भागवीन', असं लेखी लिहून द्यावं लागेल."

मी तसं लिहून दिलं.

मग ते म्हणाले, "थांबा, थोडा वेळ बाहेर."

...आणि दोन तासांत माझ्या हातात एक्स्चेंज परमिट पडलं. माझा माझ्या डोळ्यांवर विश्वासच बसेना. अशा सुखद धक्क्याची मला जराही अपेक्षा नव्हती. त्या अधिकाऱ्याचं नाव होतं अरविंद भट. मी त्यांचे शतशः आभार मानून पुण्याचा रस्ता धरला.

माझा पासपोर्ट तयार होताच. मग विमानप्रवासाचं तिकीट निश्चित झालं आणि डिसेंबर १९७३मध्ये लंडनला जाण्याचा दिवस ठरला. कपडे, गरम कपडे, ओव्हरकोट (अर्थातच उसना!), पुस्तकं, खाण्या-पिण्याची रसद अशा जय्यत तयारीनिशी मी निघालो. त्या काळी कुणी परदेशी निघालं की, त्याला निरोप द्यायला आप्तस्वकीय, मित्र यांची झुंबड उडत असे. घरी नाम ओढून औक्षण करणं, विमानतळावर पोहोचल्यावर हार घालणं – असा जंगी सोहळा असे. मलाही निरोप द्यायला असाच मोठा ताफा होता. नातेवाईक, मित्र तसंच फलटण, बारामती, नीरा, यवत, वरवंड आदी भागांतले डॉक्टर मोठ्या संख्येनं हजर होते.

अखेर अस्मादिक एकदाचे लंडनला पोहोचले. तिथं वसतिगृहात राहायला स्वतंत्र छोटी खोली, भारतीय पद्धतीच्या भोजनाची सोय, वसतिगृहाची मध्यवर्ती जागा आणि आपली भाषा बोलणारे काही सहनिवासी असा छान थाट होता. त्या काळी तिकडून इकडं पत्र येण्यास तीन आठवडे लागत. फोनवर ओरडून बोलण्याची सोय होती. माझ्याजवळचे किमती पौंड फोनवर खर्चायला नकोत, म्हणून मी पुण्याहून निघताना 'कलेक्ट कॉल फॅसिलिटी'साठी जीपीओचं पत्र घेऊनच निघालो होतो.

मी वसतिगृहाच्या स्वागत कक्षातील बाईला ऐटीत माझ्याजवळचं कलेक्ट कॉल फॅसिलिटीचं पत्र दाखवून पुण्याला फोन करायचा असल्याचं सांगितलं. त्यावर तिनं ते पत्र भिरकावून देत, पैसे डिपॉझिट केले तरच इथून फोन करता येईल, नाहीतर तुम्ही बाहेर जाऊन पब्लिक कॉलवरून फोन करा, असं सांगितलं.

मग मी थंडीत कुडकुडत बाहेर गेलो आणि पब्लिक बूथवरून ऑपरेटरला फोन केला. ती अगदी मृदू, हलक्या आवाजात आणि मी आपल्या भारतीय परंपरेला साजेशा मोठ्या आवाजात बोलत होतो.

''मला कलेक्ट कॉल करायचा आहे.'' मी सांगितलं.

''होल्ड ऑन.''

मग त्या बाईनं माझ्या बायकोशी संपर्क साधला.

''अनिल गांधी यांना लंडनहून तुमच्याशी बोलायचं आहे. तुमची कलेक्ट कॉलला तयारी आहे का?''

बायकोनं 'हो' म्हणताच तिनं मला फोन जोडून दिला.

संभाषण झाल्यावर मी फुकट बोलायला मिळाल्याच्या विजयोन्मादात बूथबाहेर पडलो.

एक जानेवारीला सेंट मार्क्स हॉस्पिटलमधल्या शिक्षणाला सुरुवात झाली.

मी पहिल्याच दिवशी 'हिस्ट्री' घेताना एका पेशंटला नाव, गाव, पत्ता वगैरे

विचारलं आणि पुढचा प्रश्न केला, "How old are you?"

तसा तो आजूबाजूला पाहू लागला.

मी गोंधळलो, पण पुन्हा तोच प्रश्न केला.

त्यावर तो म्हणाला, "Am I? Am I old?"

मग मी माझा प्रश्न सुधारून घेत त्याला म्हणालो, "How young are you? This is the right question!"

त्यावर तो उत्तरला, "I am just Sixty five."

त्या दिवसापासून मी आबालवृद्धांना वय विचारताना, हाच सुधारित प्रश्न विचारतो, "How young are you?"

या प्रश्नानं काही लोक बुचकळ्यात पडतात, पण मध्यमवयीन आणि प्रौढ, त्यातसुद्धा विशेषत: स्त्रिया, मनोमन सुखावतात!

सेंट मार्क्स हॉस्पिटलमध्ये, मी एका ऑपरेशनला असिस्ट करत होतो. त्या वेळी माझं आडनाव गांधी आहे, हे समजल्यावर डॉ. लॉकहार्ट ममरी यांनी मला विचारलं, "Are you related to Mrs. Gandhi?"

मी पटकन उत्तर दिलं, "Yes, of course. My wife is Mrs. Gandhi and my mother is also Mrs. Gandhi."

त्यांच्या प्रश्नाचा रोख अर्थातच तत्कालीन पंतप्रधान इंदिरा गांधींकडं होता. पण माझ्या या उत्तरानं ऑपरेशन थिएटरमधलं वातावरण एकदम बदलून गेलं. सगळे दिलखुलास हसले.

लंडनमधला तीन महिन्यांचा काळ कधी संपला, तेही कळलं नाही. माझा हा कोर्स पूर्ण होताना, मी पत्नीलाही लंडनला बोलावून घेतलं. श्री. अरुण आणि मीना मोकाशींचा पाहुणचार घेतला. त्यानंतर 'कॉसमॉस टूर्स'मधून सोळा दिवसांचा युरोप दौरा करून आम्ही मायदेशी परत आलो.

कॅनडा आणि यु. एस. वारी

माझा एक प्रबंध १९७५मध्ये मॉट्रिअल, कॅनडा इथं होणाऱ्या कॉन्फरन्ससाठी निवडला गेला. त्यानंतर न्यूयॉर्कला 'कोलोनोस्कोपी'च्या महिनाभराच्या प्रशिक्षणासाठी जायचं, असा बेत ठरला.

त्याच दरम्यान माझे गुरू – सुप्रसिद्ध सर्जन डॉ. जोशी न्यूयॉर्क येथील 'स्लोन केटरिंग मेमोरियल हॉस्पिटल (SCMH)'ला भेट देऊन आले होते. हे हॉस्पिटल कसं जगप्रसिद्ध आहे, किती चांगलं आणि वैशिष्ट्यपूर्ण आहे. तिथल्या ऑपरेशन थिएटरचं

डिझाईन किती वेगळं आणि विचारपूर्वक केलेलं आहे... अशी रसभरीत वर्णनं त्यांच्याकडून ऐकल्यामुळे मलाही हे हॉस्पिटल पाहायची इच्छा होती. मी जोशी सरांना सांगितलं की, मी मॉन्ट्रिअलच्या कॉन्फरन्सनंतर न्यूयॉर्कला जाणार आहे. तुम्ही मला पत्ता दिलात, तर मी त्यांच्याशी संपर्क साधू शकेन.

पण त्यांनी अखेरपर्यंत मला पत्ता दिला नाही. ते टाळतायत, अशी शंका आल्यावर मग मीही नाद सोडला. पण 'स्लोन केटरिंग' हा विषय डोक्यातून गेला नव्हता.

माझे मित्र ॲड. के. आर. शहा यांचा धाकटा भाऊ डॉ. अशोक नुकताच न्यूयॉर्कला गेला होता. न्यूयॉर्कमध्ये ओळखीचं कोणीतरी संपर्कात असावं म्हणून ॲड. शहांनी मला त्याचा पत्ता आणि फोन नंबर दिला होता.

ॲड. के.आर. शहा हे पुण्यातील नामांकित वकील. त्यांच्यासाठी बृहस्पती, विद्या-वाचस्पती अशी विशेषणे सार्थ ठरावीत असे ज्ञानी व्यक्तिमत्त्व.

माझा आणि त्यांचा परिचय १९६५-६६चा. माझा वर्गमित्र कन्हैयालाल भंडारी त्यांच्या लॉच्या क्लासला जात असे. एकदा त्यांची प्रकृती बरी नव्हती. तेव्हा भंडारी त्यांना घेऊन हॉस्पिटलमध्ये आला होता. त्या वेळी झालेला परिचय चंद्राच्या कलेप्रमाणे वर्षानुवर्षे वाढतच गेला म्हणण्यास हरकत नाही.

भंडारी नेहमी सांगत असे की, 'लॉ शिकताना शहांना पुस्तके समोर ठेवून शिकवताना, संदर्भ घेताना आम्ही कधी पाहिले नाही. कायद्याचे सेक्शन्समागून सेक्शन्स त्यांना मुखोद्गत असत.'

कुमारभाई मूळचे उत्तर महाराष्ट्रातील एका खेड्यातले – ताकारीचे. आर्थिक परिस्थिती अतिशय हलाखीची. पुण्यात शिक्षणासाठी राहिले, तेव्हा महिना दीड रुपया खर्चात त्यांना जेवणखाण भागवावे लागे. त्यामुळे त्यांच्यावर पीठात मीठ, तिखट आणि पाणी मिसळून खाण्याची वेळ खूपदा येत असे. ते शिजवण्यासाठी आठ आण्याचे रॉकेल लागे, तेही परवड नसे. एल. एल. एम.च्या परीक्षेच्या दोन दिवस तर चक्क त्यांना उपास घडले होते. पण परीक्षेच्या दिवशी मात्र एका मित्राने जेवण घातले. त्याचे ऋण त्यांनी आयुष्यभर स्मरणात ठेवले.

आमच्या परिचयाची सुरुवात डॉक्टर-पेशंट अशी झाली, तरी नंतर चांगली मैत्री झाली. साहजिकच कधी कोर्टाचे काम पडले तर कसलीही फी – अगदी खर्चाचा भाग असो की, कोर्टात भरावयाची कोर्ट फी-स्टॅम्प असो, त्यांनी माझ्याकडून एकही पैसा घेतला नाही. त्यांच्याकडे अशिलांची नेहमीच तोबा गर्दी. माझे काम असेल तर सायंकाळी फिरून आल्यावर, माझ्या हॉस्पिटलवर चक्कर मारून ते माझ्याकडून हवी ती माहिती घेत.

यथावकाश त्यांचा मुलगाही वकील झाला आणि त्यांना मदत करू लागला.

एका केसच्या वेळी त्यांची आणि माझी थोडी कुरबूर झाली अन् मी थोडा खट्टू झालो. तेव्हा त्यांनी मला सांगितले, "डॉक्टर, तुमची आणि माझी रिलेशन्स – 'They are God ordained' यामध्ये इतर कोणीही, अगदी माझा मुलगासुद्धा येता कामा नये." हे ऐकून माझे डोळे भरून आले.

माझी नात अनुषा हिने वयाच्या सातव्या वर्षी 'I Wonder Why' अशी एक छान कविता केली होती. ती कविता वाचून कुमारभाई कमालीचे खूश झाले आणि उद्गारले, "She is a pure soul. Hence she can write such a poem at such a tender age."

आज कुमारभाईंचे नाव त्यांच्या व्यवसायात अग्रणी आहे. त्यांचे अनेकानेक विद्यार्थी विविध पदांवर विराजमान आहेत. महाराष्ट्राचे माजी मुख्यमंत्री विलासराव देशमुख हेही त्यांचेच विद्यार्थी!

'मी फुलासारखा नाही, पण फुले मला आवडतात,' असं म्हणणाऱ्या कुमारभाईंचा स्नेहभाव आजही माझ्याशी पूर्वीप्रमाणेच ताजा आणि सुगंधित आहे, हे विशेष!

दरम्यान मी मॉन्ट्रिअलची कॉन्फरन्स आटोपून न्यूयॉर्कला पोहोचलो. अशोकनं त्याच्या खोलीतच माझीही राहण्याची व्यवस्था मोठ्या आत्मीयतेनं केली होती. माझ्या महिन्याच्या प्रशिक्षणसत्राची सुरुवात झाली.

एके दिवशी मी अशोकला सहज विचारलं, "तू कुठल्या हॉस्पिटलमध्ये काम करतोस?"

तो म्हणाला, "स्लोन केटरिंग मेमोरियल हॉस्पिटलमध्ये."

हे ऐकून मी उडालोच! माझा आनंद गगनात मावेना! माझी अवस्था 'आंधळा मागतो एक डोळा...' अशी झाली होती.

माझं महिन्याचं प्रशिक्षण संपल्यानंतर मला अशोकमुळे स्लोन केटरिंगमध्ये पंधरा दिवस निरीक्षक म्हणून सहज प्रवेश मिळाला. मला तिथं खूप काही अभ्यासण्याची संधी मिळाली. मी तिथं एक जुना कोलोनोस्कोप विकत घेतला.

भारतात परत आल्यावर कस्टमवाल्यानं विचारलं, "हे काय आहे?"

"मोठ्या आतड्याची तपासणी करण्याची दुर्बीण."

"किंमत किती?"

"तीन हजार." मी 'नरो वा कुंजरो वा' थाटात रुपये की डॉलर्स याचा उल्लेख टाळला.

"कॅटलॉगमध्ये असलं चित्र किंवा हे नाव नाही. तुम्ही हे इथं ठेवून जा, आठ दिवसांनी परत या." त्यानं सांगितलं.

"साहेब, तुम्हीच योग्य ती ड्युटी सांगा, मी भरतो." मी म्हणालो, "भारतात आलेला हा बहुधा पहिलाच कोलोनोस्कोप असावा, त्यामुळे तुम्हाला कॅटलॉगमध्ये

सापडणार नाही.''

''पैसे मोजून का होईना, पण आपल्याच लोकांसाठी नवी सोय होतीय, तुम्ही हे घेऊन जा; ड्युटी नको.'' त्या ड्युटी ऑफिसरनं सांगितलं.

मला त्याच्या सजगतेचं, समजून घेण्याचं फार विशेष वाटलं. त्यानं जो मनाचा मोठेपणा दाखवला, त्याबद्दल मी त्याचे आभार मानले.

पुण्याला परत आल्यावर जोशी सरांना स्लोन केटरिंगला जाऊन आल्याचं सांगितलं. त्यांना खूप आश्चर्य वाटलं. मी कोलोनोस्कोपीचं ट्रेनिंग घेतल्याचंही त्यांना सांगितलं. त्यावर त्यांनी ''अरे वा! मग काय आता कोलोनोस्कोप घ्यायचा विचार आहे काय?'' असं जरासं उपरोधानंच विचारलं.

''सर, मी तो घेऊनच आलोय!'' हे माझं उत्तर ऐकल्यावर त्यांच्यावर तोंडात बोट घालण्याची वेळ आली.

त्या काळी आपल्या देशाला विदेशी चलन फार जपून वापरावं लागत असे. मला एक्स्चेंज परमिट आणि सौ.ला 'P'फॉर्म घ्यावा लागत असे. हा फॉर्म तीन वर्षांतून एकदाच घ्यावा, असा रिझर्व्ह बँकेचा नियम होता.

मी कॅनडा आणि तिथून अमेरिकेला जाणार होतो, त्या वेळी सौ.लाही बरोबर न्यायचा विचार होता. त्यासाठी काय करावं लागेल याची मी रिझर्व्ह बँकेत चौकशी केली. कारण इतक्यात आम्हाला 'P' फॉर्म मिळणार नव्हता. सौ.चं तिकीट इथं विदेशी चलनात घेणं आणि अमेरिकेतल्या वास्तव्याच्या खर्चासाठी प्रायोजक मिळवणं, हा तिला नेता येण्याचा एकच पर्याय होता. मग मी अमेरिकेतल्या दोन मित्रांशी संपर्क साधला, त्यानुसार डॉ. चंद्रकांत राजमानेनं 'स्पॉन्सरशिप'चं पत्र दिलं आणि डॉ. रमेश लिमयेनं तिकिटासाठी एक हजार डॉलर्सचा चेक पाठवला.

योगायोग असा की, मला पत्र आणि चेक दोन्हीही मी अमेरिकेला निघण्याच्या दिवशी सकाळी साडेदहाला मिळाला. मी रिझर्व्ह बँकेत फोन करून ताबडतोब श्री. अरविंद भट यांच्याशी संपर्क साधला. त्या दिवशी शनिवार असल्यानं बँक दुपारी एक वाजता बंद होणार होती. मी वेळेपूर्वी पोहोचतोच आहे, ट्रॅफिकमुळे थोडा उशीर झाला तर कृपया साह्य करा, अशी मी त्यांना विनंती केली आणि सौ.सह मुंबईला निघालो. बरोबर बारा वाजून पंचावन्न मिनिटांनी फाउंटनला रिझर्व्ह बँकेत पोहोचलो. श्री. भट यांनी तत्परतेनं कागदपत्रं पाहिली, पण ते म्हणाले, ''डॉक्टर, याचा उपयोग नाही. स्पॉन्सरशिपचं पत्र एकाचं आणि तिकिटासाठीचा चेक दुसऱ्याचा, हे नियमात बसत नाही.''

हे ऐकून मी सुन्न झालो, पण लगेचच सावरून म्हणालो, ''स्पॉन्सरशिपचा उद्देश भारताला विदेशी चलन द्यावं लागू नये आणि तिकिटाचे पैसे डॉलरमध्ये भरल्यास भारताला विदेशी चलन मिळावे हाच असेल, तर मग यामध्ये काय

अडचण आहे? तिकिटाला फक्त सातशे डॉलर्स लागतात, मी तर देशाला एक हजार डॉलर्स मिळवून देतोय.''

मग ते मला त्यांच्या वरिष्ठांकडं घेऊन गेले. त्यांनी माझी बाजू नीट ऐकून घेतली. विशेष अधिकार (डिस्क्रीशन) वापरून सौ.ला 'P' फॉर्म दिला आणि आमचा अमेरिकेला जाण्याचा मार्ग खुला झाला!

जपानदौरा

मी इंग्लंड, अमेरिका, कॅनडा या पाश्चात्त्य जगातील प्रगत देशांमधील सर्जरीविषयक प्रगती १९७३ ते १९७५ या काळात पाहिली. त्यानंतर मी १९७७मध्ये अतिपूर्वेकडील प्रगत देशात – जपानमध्ये अभ्यास दौऱ्यासाठी जाण्याचा विचार केला. त्यानुसार टोकियो येथील कॅन्सर हॉस्पिटलशी पत्रव्यवहार करून, तिथं जाण्याचा बेत ठरला. माझा डॉ. कुनिओ ताकागी यांच्याशी संपर्क झाला होता. मी रात्री उशिरा टोकियोला पोहोचलो, तेव्हा डॉ. ताकागींचा एक रेसिडेन्ट डॉक्टर मला न्यायला विमानतळावर आला होता. त्यानं मला हॉटेलवर सोडलं आणि 'सकाळी आठ वाजता तयार राहा, तुम्हाला न्यायला येतो,' असं सांगून तो गेला.

दुसऱ्या दिवशी बरोबर आठच्या ठोक्याला तो हजर झाला. मी तयारच होतो. त्यानं मला कॅन्सर हॉस्पिटलच्या आवारातील गेस्ट हाउसमध्ये नेलं आणि रूमची किल्ली दिली. मला राहण्यासाठी दिलेल्या त्या छोट्या खोलीत एक छोटासा फ्रीज, हॉट प्लेट, चहा-कॉफीचं साहित्य, काही भांडी अशा सगळ्या सुविधा होत्या. मी रूममध्ये माझं साहित्य ठेवलं आणि बरोबर नऊ वाजता हॉस्पिटलमध्ये गेलो. तिथं डॉ. ताकागींची प्रत्यक्ष भेट झाली आणि कामाला सुरुवात झाली.

तिथं मला दररोज मुख्यत्वे निरनिराळ्या प्रकारच्या कॅन्सरच्या शस्त्रक्रिया पाहायला मिळाल्या. जगातील इतर कुठल्याही देशापेक्षा जपानमध्ये जठराच्या कर्करोगाचं प्रमाण जास्त आढळतं, याचं नेमकं कारण सांगता येणार नाही. पण वंशीय (रेशिअल फॅक्टर) कारणाशिवाय, जपानमध्ये दुधाचं सेवन कमी असणं, हेही एक कारण असावं. जठराच्या कर्करोगाचं प्रमाण अधिक असलं तरी जपानी लोकांनी त्यावरही त्यांच्या सुपरिचित तडफेनं मार्ग शोधला आहे. गॅस्ट्रोस्कोपी ही तपासणी तिथं अनेक ठिकाणी होते. जवळजवळ प्रत्येक हॉस्पिटलमध्ये ही तपासणी 'स्क्रिनिंग टेस्ट' म्हणून केली जाते. एका विशिष्ट प्रकारच्या शाईचा फवारा अंतर्गत त्वचेवर (म्युकोजावर) मारला की, त्यांना तीन मिलिमिटरचा कॅन्सरसुद्धा ओळखता येत असे. मग तपासणीसाठी त्या ठिकाणचा तुकडा घेतला जाई. अगदी प्राथमिक अवस्थेत जठराच्या कॅन्सरचे निदान होत असे. अर्थातच त्यामुळे त्यांनी या मोठ्या संकटावर मात केलेलीही पाहायला मिळायची.

या काळात मला अधून-मधून आम्लपित्ताचा आणि त्यामुळे पोटदुखीचा त्रास होत असे. एकदा मी त्याबद्दल सहज सांगताच, डॉ. ताकागींनी झटकन माझी गॅस्ट्रोस्कोपी केली आणि मला अल्सर, कॅन्सर नसल्याचा निर्वाळा दिला. माझं जठर तुलनेनं खूप लहान असल्याचीही माहिती पुरवली. माझ्या जाड न होण्याचं रहस्य बहुधा माझ्या छोट्या जठरात दडलं असावं!

गेस्ट हाउसच्या वरच्या मजल्यावर इलेक्ट्रॉन मायक्रोस्कोप होता. त्या काळी आपल्याकडं हे उपकरण अगदी दुर्मिळ होतं. मी या सुविधेचा फायदा करून घेतला. मी 'पायलोनायडल सायनस' या विषयावर संशोधन करून, नंतर त्यावर एक प्रबंध लिहिला.

जपानी माणसं इंग्लिश लोकांपेक्षा खूप अगत्यशील वाटली. तिथं अधून-मधून पार्ट्या होत. त्यामध्ये आपल्याकडच्या भजीसारखा 'तेंपुरा' हा पदार्थ असे. मी शाकाहारी असल्यामुळे ती 'कोळंबीची भजी' खात नसे. परदेशात कुठंही ब्रेड, दूध, फळं, दही, फळांचे रस, केक यावर माझी भिस्त असे. टोकियोत भात आणि कोबीची भाजी सहज उपलब्ध होत असे.

टोकियोमध्ये मला पाहुणचाराचा सुखद अनुभव आला. मी टोकियोत पोहोचलो त्या दिवशीचं हॉटेलमधील वास्तव्य, गेस्ट हाउस, भोजन... सगळा खर्च ताकागींनी केला.

जपानहून परत येताना मी हाँगकाँग, बँकॉक आणि सिंगापूरला छोटे स्टॉप घेतले. त्यानंतर क्वालालंपूर इथं 'इन्टरनॅशनल अॅकॅडमी ऑफ प्रोक्टॉलॉजी'च्या कॉन्फरन्समध्ये प्रबंध सादर केला आणि भारतात परत आलो.

जपानमध्ये एका 'तेंपुरा' पार्टीनंतर रेसिडेन्ड डॉक्टरनं मला एका मोत्यांच्या घाऊक व्यापाऱ्याकडं नेलं होतं. मी तिथं कल्चर्ड पर्ल्सचे दोन सेट घेतले. ते त्या दुकानदारानं मला खूप स्वस्त दिले, वर दोन इमिटेशन सेट भेट म्हणूनही दिले. मी परत आल्यावर, माझी पत्नी मोत्याचे सेट पाहून फार खूश झाली. 'केवाई पर्ल'च्या त्या मालकानं त्या कल्चर्ड मोत्यांची किंमत भारतात किमान सातपट असेल, असं सांगितलं होतं. आम्ही गंमत म्हणून पुण्यात त्यांच्या दराची चौकशी केली तर, मला भेटीदाखल मिळालेल्या त्या मोत्यांच्या माळेची किंमत दहा हजार रुपये होती! ही गोष्ट १९७७ मधली आहे! पुण्यातल्या दुकानदारानं ती माळ विकत घ्यायची तयारी दाखवली. आम्हाला अर्थातच ही भेट विकायची नव्हती.

डॉ. ताकागींचे पुण्यात आगमन

बी. जे. मेडिकल कॉलेजमध्ये मी १९७९मध्ये पहिली अखिल भारतीय कॉन्फरन्स आयोजित केली होती. 'Gastro Intestinal Endoscopy' या विषयाच्या

कॉन्फरन्ससाठी मी डॉ. ताकागींना निमंत्रित केलं होतं. मी वैयक्तिकरीत्या त्यांची हॉटेल ब्ल्यू डायमंडमध्ये राहण्याची सोय केली. नंतर त्यांना मुंबईला नेऊन, मुंबई दर्शन घडवलं आणि निरोप दिला. त्यांनी ज्या आत्मीयतेने आणि निरपेक्ष वृत्तीने माझा पाहुणचार केला, त्यातून थोडंफार उतराई होण्याचा माझा प्रयत्न होता. पुढे अनेक वर्षं त्यांच्याशी माझा संपर्क राहिला होता.

परदेशात कॉन्फरन्स अथवा प्रशिक्षणासाठी जाताना मी शैक्षणिक कर्ज सुविधेचा लाभ घेऊनच जात असे. दोन वेळा परदेशवारी झाल्यानंतर, शिक्षणाखेरीज आणखी एक फायदा लक्षात आला. तो म्हणजे, टॅक्स सेव्हिंगचा! एक्स्चेंज परमिटवर मिळणारी रक्कम, संपूर्ण प्रवासखर्च, बँकेच्या कर्जावरचं व्याज हा सगळा खर्च उत्पन्नाच्या रकमेतून वजा होऊन करपात्र रक्कम ठरवली जात असे. त्यामुळे टॅक्स भरावा लागला असता, पण या टॅक्स सेव्हिंगमुळे त्या पैशातच कॉन्फरन्स किंवा शिक्षणाचा खर्च भागला होता.

त्यानंतर मी माझे वैद्यकीय ज्ञान अद्ययावत ठेवण्यासाठी वरचेवर परदेश वाऱ्या केल्या – इंग्लंड, जर्मनी, अमेरिका, जपान, हाँगकाँग, ऑस्ट्रेलिया, मलेशिया असे अनेक दौरे केले. या 'केल्याने देशाटनं'मुळे इतर काय फायदे झाले असतील ते असतील; पण एक मात्र नक्की झालं – माझा ज्योतिष, हस्तसामुद्रिक यावरचा विश्वास मात्र पूर्ण उडाला. इतके वेळा परदेशप्रवास करूनही, माझ्या हातावर परदेशगमनाची रेषा उमटली नाही ती नाहीच!

मीना के प्रभू

व्यावसायिक क्षेत्रातील माझ्या स्पेशलायझेशनमधील नवनवीन तंत्रांचा अभ्यास करण्यासाठी माझे बऱ्याच वेळा लंडनला जाणे झाले. माझी वर्ग मैत्रीण मीना आणि तिचे यजमान सुधाकर प्रभू हे बरीच वर्षे लंडनमध्ये स्थायिक झाले असल्याने, बऱ्याच वेळा त्यांचा पाहुणचार घेण्याचा अनुभव आला.

मीना डॉक्टर असली तरी आता औषधापुरतीही ती या क्षेत्राशी निगडित नाही. ज्येष्ठ साहित्यिक पु. ल. देशपांडे, शिवशाहीर बाबासाहेब पुरंदरे यांच्या प्रेरणेने आणि जगभर प्रवास करीत असल्याने तिने लेखनास सुरुवात केली. थोड्या काळात त्यामध्ये चांगली कीर्तीही संपादन केली. स्पेशालिस्टच्या या जगात 'प्रवासवर्णन' हा तिचा बालेकिल्ला आहे. 'माझे लंडन'पासून सुरुवात करून आज 'रोमराज्य'पर्यंत तब्बल बारा पुस्तकांचा यशस्वी प्रवास तिने केला आणि थांबण्याची चिन्हे नाहीत! तिच्या बहुतेक पुस्तकांना विविध पुरस्कार प्राप्त झालेले आहेत.

सुधाकर प्रभू यांनी आपल्या करिअरची सुरुवात १९६०मध्ये नोकरीपासून

केली. त्यांची व्यावसायिक घोडदौड कुठल्याही भारतीय व्यक्तीस अभिमानास्पद वाटावी अशीच आहे. त्यांची पन्नास हजार चौरस फुटांची पंधरा ऑफिसेस केवळ लंडनमध्येच आहेत. आणखीही इतर देशांत आहेतच.

यशस्वी आशियाई माणसाला सर्वांत मोठा मानाचा जीवनगौरव पुरस्कार – 'लॉईड्स टी. एस. बी. ज्युएल ऑवॉर्ड', खुद्द इंग्लंडच्या राणीनं दिलेले 'क्वीन्स ऑवॉर्ड' असे अनेक पुरस्कार सुधाकर प्रभूंना प्राप्त झाले आहेत.

लंडनच्या साऊथ हॉलमध्ये एक एकराच्या विस्तीर्ण बागेत त्यांचा एक सुंदर बंगला आहे. हे जोडपे अतिशय विनयशील आणि आतिथ्यशील आहे. अनेक मातब्बर 'हस्तीं'पासून ते माझ्यासारख्या सामान्य पाहुण्याची तितक्याच आत्मीयतेने ते सरबराई करतात.

'विद्या विनयेन शोभते' यानुसार 'विद्या सुधूस शोभते' असे मला म्हणावेसे वाटते.

बर्लिन भेट

त्यानंतर मी बर्लिनच्या 'फ्री युनिव्हर्सिटी'मध्ये प्रो. डॉ. नागल यांच्याकडं युरॉलॉजीच्या प्रशिक्षणासाठी गेलो होतो. त्या काळी तिथं विद्यापीठाच्या आवारातच निवासाची सोय होती. मी शनिवार-रविवारी श्री. गजानन निकम यांच्या घरी जायचो. श्री. निकम आणि त्यांची जर्मन पत्नी नलिनी अतिशय अगत्यशील होते. नलिनी सर्व प्रकारचे भारतीय पदार्थ करून अगदी आग्रह करकरून मला खाऊ घालत असत, सोबत डबाही भरून देत.

त्यांचं घर जर्मन एक्स्प्रेस वे (ऑटोबान) वर एका प्रशस्त इमारतीत होतं. त्या काळी ऑटोबानवर बांधलेली ती जगातील एकमेव इमारत होती. मी त्यांच्याकडं गेलो की, ते मला जवळपासची प्रेक्षणीय स्थळं दाखवायला नेत. बाजारातही फेरफटका होत असे. असंच एकदा फिरताना वाटेत, डॅमलर बेंझची शोरूम लागली. तिथल्या एका मर्सिडिज कारवर अठरा हजार डॉईश मार्क्सचं (७२,००० रुपये) लेबल पाहून मला आश्चर्य वाटलं. चौकशी केली तेव्हा समजलं की, ती 'फोर-फ्यूर-वागन' म्हणजे 'ट्रायल राईड'ची गाडी होती. त्या गाडीचं तीन हजार किमी रनिंग झालं असल्यामुळे, कस्टम ड्युटीही कमी बसणार होती. मला ती गाडी घ्यावी, असं फार वाटत होतं. मी हा विचार माझे मित्र श्री. जी. आर. भरितकर (जीआरबी) यांना बोलून दाखवला.

मी बर्लिनहून भारतात परत आलो, पण जीआरबींनी ती गाडी घेऊन दुबईला त्यांच्याकडं ठेवली. माझा भाचा मिलिंद कोठाडिया त्यांच्याच कंपनीच्या बगदादमधल्या साईटवर होता. तो १९८२मध्ये भारतात परत आला, तेव्हा भरितकरांनी त्याच्याबरोबर

ती गाडी पाठवून दिली. तेव्हापासून ही गाडी सोळा वर्ष माझ्याकडं होती. नंतर मात्र पार्किंगच्या त्रासाला कंटाळून १९९८मध्ये मी ही गाडी विकली.

या गाडीनं मला आणखी एक वेगळंच समाधान मिळवून दिलं. या गाडीनं मला नानी पालखीवाला, किरण बेदी, अरुण शौरी यांच्यासारख्या उत्तुंग व्यक्तींच्या सहवासाचा सुगंध, अल्पकाळ का होईना दिला. अर्थात याचं सगळं श्रेय पूर्णपणे माझा मित्र – मराठीतील ज्येष्ठ आणि नामवंत प्रकाशक अनिल मेहता यालाच आहे. ही दिग्गज मंडळी त्यांच्या पुस्तकांच्या प्रकाशनाच्या निमित्तानं पुण्यात आली की त्यांना विमानतळापासून आणणं-पोहोचवणं, हे काम अनिल मेहतानं माझ्यावर सोपवलेलं होतं. नानी पालखीवाला पुस्तक प्रकाशनासाठी एकदा पुण्याला आले होते, त्या वेळी त्यांच्या स्वागतासाठी दोन मर्सिडिस कार्स विमानतळावर हजर होत्या. पण श्री. पालखीवाला 'डॉक्टर शोफर' असलेल्या गाडीत बसले. 'थँक्स टू माय मर्सिडिस!'

परदेशात स्थायिक व्हावे?

मी एम. बी. बी. एस. झालो तेव्हा इंग्लंड किंवा अमेरिकेत पुढचं शिक्षण घेणं आणि तिथंच स्थायिक होणं आताच्या तुलनेनं फारच सोपं होतं. माझा मित्र रवींद्र व्होरा विमानाचं तिकीट आणि साडेतीन पौंड एवढ्या भांडवलावर एफ.आर.सी.एस.साठी लंडनला गेला होता. त्यासाठी कुठलीही परीक्षा देण्याची अट नव्हती. तिथं 'हाउस ऑफिसर'ची पोस्ट मिळत असे. मात्र अमेरिकेला जायचं झाल्यास, परीक्षा द्यावी लागत असे. ही परीक्षा तशी सोपी असे. ती पास झाल्यावर अमेरिकेत नोकरी मिळत असे. माझे बरेच मित्र, वर्गमित्र या दोन्ही ठिकाणी गेले होते.

माझ्यासाठी मात्र हे पर्याय खुलेच नव्हते; कारण मला सात माणसांच्या कुटुंबाचं पालनपोषण, चार बहिणी आणि एका भावाचं शिक्षण-लग्नं अशा अनंत जबाबदाऱ्या होत्या. त्यामुळे इथंच पुढचं शिक्षण आणि व्यवसाय हा माझ्यापुढं एकमात्र पर्याय होता. मी तोच स्वीकारला आणि त्याची मला जराही खंत नाही.

मी माझ्यावरच्या कौटुंबिक जबाबदाऱ्या पार पाडल्या, माझं रखडलेलं पोस्ट ग्रॅज्युएशनही पूर्ण झालं. व्यवसायात चांगला जम बसला, आर्थिक घडीही नीट बसली. त्यानंतर १९७४मध्ये जानेवारीत लंडनमध्ये ECFMG ही अमेरिकेला जाण्यासाठी आवश्यक असणारी परीक्षा दिली (त्या वेळेपर्यंत ही परीक्षा भारतात घेणं बंद झालं होतं.) आणि त्यात पासही झालो. पण इथली प्रॅक्टिस, हॉस्पिटल सोडून जाण्याची इच्छाच होईना!

मी परदेशातली वैभवी चमक-दमक पाहिली, पण तिथल्या समस्याही समजल्या होत्या. तिथं आर्थिक सुबत्ता होती. भेसळ-लाचलुचपत यांची झळ नव्हती. पैसे मोजून

हवं ते सगळं उपलब्ध होऊ शकत होतं. पण नोकरी मिळताना, समाजात वावरताना दुय्यमपणाची जाणीव सतत होत असे.

शिवाय तिथल्या इतर समस्या लक्षात आल्या त्या निराळ्याच! मुलं शाळेत जाऊ लागली की, ती आई-वडिलांना नावानं किंवा एकेरी हाक मारताना पाहिलं. क्वचित 'डॅडी, यू आर अ ब्लडी फूल!' हा बापाला मिळालेला आहेरही ऐकला. मुलं आणखी मोठी झाली की, 'डेट'वर निघालेल्या मुलीला पाहून भारतात वाढलेल्या आई-वडिलांची घालमेल समजली. पुन्हा मुलांना रागवायची किंवा मारायची सोय नाही. मुलांनी पोलिसांकडे फोनवर जरी तक्रार केली, तरी तुरुंगवासाची भीती! अशा परिस्थितीत तिथलं सगळं सोडून भारतात परत यावं, असं अनिवासी भारतीयांना वाटू लागतं. मुलं तोवर मोठी झाली असली, तर मुलं इकडं येण्यास नकार देतात. त्यामुळे मुलांना तिथं सोडून येण्याचं धाडस होत नाही आणि मुलांसाठी म्हणून इकडं परत यायचं, तर तोही उद्देश साध्य होत नाही – अशा विचित्र अवस्थेत पालकांना मूग गिळून गप्प बसणं भाग पडतं.

परदेशात स्थायिक होण्याचा विचार करताना मला या सगळ्या गोष्टींचा विचार करणंही अत्यावश्यक वाटलं आणि मी इथंच राहण्याचा निर्णय घेतला.

१४.

बॅडमिंटनमधील यशोशिखरं!

माणसाला आयुष्यात थोडं स्वास्थ्य-स्थैर्य लाभतं, तेव्हा त्याच्यासमोर दोन पर्याय असतात. पहिला – या स्वास्थ्याचं सुख स्वस्थपणे अनुभवणं आणि दुसरा – आजवर ज्या गोष्टी मनात असूनही करता आल्या नव्हत्या, अशा गोष्टी करणं. मी माझ्याही नकळत यातला दुसरा पर्याय निवडला. माझा पेशा असले निवांत-स्वस्थ लाड करू देणारा नाही, हे याचं कारण होतंच; शिवाय स्वस्थ बसणं माझ्या स्वभावातच नाही!

मी १९७५मध्ये काहीतरी शरीराला व्यायाम पाहिजे म्हणून बॅडमिंटन खेळायला सुरुवात केली. इतके दिवस मी जे 'लोका सांगे' करत होतो, ते स्वत: आचरणात आणायचं ठरवलं होतं. माझी पत्नीही सोबत येऊ लागली.

हॉस्पिटलमधलं काम आवरून रात्री नऊच्या सुमाराला आम्ही अहिल्यादेवी हायस्कूलच्या कोर्टवर बॅडमिंटन खेळायला जाऊ लागलो. बऱ्याचदा मुलंही आमच्यासोबत यायची. अजय त्या वेळी जेमतेम सहा वर्षांचा होता. आमचा खेळ बघून त्यानं मलाही खेळायचंय, म्हणून हट्ट सुरू केला. मग आम्ही त्याला थोडा वेळ खेळू द्यायचो. लवकरच तो सहज गेम मारू लागला. आमच्या आधी तिथं एक ग्रुप खेळायला येत असे. त्यात किर्लोस्कर कमिन्समधले पुजारी, कानडे, मुदकवी, बेडेकर अशी मंडळी होती. आमच्यापेक्षा हे सगळेच फार चांगलं खेळत असत. या मंडळींचं अजयच्या खेळाकडं लक्ष वेधलं गेलं आणि एके दिवशी अगदी न राहवून पुजारी मला म्हणाले, "डॉक्टर, या मुलाला कोचिंग द्या."

आम्ही त्यांच्या सल्ल्याचा मान राखत, चांगलं कोचिंग कोण देऊ शकेल याची चौकशी त्यांच्याकडं केली. त्यांनी सत्पाल रावत यांचं नाव सुचवलं आणि त्यांचा फोन नंबरही मिळवून दिला.

मी श्री. रावत यांना फोन केला,

''माझा मुलगा सहा वर्षांचा आहे. वयाच्या मानानं बरं खेळतो. तुम्ही त्याला शिकवाल का?''

त्यावर रावत म्हणाले, ''सगळ्याच आई-वडिलांना आपला मुलगा गुणी वाटत असतो; पण मुलात 'टॅलेन्ट' नसेल, तर मी शिकवत नाही.''

मग मी त्यांना विनंती केली की, ''तुम्ही एकदा त्याचा खेळ बघा आणि मग ठरवा. त्याच्यात टॅलेन्ट नसेल, तर आम्ही त्याला शिकवण्याचा आग्रह धरणार नाही.''

मग रावत यांनी रविवारी सकाळी त्याला 'पूना क्लब'ला घेऊन या, म्हणून सांगितलं. त्यानुसार आम्ही अजयचा सगळा जामानिमा करून त्याला घेऊन गेलो. रावत बिझी होते. खूप वेळाच्या प्रतीक्षेनंतर ते आम्हाला एकदाचे भेटले.

''आता खरं तर खूप उशीर झालाय, पण पाच मिनिटं पाहू या,'' असं म्हणून त्यांनी अजय बरोबर खेळायला सुरुवात केली आणि तब्बल अर्धा तास ते त्याच्याबरोबर खेळले. अजयच्या खेळावर खूश होऊन त्यांनी सांगितलं की, ''सध्या सगळ्या बॅचेस फुल असल्या तरी मी एखादा मुलगा कमी करून याला घेईन.''

आणि दुसऱ्याच दिवशी संध्याकाळी त्यांचा फोन आला,

''उद्या पहाटे पाच वाजता फर्ग्युसन कॉलेजच्या बॅडमिंटन कोर्टवर मुलाला घेऊन या.''

त्यानुसार अजयला घेऊन मी आणि सौ. तिथं गेलो आणि अजयच्या बॅडमिंटन प्रशिक्षणाचा 'श्री गणेशा' झाला. त्याला हा खेळ मनापासून आवडत होताच. आता त्याजोडीला सुयोग्य मार्गदर्शन आणि सरावही मिळू लागला. तो पहाटे एकटा सायकलवरून जायचा. वयाच्या अवघ्या सातव्या वर्षी त्यानं पुणे आणि सांगली येथील टुर्नामेंट्समध्ये भाग घेतला होता. या स्पर्धांमधील इतर मुलं मोठी होती. पण अजयनं त्यांना अतिशय जिद्दीनं कडवी झुंज दिली आणि हळूहळू तो 'चॅम्प' बनला. त्यानंतर त्याची आई त्याला पुण्याबाहेरच्या सामन्यांना घेऊन जाऊ लागली.

अजय पाचवीत गेला त्या वेळी त्याला नवीन मराठी प्रशालेतून मॉडर्न हायस्कूलमध्ये घातलं. मी त्याच्या नव्या शाळेच्या मुख्याध्यापकांना भेटून त्याला बॅडमिंटनमध्ये उत्तम गती असल्याचं सांगितलं आणि अजयलाही सांगून ठेवलं की, वर्गात स्पर्धेची नोटीस येईल, तेव्हा तू निवडचाचणीला अवश्य जात जा.

एके दिवशी अजय मधल्या सुट्टीत रडत घरी आला. ''मी लहान आहे म्हणून मला टीम सिलेक्शनमध्ये भाग घेता येणार नाही, असं म्हणतायत सर!''

मग मी त्याच्याबरोबर शाळेत जाऊन मुख्याध्यापकांना भेटलो. त्यांनी क्रीडा शिक्षकांना बोलावून घेतलं. ते म्हणाले, ''ही पंधरा वर्षांखालील मुलांची स्पर्धा आहे आणि हा फक्त दहा वर्षांचा आहे.''

मग मी त्यांना विचारलं, ''दहा वर्षांचा मुलगा पंधरा वर्षांखालील गटात बसत नाही का?'' – अजयचा जन्म १३ ऑगस्ट १९६९चा.

''वय पंधरा वर्षांपेक्षा जास्त असेल तर त्याला भाग घेता येणार नाही, पण पंधराच्या कितीही खाली असला तर त्याला भाग का घेता येणार नाही?'' मी विचारलं.

''तसा जिल्हा परिषदेचा नियम आहे.'' ते म्हणाले.

मी म्हणालो, ''मला नियम दाखवा.''

मग ते थोड्या वेळानं नियमाचं पुस्तक घेऊन आले आणि ओशाळून म्हणाले, ''तसा नियम दिसत नाही. पण हा फारच लहान आहे आणि आमची टीम फार चांगली आहे.''

मी त्यांना म्हणालो, ''अजयला सिलेक्शन मॅचेसमध्ये खेळवा. पाच मुलांच्या टीममध्ये त्याचा नंबर नाही लागला, तर आमचं काहीही म्हणणं नाही; कसलीही तक्रार नाही.''

त्यावर त्यांनी अत्यंत नाखुशीनं, आमच्यावर उपकार करतोय, अशा थाटात होकार दिला.

मग सिलेक्शन मॅचेसच्या वेळी मी मुद्दाम हजर राहिलो. अजयनं फक्त दहावीतल्या मुलाला – तो टीमचा कॅप्टन होता – त्याला सोडून बाकी सर्वांना अगदी सहज हरवलं. ते क्रीडा शिक्षक खजील झाले. त्यांनी अजयला टीममध्ये घेतलं. त्या वर्षाची स्पर्धा मॉडर्न हायस्कूलनं अजयमुळे जिंकली.

त्यानंतर अजय स्पर्धा जिंकत गेला... खरं तर या खेळानं त्याला जिंकलं होतं.

तिहेरी मुकुट

त्यानंतर अजयची पुणे जिल्हा स्पर्धेत पुरुष विभागाच्या एकेरीत छान सुरुवात झाली. त्या वेळी तो फक्त तेरा वर्षांचा होता. या स्पर्धेच्या उपान्त्य सामन्यात त्याचा संजीव बहल या मातब्बर खेळाडूशी सामना झाला. संजीवनं पहिली गेम १५-३ अशी सहज जिंकली. दुसऱ्या गेममध्येही संजीव १३-३ अशा गुणांनी आघाडीवर होता, पण याचं अजयवर जराही दडपण आलं नाही; उलट काही वेळानं त्याला लय सापडली आणि त्यानं पुढची गेम १७-१४ अशी जिंकली. एवढंच नव्हे, तर अखेरची गेम १५-३ असा लीलया जिंकून त्यानं सामना जिंकला. गर्दीनं तुडुंब भरलेल्या प्रेक्षागृहानं अजयला अक्षरशः डोक्यावर घेतलं!

दुसऱ्या दिवशी अंतिम सामना होता. अजयला गतविजेत्या प्रसन्न पत्कीबरोबर झुंज द्यायची होती. या सामन्याला प्रेक्षकांची अलोट गर्दी होती. हा सामना अजयनं १५-७, १५-९ असा अगदी एकतर्फी जिंकला आणि 'पुणे जिल्हा बॅडमिंटन पुरुष

एकेरी गटा'चा किताबही पटकावला. त्यानंतर वर्तमानपत्रांतल्या क्रीडावृत्तात अजयचा फोटो येणं नित्याचंच झालं. बहुतेक टुर्नामेंट्स त्यानं जिंकल्या. त्यानंतर 'राष्ट्रीय मानांकन स्पर्धेत' त्याला ज्युनिअर गटात दुसरं रॅकिंगही मिळालं. अजयला १३ ऑगस्ट १९८५ला हा 'तिहेरी मुकुट' मिळाला. त्याच्या 'दुहेरी मुकुटा'ची बरोबरी साधली, ती निहार टिळेकरनं. मात्र, त्यासाठीही २००७साल उजाडलं. परंतु त्याच्या 'तिहेरी मुकुटा'चे रेकॉर्ड आजपर्यंत कोणीही मोडलेलं नाही!

स्लॅझेंजर विम्बल्डन

लंडनमध्ये 'स्लॅझेंजर विम्बल्डन बॅडमिंटन इन्व्हिटेशन टुर्नामेंट' १९८६मध्ये आयोजित केली होती. त्यासाठी भारतातर्फे दोन खेळाडू पाठवायचे होते. अजयला राष्ट्रीय पातळीवर नामांकन मिळाल्यामुळे, तेसुद्धा अवघ्या तेराव्या वर्षी, त्याला या स्पर्धेला नक्की पाठवलं जाणार, अशी पुणे बॅडमिंटन आणि महाराष्ट्र बॅडमिंटन संघटनेला खात्री होती. तशातच एक नंबरचं मानांकन मिळालेला खेळाडू वयाच्या अटीत बसत नसल्यामुळे या स्पर्धेला जाऊ शकणार नव्हता. त्यामुळे अजयचं रॅकिंग दोनवरून एकवर आलं. म्हणजे अजयला संधी मिळण्याची शक्यता वाढली होती, पण प्रत्यक्षात काही वेगळंच घडलं!

एके दिवशी बातमी आली की, दोन मुलांची नावं इंग्लंडला पाठवली आहेत; पण त्यात अजयचं नावच नाही. मग आम्ही 'महाराष्ट्र बॅडमिंटन असोसिएशन'चे सचिव श्री. गंधे यांच्याशी बोललो. अजयवर अन्याय होतोय, या मुद्द्यावर सगळ्यांचं एकमत होतं. श्री. गंधेंनी बॅडमिंटन असोसिएशनचे उपाध्यक्ष फझिल अहमद यांच्याशी संपर्क साधला. त्यांनी उडवाउडवीची उत्तरं दिली आणि 'आता उशीर झाला आहे, आता काहीही करता येणार नाही,' असं सांगून हात झटकले. मग श्री. गंधेंनी त्यांना अजयचं नाव न पाठवण्याचं कारण विचारता त्यांनी सांगितलं, ''इंग्लंडहून आलेल्या निमंत्रण पत्रामध्ये अजय आणि एक मुलगा पाठवा, असं लिहिलं आहे, हे आम्हाला आवडलेलं नाही. कुणाला पाठवायचे, हा आमचा अधिकार आहे.''

आम्ही गोंधळून गेलो. हा काय प्रकार आहे, तेच कळेना. आम्ही इंग्लंडमध्ये कुणाला ओळखतसुद्धा नाही तरी तिकडून अजयचं नाव घालून निमंत्रण कसं आलं, हेच समजेना. यामध्ये आमचा काहीच दोष नसताना, प्रथम मानांकन असूनही, केवळ या कारणास्तव डावलण्याचा फझिल अहमद यांचा निर्णय आम्हाला पटणं शक्यच नव्हतं. त्यामुळे या अन्यायाविरुद्ध दाद मागण्यासासाठी प्रयत्न करायलाच हवेत, असं वाटू लागलं.

मग मी आणि गंधे सर्व मानांकन याद्या घेऊन दिल्लीला जाऊन धडकलो. त्या वेळी श्री. वसंत साठे केंद्रीय मंत्री आणि बॅडमिंटन असोसिएशनचे अध्यक्ष होते.

आम्ही त्यांना भेटून सर्व प्रकार सांगितला, सगळी कागदपत्रंही दाखवली आणि श्री. फझिल अहमद यांच्याशी याबद्दल बोलण्याची विनंती केली.

श्री. साठे यांनी फझिल अहमदना फर्मावले की, तिकडून नाव कसं आलं याची चौकशी करा. त्यात खेळाडूचा किंवा त्याच्या पालकांचा दोष नसेल, तर त्याच्यावर अन्याय होता कामा नये.

अखेर सगळ्या चौकशीअंती कळलं की, टॉम जॉन हा या विम्बल्डन क्लबचा एक कोच तीन-चार महिन्यांपूर्वी पुण्यात कोचिंगसाठी आला होता. त्यानं अजयचं नाव आणि मानांकन सांगितल्यामुळे अजयचं नाव घालून आलं होतं.

सरतेशेवटी मंत्रीमहोदयांचा मान राखण्यासाठी आम्हाला सांगितलं गेलं की, पहिल्या दोन मुलांना सरकारतर्फे 'एन्ट्री' दिलेली आहे, त्यामुळे तुम्ही स्वखर्चानं पाठवणार असाल, तर अजयला परवानगी देऊ.

आम्ही ते मान्य केलं.

यथावकाश ही स्पर्धा झाली. या स्पर्धेत आठ देशांतील खेळाडू सहभागी झाले होते. भारतातून सरकारी खर्चानं गेलेले पहिले दोन खेळाडू पहिल्या एक-दोन फेऱ्यांतच गारद झाले. अजयनं १८ वर्षांखालील खेळाडूंच्या या स्पर्धेत इंग्लंडच्या ज्युलियन रॉबर्टसनला १५-७, १५-५ असं पराभूत केलं. स्लॉझेंजर विम्बल्डन बॅडमिंटन स्पर्धेचं अजिंक्यपद मिळवलं. ही स्पर्धा जिंकणारा अजय पहिला भारतीय खेळाडू ठरला! त्यानंतर १७ वर्षांनी म्हणजे २००३मध्ये आनंद पवारने ही स्पर्धा जिंकली.

जवळजवळ सगळ्या वृत्तपत्रांनी अजयच्या या यशाची दखल घेतली. नामवंत बॅडमिंटनपटू प्रकाश पदुकोण यांच्या हस्ते अजयचा सत्कार झाला. मात्र, या यशामुळे अजय हुरळून गेला नाही, याचं आम्हाला फार समाधान वाटलं.

या स्पर्धेनंतर इंग्लिश बॅडमिंटन असोसिएशनचे सचिव हिदर निल्सन यांनी भारतीय बॅडमिंटन असोसिएशनला पत्र पाठवलं होतं. त्यात त्यांनी अजयचं खूप कौतुक केलं होतं. त्यानंतर फझिल अहमद यांचं अजयला अभिनंदनाचं पत्र आलं होतं; एवढंच नव्हे, तर त्यांनी त्यानंतरच्या इंडोनेशिया इथं होणाऱ्या स्पर्धेसाठी एकट्या अजयचं नाव पाठवलं होतं.

पुढं अजय अनेक देशांत स्पर्धांसाठी गेला. तो दोन वर्ष भारतीय ज्युनिअर टीमचा कॅप्टन होता. विशेष म्हणजे, याच टीममध्ये माझा दुसरा मुलगा – नितीनही होता! नितीन स्लॉझेंजर विम्बल्डन खेळण्यासाठी लंडनला गेला तेव्हा रेगेंच्या घरी त्याचा चांगला पाहुणचार झाला. माझा आणि रमेश रेगेंचा परिचय श्री. भरितकरांच्या मुलाच्या लग्नात झाला होता. नंतर मी लंडनला गेलो असताना त्यांच्या एगम येथील घरी जाऊन आलो.

रमेशचे आई-वडील १९९१-९२ च्या सुमारास कोल्हापूरहून पुण्याला आले. दोघेही वृद्ध आणि रमेश पुण्यात नाही. त्यामुळे त्यांच्या प्रकृती स्वास्थ्याकडे लक्ष देण्याची जबाबदारी माझ्यावर होती. वृद्धापकाळाने आई ९४मध्ये गेल्या. त्यानंतर वर्षभराने दीर्घ आजाराने वडीलही गेले.

रेगे लंडनला स्थायिक झाले होते खरे; परंतु मुले – विशेषतः मुलगी मोठी होऊ लागली. तेव्हा ती पाश्चात्त्य संस्कृतीपासून दूर राहावी, असे बहुतेक सर्व अनिवासी भारतीयांप्रमाणे रेगेंनाही वाटत होते. तसा विचार करून रेगे कुटुंबीयांनी मायदेशी येण्याचा निर्णय घेतला आणि ते पुण्यात स्थायिक झाले.

भेट 'लक्ष्मीपुत्राची'

अजयची बॅडमिंटनमधली गुणवत्ता, कामगिरीमधलं सातत्य आणि त्याची जिद्द पाहता त्याला अधिक चांगलं कोचिंग मिळावं, असं आम्हाला वाटत होतं. यासंदर्भात आम्हाला इंडोनेशियातील जकार्ता येथील बॅडमिंटन स्कूलबद्दल समजलं. बॅडमिंटनचे 'ब्रॅडमन'– रुडी हार्टोनो यांचा पत्ताही मिळाला. मी त्यांना अनेक पत्रं पाठवली, पण एकाही पत्राचं उत्तर आलं नाही.

एके दिवशी एका परिचितांनी सुचवलं की, इंडोनेशियात सुराबाया इथं एक भारतीय उद्योगपती आहेत, त्यांच्याशी संपर्क साधून बघा. त्यांनी मला त्या उद्योगपतींचा पत्ताही दिला.

मी त्यांना पत्र लिहिलं, 'आपला प्रत्यक्ष परिचय नाही, परंतु मी एका कामासंदर्भात आपल्याला तसदी देत आहे. माझा मुलगा बॅडमिंटन उत्तम खेळतो. त्याला रुडी हार्टोनो स्कूलमध्ये कोचिंगसाठी पाठविण्याची फार इच्छा आहे. त्यादृष्टीनं मी गेले सहा महिने पत्रव्यवहार करतोय. पण तिकडून काहीच प्रतिसाद नाही. आपण कृपया चौकशी करून कळवू शकाल का?'

माझ्या पत्राला तत्काळ उत्तर आलं,

'डॉ. गांधी, पुष्कळ भारतीय लोक आपल्या मुलांना उच्चशिक्षणासाठी पाठवण्याचा विचार करतात, पण खेळाच्या प्रशिक्षणासाठी पाठविणारा विरळाच आणि याचं मला साश्चर्य कौतुक वाटतं. सुराबायामध्ये एक चांगलं बॅडमिंटन स्कूल आहे. रुडी हार्टोनो इथंच तयार झाला. तुमची इच्छा असल्यास मुलाला इकडं पाठवा. मी त्याचं प्रशिक्षण, भोजन, निवास ही सगळी व्यवस्था करीन. तुमचं नक्की झालं की मला फ्लाईट नंबर कळवा.'

हे पत्र वाचून मला सुखद धक्का बसला. मी अजयला सुराबायाला पाठवायचं ठरवलं. मी दर वर्षी कॉन्फरन्ससाठी किंवा सर्जरीतल्या नव्या गोष्टी शिकण्यासाठी परदेशवारी करतच होतो, या वेळी विचार केला की, ऑस्ट्रेलियाला जावं आणि याच

वारीत सुराबायाचं बॅडमिंटन स्कूल पाहून यावं. माझी निघण्याची तारीख निश्चित झाल्यावर मी त्या उद्योगपतीला फोन करून माझा मनोदय सांगितला.

त्यावर ते म्हणाले, ''अवश्य या. मी तुमची सगळी सोय करीन. पण त्या सुमारास मी अमेरिकेत असेन. आपली भेट होऊ शकणार नाही.''

हे उद्योगपती म्हणजे दुसरं-तिसरं कुणी नसून ते होते – श्री. लक्ष्मीनिवास मित्तल! त्या वेळी हे नाव भारतात किंवा जगात इतकं सुपरिचित नव्हतं.

मग मी मुंबई-जकार्ता-सुराबाया असा प्रवास करून तिथं पोहोचलो. विमानतळावर 'इस्पात-इण्डो'चा (मित्तल कंपनी) माणूस मला न्यायला आला होता. त्यानं मला हॉटेलवर सोडलं आणि सांगितलं, ''सकाळी मित्तलांच्या घरी नाश्ता करून मग आपण बॅडमिंटन स्कूलला जाऊ, त्यानंतर तुम्हाला विमानतळावर पोहोचवीन.''

त्यानुसार सकाळी मी श्री. मित्तल यांच्या घरी गेलो. सौ. उषा मित्तल यांनी अतिशय अगत्यानं आणि आग्रहानं केलेला पाहुणचार घेऊन, मग बॅडमिंटन स्कूल पाहायला गेलो. मात्र, माझी घोर निराशा झाली. स्कूलच्या भिंती पडलेल्या, बॅडमिंटन कोर्ट गोणपाटानं झाकलेलं – अशी दयनीय अवस्था होती. मी अजयला इथं प्रशिक्षणासाठी पाठवणं शक्यच नव्हतं.

रुडी हार्टोनो

मी सुराबायाहून जकार्ताला आलो. मेलबर्नला जाणाऱ्या विमानाला थोडा अवकाश होता. मधल्या वेळात मी एक 'चान्स' घ्यायचं ठरवलं. टॅक्सी करून थेट 'रुडी हार्टोनो स्कूल'ला गेलो. तिथं रुडी हार्टोनो यांना भेटलो. माझ्या येण्याचं प्रयोजन सांगितलं. त्यावर त्यांनी ताबडतोब रुकार दर्शविला. मला आश्चर्याचा धक्काच बसला.

नंतर मी संभाषणाच्या ओघात त्यांना विचारलं, ''गेल्या सहा महिन्यांत मी आपल्याला बरीच पत्रं लिहिली, पण माझ्या एकाही पत्राला उत्तर का आलं नाही?''

त्यावर ते उत्तरले, ''नो इंग्लिश!''

अजयला तिथं पाठवण्याचं मनात नक्की करत असताना, आणखी एक कल्पना सुचली – नितीन आणि गीताही बरं खेळतात, त्यामुळे तिघांनाही इथं पाठवावं. मग मी लगेच तिघांचीही फी भरून उन्हाळ्याच्या सुट्टीच्या कालावधीत तीन महिन्यांचं बुकिंग केलं आणि मग मेलबर्नना गेलो. तिथून श्री. मित्तल यांच्या कंपनीचे सीईओ विजय राघवन यांना फोन करून सगळी हकिगत सांगितली. 'मुलांना सुराबायास पाठवण्याऐवजी जकार्ताला पाठवत आहे', हे सांगून त्याबद्दल दिलगिरी व्यक्त केली. मित्तलांना धन्यवाद सांगा, मी नंतर फोन करीनच, असे आश्वासनही दिले.

श्री. मित्तलांचा सुराबायाला परत आल्यानंतर फोन आला. ते दिलगिरी व्यक्त करत म्हणाले, ''मी ते स्कूल पाहिलं नव्हतं, ऐकीव माहितीवर बोललो होतो. पण काही हरकत नाही. मुलं जकार्ताला केव्हा येत आहेत ते कळवा, फ्लाईट नंबर कळवा. त्यांना स्कूलवर पोहोचवण्याची सोय करतो.''

अजयची बारावीची परीक्षा संपली, त्या रात्रीच तो, नितीन आणि गीता हे त्रिकूट प्रशिक्षणासाठी रवाना झालं. श्री. मित्तलना फ्लाईट नंबर कळवला होताच. मुलांना मध्ये सिंगापूरला विमान बदलावं लागणार होतं. मुलं जकार्ताला पोहोचली, पण अजयची बॅग सिंगापूरमध्येच राहिली. बाकीच्या दोन बॅगा आल्या होत्या. मग अजयनं विमानतळावरच्या ग्राऊंड स्टाफकडं रीतसर तक्रार नोंदवली आणि तिघंही बाहेर पडले.

मित्तलांचा माणूस विमानतळावर वाट पाहतच होता. त्यांं मित्तलांना अजयची बॅग मागं राहिल्याचं सांगितलं. त्यावर मित्तलांनी दिलेल्या आदेशानुसार तो माणूस अजयला बाजारात घेऊन गेला. त्याला आवश्यक ते सगळं सामान घेऊन दिलं आणि मग मुलांना बॅडमिंटन स्कूलवर पोहोचवलं.

दुसऱ्या दिवसापासून मुलांचा नियमित खेळ आणि व्यायाम सुरू झाला. श्री. मित्तल जकार्ता ऑफिसला आले की, रात्री गाडी पाठवून मुलांना हॉटेलवर बोलावून घ्यायचे. त्यांची विचारपूस करून, त्यांना जेवू घालायचे आणि परत स्कूलवर नेऊन सोडायचे. काहीही अडचण आली तर त्यांच्या जकार्तामधल्या कार्यालयाशी संपर्क करण्याची सूचना होतीच!

मुलांना इंडोनेशियाची स्थानिक भाषा येत नव्हती आणि तिथल्या लोकांना मुलांची भाषा समजत नव्हती! कधीतरी कुणाचा फार राग आला की, नितीन-गीता त्याला गाढव किंवा हत्ती म्हणत.

मग ते विचारायचे, ''म्हणजे काय?''

त्यावर मुलं त्यांना अर्थ समजावत, ''म्हणजे... गुड बॉय!''

एकंदरीत मुलं बॅडमिंटनचा मजेत, पण कसून सराव करत होती.

तीन महिन्यांचं प्रशिक्षण पूर्ण करून मुलं घरी परत आली ती, बॅडमिंटनचं अधिक कौशल्य आत्मसात करून; त्याचबरोबर श्री. लक्ष्मीनिवास मित्तल या आधुनिक कुबेराच्या दातृत्वाचं गुणगान करतच! आम्हाला सर्वांनाच त्यांच्या आपलेपणाचं आणि काहीही परिचय नसताना त्यांनी आमच्याबद्दल जी आस्था दाखवली, त्याचं अप्रूप वाटलं.

नागपूर इथं १९८७ च्या जानेवारीत आयोजित केलेल्या 'नॅशनल ज्युनिअर बॅडमिंटन चॅम्पियनशिप'मध्ये अजय आणि नितीन सहभागी झाले होते. त्या वेळची एक मजेशीर घटना म्हणजे, स्पर्धेच्या उपान्त्य सामन्यात अजय आणि नितीन

परस्परांसमोर प्रतिस्पर्धी म्हणून उभे ठाकले होते. ही मॅच अजयने जिंकली. नंतर फायनल झाली. त्या रात्री आम्ही फोनवर विचारलं, ''मॅच झाली?''

अजय म्हणाला, ''हो.''

''काय झालं?'' आम्ही उत्सुकतेनं विचारलं.

''जिंकली!'' अजय म्हणाला.

एवढंच संभाषण! त्यानं त्याच्या परिचित स्थितप्रज्ञ स्वभावानुसार उत्तर दिलं होतं.

तो उपान्त्य आणि अंतिम सामना जिंकून 'ज्युनिअर नॅशनल चॅम्प' या किताबाचा मानकरी ठरला होता!

■

पुत्र व्हावा ऐसा...

देशातील आणि परदेशातील बॅडमिंटनच्या टुर्नमेंट्स, त्याआधीची सराव शिबिरं यामुळे अजय वर्षातून सरासरी सहा-सात महिने पुण्याबाहेर असे. कॉलेजमध्ये इतकी गैरहजेरी लागूनही त्याला बारावीला ९५ टक्के मार्क्स मिळाले. त्यानंतर त्यानं अभियांत्रिकीला 'इलेक्ट्रॉनिक्स ॲन्ड टेलिकम्युनिकेशन (टेलिकॉम)' या शाखेत प्रवेश घ्यायचं ठरवलं. त्याला एम. आय. टी. इंजिनिअरिंग कॉलेजमध्ये प्रवेश मिळाला. या संस्थेचे संस्थापक संचालक डॉ. वि. दा. कराड अजयच्या खेळाचे 'फॅन' होते. अजय जेव्हा पुण्यात असे, तेव्हा त्याच्या प्रॅक्टिकल्सची खास सोय केली जाई; तसंच त्याला अभ्यासात मदतीसाठी सगळे प्राध्यापक सदैव तयार असत.

जीवेत शरदः शतम्

एम. आय. टी. कॉलेजमधले प्राध्यापक दराडे हे इंजिनिअरिंग ड्रॉइंगचे क्लास घेत असत. एके दिवशी मी अजयला त्यांच्याकडं घेऊन गेलो. फी भरून त्याचं नाव नोंदवलं आणि सरांना सांगितलं, ''सर, माफ करा, पण त्याची क्लासला बऱ्याचदा गैरहजेरी असेल.''

हे ऐकून त्यांना राग आला. ते म्हणाले, ''विद्यार्थी दांड्या मारणार, असं पालकच सांगतायत... हा काय प्रकार आहे?''

मग मी सरांना सगळं सविस्तर सांगितलं. ते कळाल्यावर त्यांचा नूरच पालटला. ते स्वतःही उत्तम खेळाडू होते. त्यांनी आमची अडचण नीट समजून घेतली आणि अजयच्या पाठीवर थाप मारून सांगितलं,

''क्लासच्या वेळात तुला येता आलं नाही, तरी माझ्या क्लासचा आणि घराचा दरवाजा तुझ्यासाठी चोवीस तास उघडा आहे.''

पहिल्या टर्ममध्ये अजय वार्षिक परीक्षेच्या वीस दिवस आधी एक स्पर्धा

संपवून पुण्याला आला. सरांना भेटल्यावर ते म्हणाले, "आता या विषयाची शंभर मार्कांची तयारी करणं शक्य नाही, पण आपण 'पासिंग'पुरती तयारी करू."

मग अजय तीन-चार दिवस त्यांच्याकडं गेला. पण इतरही विषयांचा अभ्यास असल्यानं त्याला जाणं जमेना. इकडं प्रा. दराडे चिंतेत! त्यांना अजयशी कसा संपर्क साधावा, कळेना. शेवटी ते पत्ता शोधत चक्क स्वत: आमच्या घरी आले. अजयच्या न येण्याचं कारण समजल्यावर त्यांनी आमच्या घरी येऊन त्याला शिकवायची तयारी दाखवली. अजयच्या सोईची वेळ विचारून, आठ दिवस ते आमच्या घरी येऊन त्याला शिकवत होते. अजय त्या टर्मला पासही झाला! प्रा. शरश्चंद्र दराडेंसारखे शिक्षक आज औषधाला तरी सापडतील काय?

इंजिनिअरिंग कॉलेजमध्ये सबमिशन भरपूर असतं. अजय पुण्यात असेल तेव्हा ते काम पूर्ण करून ठेवत असे. मग ते सबमिट करणं किंवा बक्षीस समारंभात त्याच्यावतीनं बक्षीस स्वीकारणं, हे काम बऱ्याचदा माझ्याकडं असे!

दरम्यान, एक बातमी माझ्या वाचनात आली. केंद्र सरकारनं विद्यापीठांसाठी एक आदेश काढला होता, त्यानुसार राष्ट्रीय अथवा आंतरराष्ट्रीय टुर्नमेंट्स किंवा त्यासाठीच्या सराव शिबिरामुळे विद्यार्थ्याला विद्यापीठाची परीक्षा देता आली नसेल, तर विद्यापीठानं पंधरा दिवसांच्या नोटिशीवर अशा विद्यार्थ्यांची परीक्षा घ्यायची होती. कॉलेजनेही त्या विद्यार्थ्याला प्रॅक्टिकल आणि इतर आवश्यक सुविधा उपलब्ध करून द्यायच्या होत्या. ते वाचून माझा आनंद गगनात मावेना!

त्यानंतर विद्यापीठाच्या सातपैकी सहा परीक्षा एकट्या अजयसाठी पुन्हा घेण्यात आल्या. प्रॅक्टिकलच्या वेळी परीक्षक त्याला विचारत, "का रे, तुझी एकट्याचीच का परीक्षा?"

मग त्याच्या खेळाबद्दल आणि त्यात तो मिळवत असलेल्या यशाबद्दल समजल्यानंतर काही परीक्षक खूश होऊन तुला पाच मार्क जास्त देतो, असं म्हणत; तर काही जण तुझी एकट्याचीच परीक्षा का घ्यायची, असं म्हणून रागही व्यक्त करत.

मात्र अजयला प्रा. कराड, प्रा. दराडे आणि इतर प्राध्यापकांचं उदंड सहकार्य आणि भरभरून प्रेम मिळालं. या सर्वांचे आभार मानावेत तितके थोडेच! अजयनं 'स्लॅझेंजर विम्बल्डन स्पर्धा' जिंकल्यानंतर श्री. सुरेश कलमाडी आणि सिनेतारका डिम्पल कपाडिया यांच्या हस्ते त्याचा सत्कार झाला होता. हॉटेल पूनममध्ये आयोजित केलेल्या समारंभात ही सर्व प्राध्यापकमंडळी आमच्या आनंदात सहभागी होत आवर्जून उपस्थित होती.

शिखर यशाचे

राष्ट्रीय-आंतरराष्ट्रीय पातळीवरील खेळाडूंना काही सरकारी कंपन्या नोकरी देण्यास उत्सुक असत. इंडियन ऑईल, भारत पेट्रोलियम, एच. पी., ऑईल इंडिया, लुब्रिझॉल इंडिया, ओएनजीसी अशा तेलक्षेत्रातील कंपन्या तसंच भारतीय रेल्वे इत्यादी ठिकाणी खेळाडूंना कंपनीत काही प्रमाणात हजेरी लावावी लागे आणि वर्षातून एक-दोन टुर्नामेंट्स कंपनीसाठी खेळाव्या लागत असत. बॅडमिंटन खेळाडूंपैकी काही खेळाडू अशा कंपन्यांत नोकरी करत असत.

एकदा ऑईल कंपन्यांच्या टुर्नामेंटच्या बक्षीस समारंभात प्रमुख पाहुणे लुब्रिझॉल इंडियाचे सी. एम. डी. – पी. के. रुद्रा यांनी त्यांच्या भाषणात आगामी टुर्नामेंट लुब्रिझॉलनं जिंकली पाहिजे, अशी अपेक्षा व्यक्त केल्याचं मला एका बॅडमिंटनप्रेमीकडून कळलं. मग मी पी. के. रुद्रा यांच्याशी संपर्क साधून त्यांची भेटीची वेळ ठरवून मुंबईला गेलो.

प्रत्यक्ष भेटीत श्री. रुद्रा यांना मी अजयच्या बॅडमिंटनमधील कामगिरीबद्दल सांगितलं आणि तो इंजिनिअरिंगचं शिक्षण घेतोय, हेही सांगितलं. त्यानंतर काही दिवसांतच लुब्रिझॉलचे दोन-तीन अधिकारी आमच्या घरी आले. त्यांनी अजयला त्यांच्या कंपनीत ऑफिसर म्हणून नियुक्त केल्याचं पत्र दिलं. या नोकरीत अजयनं ऑफिसला एकही दिवस हजर राहण्याची अट नव्हती, तरीही दर एक तारखेला न चुकता पगार घरी येऊ लागला. शिवाय कुठल्याही टुर्नामेंटला जाताना रेल्वेचा एसी क्लासचा प्रवासखर्च आणि हॉटेलमधील वास्तव्याचा खर्च कंपनीतर्फे होऊ लागला. त्यानंतर मी त्यांना नितीन आणि हेमंत हर्डीकर यांची नावं सुचवली, तीही त्यांनी मान्य केली.

...आणि त्यानंतरच्या वर्षी लुब्रिझॉलनं 'इन्टर ऑईल कंपनी टुर्नामेंट' जिंकली!

मुलांच्या टुर्नामेंटमुळे मला त्या वेळचा सुविख्यात बॅडमिंटनपटू सय्यद मोदीला जवळून पाहता आलं. तो अनेक वर्ष पुरुष एकेरीचा विजेता होता. दुर्दैवानं त्याचा खून झाला. त्याच्या स्मृतिप्रीत्यर्थ ट्रॉफी ठेवण्याची माझी इच्छा होती. मी बॅडमिंटन असोसिएशनला फोन करून आणि पत्र लिहून त्यासंबंधी कळवलं आणि १९८७च्या उत्तरार्धात असोसिएशनकडं अकरा हजार रुपये पाठवले. पुढं मात्र माझा याबाबत काहीही संपर्क राहिला नाही.

मी १९७५च्या सुमारास बॅडमिंटन खेळायला सुरुवात केली ती केवळ शारीरिकदृष्ट्या तंदुरुस्त राहणं, या एकमात्र उद्देशानं. अर्थात खेळामुळे फक्त शरीरच नव्हे, तर मनही आरोग्यसंपन्न होतं. आम्हाला मात्र खेळाचे अनपेक्षित लाभ झाले. आमच्या अजयचं करिअर अतिशय वेगळ्या पद्धतीनं घडलं. अजयच्या या वाटचालीचं

आम्हाला खूप कौतुक होतं. अर्थात, त्यानं या साऱ्यासाठी अपार कष्ट घेतले आहेत.

आमच्या घरी सतत पाहुण्यांची वर्दळ असे. घरी आलेल्यांचं आदरातिथ्य, पाहुणचार करणं, ही आमच्या घरची रीतच होती; पण या सगळ्यामध्ये मुलांचा वेळ जाऊ नये, यावर आमचा कटाक्ष असे. पाहुण्यांशी थोडंफार बोलून झालं की, मुलं आपल्या खोलीत जाऊन अभ्यासाला बसत असत. टीव्हीच्या बाबतीतही आम्ही बंधन घालून घेतलं होतं. त्या वेळी आत्तासारखं वाहिन्यांचं पेव फुटलेलं नव्हतं, तरीही मुलांनी टीव्ही पाहू नये, असं आपल्याला वाटत असेल, तर आपणच तो बघणं बंद करणं उत्तम, या विचारानं आम्हीच टीव्ही पाहत नव्हतो.

आमच्या अगदी जवळच्या नात्यातल्या लग्नसमारंभांना वगैरे अजय आणि नितीन क्वचितच हजर राहू शकत असत. अशा घरगुती सोहळ्यांना मुलं पारखी होत आहेत, याची खंत वाटायची. पण 'कुछ पाने के लिए कुछ खोना पडता है' याचं भान ठेवावं लागत असे आणि मुलांनीही ते समजून घेतलं होतं. राष्ट्रीय आणि आंतरराष्ट्रीय पातळीवर खेळ अन् अभ्यास या दोन्ही आघाड्यांवर अजय आणि नितीन अपार कष्टांनी घौडदौड करत होते. दोन्ही ठिकाणी चांगली कामगिरी करत होते, याचा आम्हाला अभिमान होता.

ऱ्होड्स स्कॉलरशिप

अजयच्या आयुष्यात आणखी एक मानाचा योग आला. त्याचं 'ऱ्होड्स स्कॉलरशिप'साठी नामांकन झालं!

ही ऑक्सफर्ड विद्यापीठाची अतिशय प्रतिष्ठेची शिष्यवृत्ती मानली जाते. ऱ्होड्स फाऊंडेशन दर वर्षी जगातील एक-दोन विद्यार्थ्यांची या स्कॉलरशिपसाठी निवड करते. योग्य उमेदवार आढळला नाही तर, त्या वर्षी कुणाचीच निवड केली जात नाही. सर्वसाधारणपणे उत्तम खेळाडू किंवा कलाकार यापैकी अभ्यासातही उत्तम असणाऱ्या विद्यार्थ्यांना यासाठी आमंत्रित केलं जातं. त्यांच्या प्रवासाचा, पंचतारांकित हॉटेलमध्ये राहण्याचा खर्च त्यांच्यामार्फत केला जातो. दोन दिवस या विद्यार्थ्यांचं वागणं-बोलणं, हुशारी यांचं निरीक्षण केलं जातं. यामध्ये त्यांना योग्य विद्यार्थी आढळला तर त्याची निवड केली जाते. अजयला यासाठी कोलकत्याला आमंत्रित करण्यात आलं होतं, पण अंतिम निवडीत त्याला यशानं हुलकावणी दिली.

ऑक्सफर्ड विद्यापीठ विशेष करून कला या विद्याशाखेसाठी प्रसिद्ध असल्यामुळे, या क्षेत्रातील विद्यार्थ्यांची या स्कॉलरशिपसाठी प्राधान्यानं निवड केली जाते. अजयचं इंजिनिअर असणं त्याच्या निवडीमध्ये अडसर ठरलं, असं त्याला सांगण्यात आलं. माझ्या माहितीतले दोन ऱ्होड्स स्कॉलर्स म्हणजे, बिल क्लिंटन आणि गिरीश कर्नाड! अजय कधी त्यांच्या पंक्तीत बसू शकेल याचा आम्ही विचारही केला नव्हता!

अर्थात, भविष्यात आपली मुलं कोण बनतील याची मला मुळीच चिंता नव्हती, कारण आजही ती कुणीतरी आहेतच, यावर माझा ठाम विश्वास होता.

अजय इंजिनिअर झाला. माझा मित्र कंडाबरोबर पार्टनरशिपमध्ये एक युनिट आणि 'अजय प्रेसिंग्ज' या नावाने स्वत:चे असे वेगळे युनिट त्याने सुरू केले. अशा प्रकारे त्याच्या व्यवसायाची सुरुवात झाली. सुरुवातीला थोडे टक्केटोणपे खाऊन हळूहळू सगळे स्थिरस्थावर झाले. साहजिकच अनेक 'स्थळां'कडून विचारणा होऊ लागली. आमच्याही घरात त्या दिशेने विचारविनिमय सुरू झाला. मुलगी पाहून पसंत करणे, अशापद्धतीचे 'अरेंज मॅरेज' असल्याने योग्य ती निवड करणे, हे एक अवघड काम होते.

एके दिवशी अजयसाठी 'अमीचंद दलुचंद' ट्रस्टच्या शरदकुमार अमीचंद यांच्या पुतणीकरिता मागणी आली. मी शिकत असताना 'अमीचंद दलुचंद' ट्रस्टकडून स्कॉलरशिप मिळत होती. पुढे डॉक्टर झाल्यावर मी ते सगळे पैसे परत केले होते. शरदकुमार यांची अजयसदंर्भात भेट झाल्यावर ते म्हणाले, "तुम्ही घेतलेली स्कॉलरशिप परत केल्याचे रेकॉर्ड बघून खात्री केली आणि मगच मागणी घातली," पण तो योग जुळून आला नाही.

पूर्वीच्या काळी फक्त आपल्या जातीतल्याच मुलींची मागणी येत असे; पण बदललेल्या काळाबरोबर इतरही विशेषत: इतर जैनधर्मीय, जैन पोटजातींच्या तसेच मारवाडी जातींच्या मागण्या येत होत्या. त्यातच बडोद्याचे श्री. योगेंद्रकुमार गंगवाल यांची कन्या स्वाती हिचा प्रस्ताव आला. मुलगी इंजिनिअर झालेली, रॅंक होल्डर होती. तिचे आजोबा आयनॉक्स ग्रुप्सचे अध्यक्ष श्री. ललितकुमारजी जैन, हे मोठे उद्योगपती! मुलीचे आई-वडील आणि मामा सर्व मंडळी आमच्याकडे येऊन गेली.

आमच्याकडे येण्यापूर्वी त्यांनी त्यांच्या पुण्यातील इतर नातेवाईक-इष्ट मित्रांकडून आमच्याबद्दल बरीच माहिती घेतली होती. अशाच एका व्यक्तीस त्यांनी त्यांच्या रिवाजाप्रमाणे विचारले, "किती कोटींची पार्टी आहे?" तेव्हा मला आणि त्यांना ओळखणाऱ्या श्री. पूनमचंदजी लोहाडे यांनी त्यांना सांगितले की, माणसे चांगली आहेत. खाऊन-पिऊन सुखी आहेत. कोटींची भाषा त्यांना समजत नाही. मुलगा निर्व्यसनी, चांगला आहे.

आमचे घर पाहिल्यावर आणि आमची भेट झाल्यावर त्यांनी मला प्रश्न विचारला, "तुमच्या अपेक्षा काय आहेत?" मी स्पष्टपणे सांगितले, "मुलाला मुलगी पसंत पडणे, एवढीच आमची अपेक्षा आहे. देण्या-घेण्याची कसलीही अपेक्षा नाही. हुंडा आम्ही घेणार नाही."

त्यानंतर त्यांनी आम्हा सर्व कुटुंबीयांना मुलगी आणि त्यांचे घर पाहण्यासाठी बडोद्याला येण्याचे निमंत्रण दिले. त्याप्रमाणे आम्ही बडोद्याला गेलो. मुलगी पाहिली.

मुलगी आणि घरातील सर्व माणसे चांगली वाटली. पण एक गोष्ट मात्र लक्षात आली की, त्यांची सांपत्तिक स्थिती आमच्यापेक्षा अधिक चांगली आहे.

दुसऱ्या दिवशी सकाळी श्री आणि सौ. गंगवाल आम्हाला भेटण्यासाठी बडोद्याला राहणाऱ्या माझ्या धाकट्या बहिणीकडे – सौ. वनिताकडे आले. आम्ही सर्व कुटुंबीयांनी विचार करून त्यांना सांगितले, ''मुलगी चांगली आहे, परंतु आमची सांपत्तिक स्थिती तुमच्याइतकी चांगली नाही. मुलगी देताना नेहमीच ज्यांची सांपत्तिक स्थिती आपल्यापेक्षा चांगली आहे, अशा घरीच द्यावी; अन्यथा लग्नानंतर मुलीला परिस्थितीच्या फरकामुळे चटके बसू शकतात. याउलट अधिक चांगल्या सांपत्तिक स्थिती असलेल्या घरी ती गेली, तर जे काही मिळेल त्याने आनंद द्विगुणित होतो.'' एवढे सांगूनही आमचा बंगला आणि मर्सिडिस पाहून मी जे बोलतो आहे, ते केवळ विनयाने, असा त्यांचा समज झाला. आमच्याकडे मुलगी देण्याचा त्यांनी दृढनिश्चय केला, अशा तऱ्हेने हे लग्न ठरले आणि पार पडले.

या लग्नास त्यांच्या बाजूने खूप मातब्बर मंडळी हजर होती. पटणी कॉम्प्युटर्सचे अध्यक्ष श्री. एन. के. पटणी, श्री. जी. के. पटणी, एस. कुमार्स ग्रुपचे अध्यक्ष श्री. जयकुमारजी कासलीवाल, आयनॉक्स ग्रुप्सचे अध्यक्ष श्री. ललितकुमारजी जैन, एम. डी. श्री. पवनकुमारजी जैन ही मंडळी तीन दिवस आवर्जून उपस्थित राहिली होती.

लग्नानंतर बऱ्याच दिवसांनी एकदा अजयचे सासरे बोलून गेले, ''तुमची अपेक्षा काय, असे मी विचारले होते. तुम्हाला हुंड्याची अपेक्षा आहे असे थोडे जरी वाटले असते, तरी मी मुलगी देण्याचा विचार रद्द केला असता.''

अजयचं लग्न १९९५मध्ये झालं. पुढं त्यानं अमेरिकेत एम. बी. ए. केलं. त्याची पत्नी – स्वाती, इंडस्ट्रियल इंजिनिअरिंगमधली रँक होल्डर. अभ्यासाबरोबर तिची चित्रकला खूप चांगली आहे. सध्या ती गृहिणीपद सांभाळत आहे. अजय ह्युस्टन-टेक्सास इथं ब्रिटिश पेट्रोलियम कंपनीत मोठ्या हुद्द्यावर काम करतो. यशाची शिखरं पादाक्रांत करणाऱ्या अजयकडं पाहून मला नेहमी हे वचन आठवतं – 'पुत्र व्हावा ऐसा गुंडा, ज्याचा तिन्ही लोकी झेंडा!'

अजयची मुलगी – अनुषाला वाचनाची खूप आवड आहे. ती कविताही छान करते. वयाच्या सातव्या वर्षी तिच्या 'आय वंडर व्हाय' या कवितेला बक्षीस मिळालं होतं. त्यानिमित्तानं टेनेस्सी काऊंटीच्या मेयरच्या हस्ते तिचा सत्कार होता. आम्हाला ही बातमी कळताच आम्ही फोनवर तिचं अभिनंदन केलं आणि तिला विचारलं, ''तुला काय बक्षीस हवंय?

त्यावर ती म्हणाली, ''तुम्ही या समारंभाला या.''

आम्ही त्या वेळी तिला काही सांगितलं नाही, पण झटपट सगळी तयारी

करून मी आणि सौ. आम्ही दोघांनी त्या समारंभासाठी अमेरिकेला जाऊन तिला 'सरप्राईज' दिलं. त्या वेळचा अनुषाच्या चेहऱ्यावरचा आनंद आजही डोळ्यांसमोर आहे.

प्रज्ञावंत (Gifted and Talented Children) विद्यार्थी शोधून त्यांच्या प्रज्ञा वृद्धिंगत करण्यासाठी अनेक प्रकारे प्रोत्साहन देण्याचे व त्यांना विविध संधी उपलब्ध करून देण्याचे स्तुत्य काम अमेरिकेतील 'ड्यूकस' विद्यापीठ १९८० पासून करत आहे. यासाठी सातवीच्या वर्गात शिकत असलेल्या विद्यार्थ्यांमधून निवडक विद्यार्थ्यांची (SAT - College Entrance) चाचणी राष्ट्रीय स्तरावर घेतली जाते. या चाचणीमध्ये अनुषा टॉपच्या १.७५ टक्के विद्यार्थ्यांमध्ये निवडली गेल्याने ड्यूकस विद्यापीठातर्फे २६ मे २०११ रोजी तिचा सत्कार करण्यात आला.

'दुधावरच्या सायी'च्या मायेचा विलक्षण अनुभव ही नातवंडं आजी-आजोबांना देत आहेत!

■

१६.

आदिशक्ती ट्रस्टचे कार्य

माणसाच्या मनात कुठल्या विचाराचं बीज कधी पडेल, काही सांगता येत नाही. काही विचार तर आपल्या मनात आपल्याही नकळत रुजलेले असतात. त्याला अजून कृतीची पालवी फुटलेली नसते, इतकंच! त्या विचाराच्या जवळ जाणारं असं काही आपल्या आसपास घडत असेल, तर मात्र त्या विचाराच्या बीजातून तरारून अंकूर फुटतो... आणि आपण कृती घडवण्यास प्रवृत्त होतो.

माझ्या बाबतीत असंच घडलं आणि मला एक नवी वाट सापडली. सुरुवातीला ती फक्त पायवाट होती... पुढं मात्र तिचा रस्ता झाला. एवढंच नव्हे, तर या रस्त्याला अनेक रस्ते-वाटा येऊन मिळाल्या, अगदी 'लक्ष्मी' रस्तासुद्धा येऊन मिळाला. त्याचीच ही कहाणी....

'ती १९८५ मधली एक सकाळ होती. बऱ्याचदा माझा सकाळचा वेळ हा ऑपरेशनमध्येच संपलेला आहे. अशाच एका सकाळी ऑपरेशननंतर चहा पितापिता मी भूलतज्ज्ञ डॉ. अरविंद पाटणकरबरोबर माझ्या कन्सल्टिंग रूममध्ये गप्पा मारत होतो.

बी. जे. मेडिकल कॉलेजमध्ये शिकत असताना, अरविंद मला दोन वर्ष 'सिनिअर' होता. नंतर मी सर्जरीत आणि त्याने ॲनेस्थेशियामध्ये प्रावीण्य संपादन केले. त्यामुळे माझ्याकडील ऑपरेशन्सच्या केसेसना ॲनेस्थेशिया देण्यास स्वाभाविकपणे अरविंदच नियमित येत असे. स्वभावाने अगदी सरळ, स्पष्टवक्ता पण मिश्कील स्वभावाचा अरविंद मला नेहमीच भावला. त्याची बायको सौ. मेधा ही स्त्रीरोगतज्ज्ञ असल्याने माझ्या मुलांचा जन्म त्यांच्याच प्रसूतिगृहात झाला. आदिशक्ती ट्रस्टमार्फत जे समाजकार्य सुरू झाले, त्यात अगदी सुरुवातीपासून, त्याचे पूर्ण सहकार्य लाभले. त्याच्याशी असणारा स्नेह नेहमीच वृद्धिंगत होत गेला.

गप्पांच्या ओघात मी त्या दिवशीच्या 'सकाळ'मधील बातमी त्याला सांगितली.

डॉ. एस. व्ही. (नाना) गोरे यांनी अंदरमावळमध्ये चालवलेल्या सेवाधाम ट्रस्टच्या कार्याचा गौरव करणारी अशी ती बातमी होती.

मी म्हणालो, ''अरविंद, आपणही काही वर्षांनी का होईना, असं लोकोपयोगी काम केलं पाहिजे, असं मला वाटतं. नक्की काय करायचं, कसं करायचं, ते आपल्याला जमेल का, कसं जमवता येईल, हे मला नाही सांगता येणार; पण काहीतरी करावं, असं मात्र मनापासून वाटतं. व्यावसायिक आणि कौटुंबिक जबाबदाऱ्या सांभाळून ते करता आलं, तर छानच!''

त्यावर अरविंद नेहमीच्या सवयीनुसार मिश्कीलपणे म्हणाला, ''नुसत्या गप्पा मार! बोलाचीच कढी आणि बोलाचाच भात....''

मी गप्प झालो. त्याचं बोलणं खरंच होतं. नुसत्या वल्गना करून आणि फक्त बडबड करून काय उपयोग? हे म्हणजे 'एक तुतारी द्या मज आणुनी...' असं होतं. त्या कवीमध्ये ती तुतारी स्वप्राणानं फुंकण्याचं सामर्थ्य तरी होतं. पण इथं माझं काय? व्यावसायिक आणि कौटुंबिक जबाबदाऱ्या ही कधीही न संपणारी, उलट वाढतच जाणारी गोष्ट! उमेदीचा काळ या सगळ्यात संपणार, त्यानंतर कदाचित तब्येतीचे एकेक त्रास नाउमेद करायला हजर होतील... म्हणजे 'पावट्याची' निमित्तं अडसर बनून कायमच उभी राहणार!

पण माझ्या मनात समाजकार्याची भावना खरोखरीच होती आणि एकदा एखादी गोष्ट मनात आली की, ती अगदी झोकून देऊन करायची, या वृत्तीनं त्या भावनेचं स्फुल्लिंग चेतवलं आणि मी या नव्या वाटेवर पहिलं पाऊल टाकलं.

मी डॉ. गोरेंचा फोन नंबर मिळवून त्यांच्याशी संपर्क केला. त्यांच्या कामाबद्दल त्यांचं अभिनंदन केलं आणि आमचीही अशा प्रकारच्या कार्याला हातभार लावण्याची इच्छा असल्याचं सांगितलं आणि खरोखर एका नव्या पर्वाची सुरुवात झाली....

मग सर्वप्रथम आम्ही त्यांच्या सोईची वेळ ठरवून, त्यांच्याबरोबर अंदरमावळला जाऊन आलो. त्यांच्या कार्याविषयी सविस्तर माहिती करून घेतली आणि त्यांना विचारलं, ''आम्ही तुमच्यासोबत काम करू का?''

त्यावर ते म्हणाले, ''लोणावळ्याजवळच्या आदिवासी वस्तीत उलट्या-जुलाबाच्या साथीनं आठ-दहा मुलं दगावली आहेत. तुमच्यासारख्या डॉक्टरांची तिथं नितांत गरज आहे.''

लोणावळा हे गाव ऐकल्याबरोबर मला डॉ. अनंत सोमण या वर्गमित्राची आठवण झाली. तो लोणावळ्याला प्रॅक्टिस करतो, हे मला माहीत होतं. मी लगेच त्याला फोन केला आणि एका रविवारी अरविंद अन् मी सोमणकडं जाऊन धडकलो.

त्याला आमच्या येण्याचा उद्देश वगैरे सगळं सविस्तर सांगितलं. त्यावर तो म्हणाला, ''थोड्याच दिवसांपूर्वी तुंगार्लीच्या वर पांगळोली नावाच्या शे-दीडशे

खोपटांच्या वस्तीत गॅस्ट्रोनं सात-आठ बळी घेतले आहेत.''

''आपण तिथं जाऊ या का?'' मी विचारलं.

''डी. व्ही. कीर्तिकर हे निवृत्त सॉल्ट कमिशनर लोणावळ्यात राहतात. ते नेहमी तिथं जातात.'' सोमण म्हणाला.

मग आम्ही तडक कीर्तिकरांच्या बंगल्यावर गेलो. तिथं एका देखण्या, गोऱ्या व्यक्तीनं सुहास्य वदनानं आमचं स्वागत करत विचारलं, ''मी कीर्तिकर... बोला, काय काम काढलंत?''

ही व्यक्ती सरकारी नोकरीत असावी, यावर विश्वास बसणं कठीणच होतं!

मग मी आणि अरविंदनं आमच्या येण्याचं प्रयोजन त्यांना थोडक्यात सांगितलं. ते ऐकून कीर्तिकर खूश झाले. मग त्यांच्याकडं चहा-नाश्ता घेऊन, आम्ही सगळे गाडीतून तुंगार्ली धरणाच्या पायथ्यापर्यंत गेलो. गाडी तिथंपर्यंतच जाऊ शकत होती. त्यापुढची मोठ्या दगडांची, चढण असलेली वाट पायी पार करावी लागत असे. आम्ही तो दोन किलोमीटरचा डोंगर चढून पांगळोलीला पोहोचलो.

मुक्काम पांगळोली

त्या दिवशी तिथं पाहिलेलं दृश्य माझ्या मनावर कायमचं कोरलं गेलंय.

आम्हाला पाहताच तीन-चार उघडी-नागडी मुलं, ''डॉक्टर आले, डॉक्टर आलेऽऽ'' असं ओरडत आपापल्या खोपटात जाऊन दडून बसली.

मला कळेना, आम्ही डॉक्टर आहोत, हे या मुलांना कसं कळलं? तासाभरापूर्वी तर आम्ही कीर्तिकरांकडं बोलत बसलो होतो. मोबाईलचा जमाना नसूनही ही बातमी वाऱ्याच्या वेगाने इतक्या झटपट इथपर्यंत कशी काय पोहोचली?

पण लवकरच हा संभ्रम दूर झाला.

कीर्तिकर म्हणाले, ''मी इथं येताना नेहमी काही किरकोळ औषधं घेऊन येतो, म्हणून ते मला डॉक्टर म्हणतात!''

हे ऐकल्यावर आम्हाला हसू आलं... आमच्या पदव्या-पाट्या सगळं काही क्षणार्धात दाणकन खाली आलं होतं.

मग आम्ही त्या छोट्या आदिवासी वस्तीत फेरफटका मारला. हात-पायांच्या काड्या आणि पोटांचे नगारे अशा अवस्थेतली माणसं समोर उभी होती. या अवस्थेला औषध नाही आणि अंगावर औषधालाही कपडा नाही. लहान मुलं आणि अंगावर फक्त लज्जारक्षणापुरती वस्त्रं... वस्त्रं कसली, चिरगुटं ल्यालेली मोठी माणसं भेटली.

सगळी खोपटं जवळपास सारखीच... गोल, काड्याकुडांची, उतरत्या छपरांची. त्यातली काही आकारानं थोडी मोठी. आत एखादी शेळी किंवा गाय बांधलेली. या

लोकांना पिण्याचं पाणी आणायला तुंगार्ली तलावावर म्हणजे दोन-तीन फर्लांगावर जावं लागत असे. हा तलाव अंघोळ, जनावरं धुणं यासह पिण्याच्या पाण्याची गरजही भागवत होता. त्यात भेदभाव नव्हता आणि अर्थातच आरोग्याचं 'भान'ही. पिण्याचं पाणी आणि लाकडाचे भारे डोक्यावरून वाहून आणणारे आदिवासीही आम्हाला भेटले. कीर्तिकरांकडून समजलं की, हे लोक दिवसभर जंगलतोड करून लाकडाचे भारे आणून, ते विकत असत. त्यातून जे काय चार पैसे मिळतील त्यातून नाचणी, इतर अन्नपदार्थ आणि दिव्यासाठी रॉकेल आणत असत. उरलेल्या पैशांतून स्त्री-पुरुष दारू पीत असत.

कीर्तिकरांनी आम्हाला तिथला आणखी एक प्रकार दाखवला. त्यांनी आम्हाला तिथल्या एका दुकानात नेलं.

''साखर कशी?'' कीर्तिकरांनी विचारलं.

दुकानदारानं भाव सांगितला, पण इंग्रजीत. कारण त्या वेळी दुकानात काही आदिवासी गिऱ्हाइकंही होती. तो दुकानदार त्यांना जास्त भावानं वस्तू विकत होता. गिऱ्हाइकांच्या अज्ञानातून त्याला भरघोस नफा मिळत असणार!

त्या दिवशी कीर्तिकरांशी चर्चा झाल्यावर, मी आणि अरविंदनं दर रविवारी तिथं येण्याचं कबूल करून त्यांचा निरोप घेतला. परत येताना आम्ही दोघांनी सुरुवातीला प्रत्येकी पाचशे रुपये औषधांसाठी खर्च करायचे आणि त्यात आमच्याकड आलेल्या सॅंपल्सच्या औषधांचीही भर घालायची, असं ठरवलं.

त्यानुसार आम्ही दर रविवारी नियमित तिथं जाऊ लागलो. आधी लोणावळ्याला जायचं, मग सौ. कीर्तिकरांनी अगत्यानं दिलेला चहा-नाश्ता घेऊन पांगळोलीला जायचं, असा क्रम ठरून गेला होता. तिथं गेल्यावर जे लोक आजारी असतील, त्यांना तपासून औषध देणं, एवढंच काम आम्ही करत असू. सर्दी, खोकला, जुलाब, ताप, जंत आणि खरूज हे इथले मुख्य आजार होते. त्या मुलांची अवस्था अशी होती की, ती मुलं कुपोषित आहेत, हे न तपासताही कळत असे. त्यांना प्रथिनांची फार आवश्यकता आहे, हे लक्षात घेऊन आम्ही त्यांच्यासाठी उकडलेली अंडी नेण्याचं ठरवलं. त्यानुसार प्रत्येक भेटीत प्रत्येक मुलाला एक उकडलेलं अंडं देण्याची योजना लगेच अमलातही आणली. ही अंडी देताना एखाद्या मुलाला चुकून दुसऱ्यांदा अंडं देऊ केलं, तर तो आधी दिलेलं अंडं खिशातून काढून दाखवायचा!

आम्ही डोंगर चढून गावाजवळ आलो की, सगळी मुलं 'अंडीवाले आले ऽऽ अंडीवाले आले ऽऽ' असा गलका करत आमच्या भोवती जमायची. त्यांच्या दृष्टीनं कीर्तिकर हे एकमेव डॉक्टर होते आणि आम्ही अंडीवाले! एकंदरीत मजा येत असे.

अशाच आमच्या एका भेटीत या आदिवासींमधली काही मंडळी एक अनपेक्षित प्रस्ताव घेऊन आम्हाला भेटायला आली. आम्ही त्यांच्या मुलांकरिता शाळा चालवावी, अशी त्यांची इच्छा होती. त्यांची ही विनंती ऐकून आम्ही थक्क झालो. जिथं अन्न, वस्त्र, निवारा या मूलभूत गरजासुद्धा आयुष्यातून वजा झाल्या होत्या; तिथं अंकांची बेरीज शिकण्याची ऊर्मी असावी? स्वत: अक्षरशत्रू असूनही आपल्या मुलाबाळांसाठी शिक्षणाची तळमळ असणाऱ्या या लोकांचं आम्हाला फार कौतुक वाटलं.

मग आम्ही लगेच पुढच्या प्रयत्नांना लागलो. पुण्यात जिल्हा परिषदेच्या शिक्षण विभागाच्या अधिकाऱ्यांना भेटून त्यांना सगळी परिस्थिती सांगितली आणि पांगळोलीला एका वर्गाची शाळा सुरू करता येईल का, याबद्दल विचारणा केली. लाल फितीत अडकलेल्या सरकारी यंत्रणेकडून हिरवा कंदील दिसण्याची आशाच ठेवली नव्हती, पण आम्ही मात्र मनापासून प्रयत्न करत होतो.

त्यानंतर आम्ही रविवारी पांगळोलीला गेलो, तेव्हा मुलं म्हणाली, ''गुरुजी आले होते.''

अरविंद आणि मी गोंधळून एकमेकांकडं पाहू लागलो. हा खरंच अनपेक्षित, पण सुखद धक्का होता. आम्ही मुलांना गुरुजींचं नाव विचारलं, पण त्यांना काहीच सांगता येत नव्हतं. अखेर आम्ही निघताना त्या अनाम गुरुजींच्या नावानं एक चिठ्ठी ठेवली. त्यात त्यांचे आभार मानले. आमचा पत्ता-फोन नंबर लिहिला आणि त्यांनाही त्यांचं नाव-पत्ता-फोन नंबर लिहून ठेवण्याची विनंती केली. आपण सरकारी यंत्रणेबाबत उगीचच पूर्वग्रह ठेवला याबद्दल मनोमन त्यांची क्षमाही मागितली.

त्यानंतरच्या फेरीत आम्हाला गुरुजींचा ठावठिकाणा मिळाला. त्यांचं नाव होतं – श्री. दत्तात्रेय कड. लोणावळ्यातील वळवण येथील मन:शक्ती आश्रमात ते काम करत होते. मग आम्ही या पत्त्यावर त्यांच्याशी पत्रव्यवहार करून, त्यांची भेट घेण्यासाठी आश्रमात गेलो.

मन:शक्ती आश्रम

आश्रमाच्या स्वागतकक्षात श्री. बेडेकरगुरुजी भेटले. त्यांनी आम्हाला स्वामी विज्ञानानंदांचा आश्रम, त्यांचं कार्य आणि आश्रमाच्या काटेकोर नियमांची माहिती दिली. कडगुरुजी, स्वामींच्या आदेशानुसार पांगळोलीला सेवा देत होते, आश्रमातील कार्यकर्ता म्हणून ते चोख भूमिका बजावत असल्याचंही बेडेकरगुरुजींकडून समजलं.

त्यांनी आम्हाला विचारलं, ''तुम्ही कोण? तुम्ही कोणत्या संस्थेतर्फे काम करता?''

आम्ही आमची ओळख करून दिली आणि कोणत्याही संस्थेशी आमचा संबंध नसून आम्ही सामाजिक जाणिवेतून वैयक्तिक पातळीवर हे काम करत असल्याचं

आणि आमच्या कुवतीनुसार आम्हाला शक्य होईल, ते थोडंफार काम करण्याची इच्छा असल्याचं सांगितलं.

"मग आपलं जमेल." बेडेकरगुरुजी म्हणाले, "पण मला याबद्दल स्वामीजींशी बोलावं लागेल. त्यांची इच्छा असली, तर ते तुम्हाला भेटतील."

आम्ही बेडेकरगुरुजींचे आभार मानून तिथून निघालो.

त्यानंतर असंच एकदा रविवारी सकाळी अरविंद आणि मी पांगळोलीला निघालो असताना, माझा मित्र राजिंदरसिंग कंडा माझ्या घरी आला. आम्ही कुठं निघालो आहोत, याबद्दल त्यानं चौकशी केली. आम्ही त्याला थोडक्यात सगळं सांगितलं.

ते ऐकताच तो म्हणाला, "बसा, माझ्या गाडीत."

आणि त्यानंतर कंडा दर वेळी आमच्याबरोबर येऊ लागला. १९७०मध्ये हॉस्पिटल आणि वर घर झाल्यानंतर, त्यातील फर्निचरचे काम विक्रम फर्निचरला दिले होते. त्याचे मालक श्री. बलदेवसिंग आणि त्यांचा भाऊ हा राजिंदर. बलदेव यांनी अतिशय चांगले काम केले. ते सगळं कुटुंबच अतिशय कष्टाळू होतं. त्या वेळेपासून कंडा कुटुंबाशी घरोबा आणि मित्रत्वाचे संबंध निर्माण झाले.

राजिंदर आणि बलदेव यांनी छोट्या प्रमाणात इंजिनिअरिंग वर्कशॉप सुरू केले आणि नंतर त्यांचा औद्योगिक पसारा चांगलाच वाढला. वर्षात २-३ वेळा काही ना काही निमित्ताने अखंड पाठ-पूजा किंवा एरवीही सुख-दु:खाच्या प्रसंगी एकमेकांकडे कुटुंबाचे घटक म्हणून येणे-जाणे वाढतच गेले. नंतर आदिशक्ती ट्रस्टच्या निमित्ताने सामाजिक कार्यातही राजिंदरचा सक्रिय सहभाग आणि सहकार्य मिळत राहिले. ते अजूनही सुरू आहे.

आमच्या चार हाताचे असे सहा हात झाले आणि हळूहळू असे अनेक हात येऊन मिळत गेले... काही विलक्षण व्यक्तिमत्त्वांच्या भेटीचाही लाभ झाला.

कडगुरुजी पांगळोलीला नियमित येऊ लागले. कडगुरुजी म्हणजे अठरा-वीस वर्षांचा किरकोळ देहयष्टीचा, बुटका, दहावीपर्यंत शिकलेला, अतिशय उत्साही तरुण. त्यांचे आमच्याशी फार उत्तम सूर जुळले. कडगुरुजी रोज मुलांना अंघोळ घालत, त्यांना बऱ्याच लहान-सहान गोष्टी शिकवत. पुढं आम्ही मुलांसाठी अनिल मेहतांनं मुक्त हस्तानं पुरवलेली गोष्टीची पुस्तकं नेऊ लागलो. आम्ही त्या गोष्टी त्यांना वाचून दाखवून त्यावर प्रश्न विचारायचो.

असंच एकदा कडगुरुजींनी निरोप आणला – स्वामीजींनी आम्हाला भेटायला आश्रमात बोलावलं होतं. त्यानुसार स्वामीजींना भेटायला मी, अरविंद आणि कंडा गेलो. अंगावर गोणपाट गुंडाळलेले, वयस्क पण अतिशय तेजस्वी व्यक्तिमत्त्वाचे

आणि धारदार आवाजाचे स्वामीजी अतिशय प्रसन्न होते. आम्ही त्यांना आमचा परिचय करून दिला, तसंच या कामाबद्दलही थोडंफार बोललो.

स्वामीजींनी आश्रमातल्या सेवकांना आदेश दिला की, ''या लोकांना हवं तेव्हा मला भेटण्याची परवानगी आहे. त्यांना भोजन करून पाठवा आणि भोजनाचे पैसे घेऊ नका.''

आश्रमवासीयांसाठी हा आश्चर्याचा धक्का होता. स्वामीजींनी आमच्यासाठी नियम मोडले होते. ते माझ्यावर तर विशेष मेहेरबान होते! आमच्या बऱ्याचदा गाठीभेटी झाल्या. एके दिवशी अरविंद आणि कंडानं माझ्या बायकोची चांगली फिरकी घेतली.

तिला सांगितलं की, ''स्वामीजींचा उत्तराधिकारी म्हणून अनिलची नियुक्ती होणार आहे!''

हे ऐकून, तिच्या पोटात खरंच गोळा आला होता!

छोटीसी आशा

एके दिवशी सकाळी आठ वाजता माझ्या मित्राचा – श्री. बी. एन. शहाचा फोन आला, ''एक इन्कम टॅक्स कमिशनर आहेत. त्यांना एका फिल्मसाठी हॉस्पिटलमध्ये शूटिंग करायचंय. त्यांना तुझ्या हॉस्पिटलमध्ये आणू का?''

मी त्यासाठी होकार दिला.

ठरल्याप्रमाणे सकाळी नऊ वाजता बी. एन. शहा इन्कम टॅक्स कमिशनर टी. डी. कुमार यांना घेऊन आला. मध्यम उंचीचे, सावळ्या रंगाचे, अर्धवट दाढी वाढलेले, जाड भिंगांचा चष्मा लावलेले श्री. कुमार हिंदी भाषक होते. ते पेशाने इन्कम टॅक्स कमिशनर, पण हरहुन्नरी व्यक्तिमत्त्व. आमच्याबरोबर आदिवासींच्या कामात तर त्यांनी खूप रस घेतलाच, पण चित्रपटनिर्मिती हा त्यांचा एक आवडता छंद होता. माझी आणि त्यांची पहिली भेट झाली; ती डॉक्टरच्या जीवनावर आधारित त्यांनी काढलेल्या एका चित्रपटामुळेच.

एकदा ते सहज घरी आले असता त्यांनी इंदिरा गांधी यांच्या जीवनावर एक सिनेमा काढणार असल्याचे बोलून दाखविले. नेमकी त्याच वेळी गीता चहा घेऊन आली. कुमारांनी तिच्याकडे पाहिले आणि त्यांनी एकदम मला विचारले, ''डॉक्टर, गीताला बाल इंदिरेची भूमिका दिली तर चालेल का? कारण गीतामध्ये आणि लहानपणाच्या इंदिरा गांधीमध्ये दिसण्यात काहीसे साम्य आहे – तसेच कुरळे केस, उभट चेहरा आणि लांब बाकदार नाक...'' मी सौ. आणि गीताशी बोलून होकार दिला. हा चित्रपट पूर्ण झाला. त्याचा प्रिमिअर मुंबईला नेहरू सेंटरमध्ये आणि दिल्लीला झाला. नंतर टी.व्ही.वर तो दोन वेळा दाखवण्यात आला.

ते म्हणाले, ''मी डॉक्टरांवर एक फिल्म करतोय – 'बेअरफूट.' काही डॉक्टर दुर्गम भागात कशी चांगली सेवा देतात आणि शहरातले डॉक्टर पेशंटना कसं नागवतात, हा फिल्मचा मध्यवर्ती विषय आहे. रोहिणी हट्टंगडी, आलोकनाथ वगैरे कास्ट आहे. पण मला मोठ्या, तारांकित हॉस्पिटलचं चित्रण करायचं आहे. तुमच्या या छोट्या हॉस्पिटलचा उपयोग होणार नाही.''

मी म्हटलं, ''आम्ही एका आदिवासी गावात थोडं काम करत आहोत. तिथं तुम्हाला 'बेअरफूट' डॉक्टरचं चित्रीकरण करता येईल.''

''नाही, ते काम पूर्ण झालंय.'' कुमार म्हणाले. पण त्यांनी आम्ही नेमकं कुठं आणि काय काम करतो, याची चौकशी केली. ते समजल्यावर त्यांनी तिथं येण्याची तयारी दर्शवली. मग त्यापुढच्या शनिवारी सकाळी पांगळोलीला जायचं ठरलं. मी त्यांना गाडी पाठवतो म्हटलं; पण त्यांनी नकार दिला.

शनिवारी सकाळी ठीक नऊ वाजता कुमार रिक्षानं माझ्या घरी आले. आम्ही रिक्षाचे पैसे देऊ करताच ते त्यांनी नम्रपणे नाकारले आणि म्हणाले, ''डॉक्टर, मी पण समाजकार्यासाठीच येतोय... आपण एकच आहोत.''

इन्कम टॅक्स कमिशनर इतर कामांसाठी सरकारी गाडी वापरत नाही. त्यांची स्वत:ची गाडी नाही, एवढंच नव्हे तर तो रिक्षाचे पैसेही इतरांना देऊ देत नाही... हे सगळं अजब होतं! पण अल्प परिचयातच कुमार यांचं वेगळेपण मनाला भिडलं, त्यांच्याबद्दलचा आदर आणखी वाढला.

त्यांनी पांगळोलीतली सगळी परिस्थिती पाहिली. आमचं अंकुरत असलेलं काम पाहिलं आणि परत आल्यावर म्हणाले,

''कॅन आय जॉईन यू ऑन रेग्युलर बेसिस?''

ट्रस्टची स्थापना

त्या दरम्यान आम्हाला हे कार्य पुढं नेण्यासाठी आणि अधिक व्यापक करण्यासाठी एक ट्रस्ट स्थापन करावा, असं वाटू लागलं होतं. त्या दृष्टीनं आम्ही चर्चाही करत होतो. आम्ही कुमार यांना या ट्रस्टमध्ये सहभागी होण्याबद्दल विचारलं. त्यावर ते म्हणाले, ''मला यासाठी सरकारची परवानगी घ्यावी लागेल, मगच मी ट्रस्टी होऊ शकेन.''

मग आमच्यात ट्रस्टच्या नावाची चर्चा झाली. आदिवासी लोकांच्या आयुष्याला काही चांगलं वळण देणं आणि त्यांची शक्ती वाढवणं, हा आमचा उद्देश असल्यामुळे अरविंदनं नाव सुचवलं 'आदिशक्ती.' हे नाव सर्वांनाच आवडलं. मग ट्रस्टची रीतसर नोंदणी झाली. पांगळोलीत नेहमीप्रमाणे काम सुरू होतं.

त्यानंतर एके दिवशी एक फोन आला. महाराष्ट्र सरकारच्या ट्रायबल डेव्हलपमेंटचे

अध्यक्ष – डॉ. गारे बोलत होते.

"आम्हाला आदिवासी भागात आश्रमशाळा सुरू करायच्या आहेत. अशी आश्रमशाळा सुरू करू इच्छिणाऱ्या सेवाभावी संस्थांच्या पदाधिकाऱ्यांना आम्ही बैठकीला बोलावणार आहोत. दोन दिवसांनी आदिवासी विकास मंत्रालयाचे मुख्य सचिव लालफाक ज्वाला पुण्याला येणार आहेत. तुम्ही त्यांना भेटायला या."

पांगळोलीला मुलांना शाळा मिळावी, ही आमची मनापासून इच्छा होती. हे म्हणजे 'आंधळा मागतो एक डोळा' असं घडत होतं. तरीही सरकारी लोकांचा आणि खात्यांचा 'वास' किंवा 'सहवास' जितका कमी तितकं बरं, अशी धारणा असल्यामुळे मन जरासं कां-कू करत होतं.

मी डॉ. गारेंना म्हणालो, "आमची संस्था तशी नवीनच आहे. आमचं कामही छोटं आणि मर्यादित आहे... तुम्हाला याची कल्पना आहे ना?"

"हो, आहे. पण तिथले आदिवासी तुमच्याबद्दल खूप चांगलं बोलतात. त्यांच्याकडूनच तुमचा फोन नंबर घेतला."

'हे ऐकून माझ्या अंगावर मूठभर मांस चढलं...' असं मांस चढणं प्रकृतीला हानिकारक असतं, हे माहीत असूनही!

तरीही मी डॉ. गारेंना सांगितलं की, आम्ही लालफाक ज्वालांना पुण्यात भेटण्यापेक्षा आपण सर्व जण पांगळोलीत भेटू या. तिथली परिस्थिती, आमची कुवत या सगळ्या गोष्टी पाहिल्यावर तुम्हाला योग्य वाटलं, तर तुम्ही आम्हाला आश्रमशाळा चालवायला द्या. आम्ही अर्थातच उत्सुक आहोत.

मग डॉ. गारेही लालफाक ज्वालांशी बोलले. त्यांनाही आमची कल्पना आवडली. पुण्याहून मुंबईला परत जाताना त्यांनी पांगळोलीला येण्याचं मान्य केलं. त्यांना आमचं काम फार आवडलं. आम्हालाही उमद्या व्यक्तिमत्त्वाचा आणि चांगल्या विचारांचा सरकारी माणूस भेटल्याचा आनंद झाला.

मी नम्रपणे सांगितलं की, "आम्ही आदिवासी मुलांच्या हिताच्या दृष्टीनं आश्रमशाळा सुरू करण्यास उत्सुक आहोत. पण अर्ज-विनंती, हांजी-हांजी या गोष्टी आम्हाला मानवणाऱ्या नाहीत."

त्यावर ज्वाला हसले आणि त्यांनी डॉ. गारेंकडं कटाक्ष टाकत, "यांना लालफितीचा त्रास होऊ देऊ नका," अशी सूचना केली.

त्यानंतर सगळं काही सुरळीत पार पडलं आणि आमची 'आदिशक्ती आश्रमशाळा' सुरू झाली. आता शाळेसाठी जागेचा प्रश्न होता. पण स्थानिक आदिवासींनी चक्क आपल्या झोपड्या हलवून तो प्रश्न सोडवला

सरकारी 'मदत'

एके दिवशी भल्या पहाटे कडगुरुजींचा फोन आला. पांगळोलीला काही आदिवासींच्या झोपड्या आगीत भस्मसात झाल्या होत्या. ते कळताच मी, अरविंद आणि कंडा ताबडतोब निघालो. वाटेत कीर्तिकरांना घेऊन थेट पांगळोली गाठली. तिथल्या पंधरा-वीस झोपड्या जळून खाक झाल्या होत्या. लोक उदास चेहऱ्यानं डोक्याला हात लावून बसले होते. आम्ही त्यांचं सांत्वन केलं. त्यांना धीर दिला आणि विचारलं,

''तुम्हाला झोपड्या बांधून हव्यात की आर्थिक मदत हवी?''

त्यावर सगळ्यांनी एका सुरात घर बांधून देण्याची विनंती केली. मग आम्ही घटनास्थळाचे फोटो काढले आणि काय काय करता येऊ शकेल याचा विचार केला.

कर्मधर्मसंयोगानं त्या वेळी कीर्तिकरांची कन्या – चित्कला झुत्शी, पुण्याच्या जिल्हाधिकारी होत्या. आम्ही त्यांना फोनवरून सविस्तर निवेदन दिलं. त्यांनी सर्वतोपरी मदत करण्याचं मान्य केलं आणि प्रत्यक्षात मदतही केली. चित्कला कर्तव्यतत्पर होत्या, भावनेचा ओलावा जपत माणुसकीला महत्त्व देणाऱ्याही होत्या. त्यांच्याबरोबर श्यामला संन्याल आणि विदुला जॉर्ज या त्यांच्या बहिणींनी आमच्या कार्यात रस घेत प्रत्यक्ष कामात आणि आर्थिक आघाडीवरही मनापासून मदत केली.

जळालेल्या झोपड्या कुडाच्या होत्या. अशा झोपड्या सहज पेट घेतात, हे लक्षात घेऊन नव्या झोपड्या उभारणं आवश्यक होतं. मग आम्ही लोखंडी पाईपचे खांब, छताला गर्डर्स, त्यावर ॲस्बेस्टॉसचे पत्रे आणि गरम होऊ नये म्हणून त्यावर गवत-पाला पसरलेला – अशा रेखाटनाची दोन खोल्यांची घरं बांधायचं ठरवलं. त्यासाठी लागणारी आर्थिक मदत सगळ्या ट्रस्टींनी मिळून केली.

पत्रे, पाइप्स अशा बांधकाम साहित्यांनं भरलेले ट्रक पांगळोलीत पोहोचल्यावर कडगुरुजींनी ज्यांच्या झोपड्या जळाल्या होत्या, त्या लोकांना ते साहित्य उतरवून घ्यायला हाक मारली; पण आश्चर्य म्हणजे त्या सगळ्यांनी सामान उतरवून घ्यायला चक्क नकार दिला. शेवटी इतर लोकांच्या म्हणजे ज्यांची घरं जळाली नव्हती, अशा लोकांच्या मदतीनं कडगुरुजींनी ते सगळं साहित्य उतरवून घेतलं आणि आम्हाला ही सगळी हकिगत कळवली.

आम्ही रविवारी तिथं गेल्यावर त्या लोकांना याचं कारण विचारताच ते म्हणाले, ''तुम्ही सरकारी लोक आहात. साहित्य उतरवून घेण्याचं कामही तुमचंच आहे.''

हा आमच्यासाठी अनपेक्षित धक्का होता!

मग आम्ही साहित्य उतरवून घ्यायला आलेल्या लोकांना बोलावून विचारलं, ''या साहित्यातून तुम्ही स्वत: तुमची घरं बांधून घेणार का?''

त्या दहा जणांनी होकार दिला. त्यांची घरं उभी राहिलेली पाहिल्यानंतर जळीतग्रस्त आमच्याकडं येऊन माफी मागू लागले, आर्जव करू लागले. मग त्यांनी स्वत: घरं बांधायची कबुली दिली. त्यांना बांधकाम साहित्य दिलं आणि त्यांचीही घरं उभी राहिली. यामागं आमचं तत्त्व होतं – 'हेल्प दोज हू हेल्प देमसेल्व्हज!'

लक्ष्मीचा 'निवास'

आमची आश्रमशाळा चांगली चालली होती. मुला-मुलींची संख्या हळूहळू १७५पर्यंत पोहोचली होती. वर्ग खोल्या, वसतिगृह, स्वयंपाकघर, भोजनशाळा तसेच इतर वापरासाठी जागेची गरज वाढत चालली होती. मदतीचे हातही वाढत होते. 'लुब्रिझॉल'चे सीईओ श्री. रुद्रा, श्री. प्रताप शिर्के आणि श्री. जी. आर. भरितकर यांनी आमची विश्वस्त मंडळात सहभागी होण्याची विनंती आनंदानं मान्य केली होती.

असंच एका रविवारी पांगळोलीला गेलो होतो, तेव्हा घरी सुराबायाहून श्री. लक्ष्मीनिवास मित्तल यांचा फोन येऊन गेला. मी पुण्याला परत आल्यानंतर त्यांना फोन केला. मी लोणावळ्याला सहलीला गेलोय, असं त्यांना वाटलं होतं. मी त्यांना आमच्या दर रविवारच्या कार्यक्रमाची आणि आमच्या कामाची थोडक्यात कल्पना दिली.

''अरे वा...! छान. उषाला अशा कामाची फार आवड आहे.'' ते म्हणाले.
''भारतात येतोय... अमुक-अमुक दिवशी पांगाळोलीला जाऊ.''
मग काय, आम्हाला आभाळ ठेंगण झालं.

ठरल्याप्रमाणे आम्ही सर्व जण श्री. आणि सौ. मित्तलना घेऊन तिथं गेलो. ही घटना साधारण १९८७ च्या प्रारंभीची. पांगळोलीतलं आमचं काम पाहून त्या डोंगरापलीकडच्या दुसऱ्या एका आदिवासी खेड्याचा सरपंच त्याच वेळी आम्हाला भेटायला आला होता. आम्ही त्याच्या खेड्यातही यावं, अशी त्याची इच्छा होती. त्याप्रमाणे आम्ही कुणे या खेड्यात गेलो.

तेथील अवस्था आणि अठराविश्वे दारिद्र्याचं दर्शन घेऊन मित्तलही अस्वस्थ झाले.

उघडी माणसं, उजाड घरं – खरं तर त्याला 'घर' म्हणणंही मुश्कील! कुपोषित माणसं पाहून सगळे जण बेचैन झाले. तिथं एक डबकं होतं. ज्या पाण्याला आपण स्पर्शही करू शकणार नाही, असं पाणी तिथले आदिवासी पिण्यासाठी वापरत होते. हे सारं पाहून मित्तलांना फार वाईट वाटलं.

डॉ. गांधी, ''व्हॉट कॅन आय डू फॉर यू?'' त्यांनी विचारलं.
मी त्यांना म्हणालो, ''आय डोन्ट वॉन्ट यू टू डू एनिथिंग. यू डिसाईड व्हॉट

यू वॉन्ट टू डू!''

मग मित्तलांनी ताबडतोब निर्णय घेतला – त्यांच्या कर्मचाऱ्यांना सूचना देऊन त्यांनी युद्धपातळीवर तिथं दोन कूपनलिका खोदून, त्यावर सबमर्सिबल पंप बसवून दिले. त्यामुळे तिथल्या चार-पाच गावांची पिण्याच्या पाण्याची उत्तम सोय झाली आणि हे सगळं विश्वास बसणार नाही इतक्या झटपट झालं!

दुसऱ्या दिवशी मित्तल-कुटुंबीयांना आमच्या घरी भोजनाचं निमंत्रण दिलं. ते दोघंही विनंतीला मान देऊन आमच्या घरी भोजनास आले, हा आमचा बहुमानच होता. 'श्रीरामांनी बोरं खाल्ल्यानंतर शबरीला जो आनंद झाला असेल किंवा सुदाम्याच्या घरी साक्षात द्वारकाधीश गेल्यानंतर, त्याला जी धन्यता वाटली असेल,' ती अनुभूती त्या दिवशी आम्हा गांधी कुटुंबीयांना आली. मुलं जकार्ताला गेली होती, तेव्हा मित्तल यांच्या अगत्याचा अनुभव आला होताच. आता तर त्यांचं हे निरपेक्ष औदार्य त्यांच्याबद्दलचा आदरभाव अधिक वृद्धिंगत करणारं होतं. मित्तलांच्या ऋणातून किंचितसं का होईना, उतराई होण्याची संधी मिळावी, असं मला सारखं वाटत होतं आणि तसा एक योग आला.

त्यांचे पिता आणि बंधू – प्रमोदकुमार आणि विनोदकुमार यांनी पुण्याजवळ नगर रस्त्यावर सणसवाडी इथं 'इस्पात प्रोफाईल इंडिया लिमिटेड'तर्फे एक मोठा पोलाद प्रकल्प सुरू करण्याचा निर्णय घेतला होता. त्यानिमित्तानं त्यांच्यासाठी काहीतरी करण्याची संधी मिळाली. मी त्यांच्याशी संपर्क करून, माझ्या कुवतीतलं काही काम असलं तर सांगण्याची विनंती केली. मग मी 'इस्पात'चे अधिकारी श्री. डी. डी. ढोले यांचा पुण्याचे विभागीय आयुक्त, महानगरपालिका आयुक्त, मुख्य आयकर आयुक्त, जिल्हाधिकारी, पोलिसप्रमुख, ग्रामीण पोलीस-उपअधीक्षक अशा निरनिराळ्या लोकांशी परिचय घडवणं आणि त्यांच्या कामात जमेल तेवढी मदत करणं, अशा रूपानं खारीचा वाटा उचलून धन्य झालो!

ये हृदयीचे...

सन १९८५ पासून सुरू केलेले ट्रस्टचे हे काम मी मनापासून करत होतो. अशीच पंधरा वर्षे उलटली. या काळात आरोग्य, घरबांधणी, शाळा, पिण्याचं पाणी याबाबतीत बरंच काही साध्य झालं होतं. मात्र, शाळेच्या इमारतीसाठी कायमस्वरूपी जागा उपलब्ध होत नव्हती, त्यामुळे मी थोडा नाउमेद झालो होतो. त्यातच कडगुरुजींचं कामातलं लक्ष कमी होतंय, असं लक्षात येऊ लागलं. त्याचं कारण शोधलं तेव्हा लक्षात आलं की, सुरुवातीला अगदी जीव ओतून काम करणारा हा तरुण व्यसनाधीन झाला होता. त्याचं तर आणखी वाईट वाटलं. मात्र, भविष्यकाळातही इथलं कार्य सुरू राहिलं पाहिजे आणि तेही चांगल्या प्रकारे, ही आस मनात होती.

जोडीला माझं वय वाढत चाललं होतं. वस्तुस्थितीकडे दुर्लक्ष करून चालणार नव्हतं. मग एक विचार मनात आला, आता तरुण रक्ताला वाव द्यावा. मग मी डॉ. धनंजय केळकर आणि त्याच्या काही सहकाऱ्यांना आमंत्रित केलं. त्यांना सगळं कथन केलं आणि त्यांनी सकारात्मक प्रतिसाद दिला... 'ये हृदयीचे ते हृदयी स्वीकारले गेले!' त्यांनी या प्रकल्पात लक्ष घालायला सुरुवात केली.

शाळेसाठी जागा उपलब्ध होत नसल्यामुळे या मुलांना चांगल्या सोई देणं तर दूरच; पण संडास-बाथरूमसारख्या मूलभूत गरजाही पुरवता येत नाहीत, हे त्यांच्याही लवकरच लक्षात आलं. त्यातूनच एक विचार स्पष्टपणे पुढं आला. तो म्हणजे, शैक्षणिक संस्थाच शाळा उत्तमरीत्या चालवू शकतील. त्यानुसार त्यांनी 'हिंगणे स्त्री शिक्षण संस्था' या शैक्षणिक क्षेत्रातील अग्रेसर संस्थेशी संपर्क साधला.

हिंगणे स्त्री शिक्षण संस्थेची कामशेतला जमीन आहे. तिथं ही शाळा हलवली, तर सगळ्या सोई होऊ शकतील, असं लक्षात आलं. पण आश्रमशाळा पांगळोलीहून कामशेतला हलवणं म्हणजे दिव्य होतं. मग डॉ. धनंजय केळकर त्यादृष्टीनं खटपटीला लागला. त्यानं केंद्रीय कृषिमंत्री श्री. शरद पवार यांना साकडं घातलं आणि काम झालं. त्याचबरोबर धनंजयनं स्वरसम्राज्ञी लता मंगेशकर यांना विनंती केल्यावरून, त्यांनी अशा प्रामाणिक कार्यासाठी उदारहस्ते पन्नास लाख रुपयांची देणगी दिली. सगळे शुभयोग जुळून आले आणि आश्रमशाळेला सर्व सोईंनी युक्त, देखणी इमारत लाभली. आम्हा सर्वांना अर्थातच अतिशय समाधान वाटलं. आम्ही ज्या आश्रमशाळेचं बीज पेरलं, छोटंसं रोपटं वाढवलं; त्याचा इतर दिग्गजांच्या मदतीनं मोठा वटवृक्ष झालेला पाहून सार्थक वाटलं. ही आश्रमशाळा आता हिंगणे स्त्री शिक्षण संस्थेच्या भक्कम पायावर, शतकानुशतकं सुरू राहू शकेल याचं मनाला फार मोठं समाधान आहे. आदिवासी लोकांचा विकास साधायचा असेल, तर त्यांची मुलं शिकली पाहिजेत. या एका भावनेनं आम्ही या कार्याचा आरंभ केला होता. कुठल्याही सत्कार्याचा आरंभ करताना, सुरुवातीला बहुधा जास्त अडचणी येतात. पण जिद्द आणि परिश्रमानं त्यावर मात करता आली, तर जे काही साध्य होतं, त्यानं मन भरून आणि भारून जातं.

अर्जुनाचा 'लक्ष्यवेध'

पांगळोलीच्या शाळेत शिकलेला अर्जुन पिरकड हा मुलगा, मुंबईच्या जी. एस. मेडिकल कॉलेजमधून एम. बी. बी. एस. झाला. दुर्दम्य आशावाद, कठोर परिश्रम आणि जबरदस्त आत्मविश्वास असेल, तर लक्ष्य गाठणं कसं शक्य असतं याचं मूर्तिमंत उदाहरण म्हणजे अर्जुन! त्याचं लहानपणापासूनच डॉक्टर होण्याचं लक्ष्य होतं. आम्हाला त्याचं फार कौतुक वाटतं. पूर्वी मुला-मुलींना शाळेत पाठवा, हे

सांगण्यासाठी तिथं शिक्षकांना घरोघरी जावं लागत असे. त्यांना शिक्षणाचं महत्त्व पटवून द्यावं लागत असे. पण आता परिस्थिती बदलली आहे. मागच्या वर्षी तर प्रवेशमर्यादा संपल्यामुळे जवळजवळ शंभर मुलांना प्रवेश नाकारावा लागला होता. हा प्रसंग म्हणून चांगला नसला, तरी त्यावरून शाळेच्या यशस्वी वाटचालीची साक्ष पटेल.

एक वर्षी पंधरा ऑगस्टला श्री. पतंगराव कदम यांनी शाळेला भेट दिली होती, तेव्हा त्यांनी मनापासून सांगितलं होतं की, ''इथला विद्यार्थी पुढं शिकू इच्छित असेल, तर त्याला माझ्या कोणत्याही संस्थेत प्रवेश मिळेलच; शिवाय त्याला सगळ्या सुविधाही मिळतील.''

अशा प्रकारे किती जणांनी अनंत हस्ते या कार्याला हातभार लावला! मी आता वयोमानानुसार या कार्यातून निवृत्त झालो आहे. कधी वाटलं की, गाडी काढून शाळेत आणि पांगळोलीला जाऊन येतो.

■

१७.

'अर्था'चे महत्त्व

'अर्था'शिवाय जीवनाला 'अर्थ' नाही. 'अर्थ' हे 'साधन' असावे, 'साध्य' नसावे', अशा 'सुविचारांनी' जीवनाला अर्थपूर्णता येत असते, हे खरं. पण त्याची अनुभूती माझ्या आयुष्यात बऱ्याच उशिराने आली. बालपण हलाखीत गेलेले! तशी परिस्थिती पुन्हा येऊ नये म्हणून योग्य ती काळजी घेऊन वागणे क्रमप्राप्तच होते आणि परिस्थितीही बदलत गेली.

मी डॉक्टर झालो. शिक्षण, बहिणींची लग्ने आणि इतर कौटुंबिक जबाबदाऱ्या पेलत १९६५ च्या ऑगस्ट महिन्यात माझी स्वतंत्र जागेत जनरल प्रॅक्टिस (जी.पी.) सुरू झाली. ती जागा भाड्याची होती आणि एका महिन्याच्या नोटिशीने ती कधीही सोडावी लागेल, अशी अट होती. साधारणपणे एक वर्ष गेले. एक वाडा सोडून पलीकडच्या वाड्यात जागा मिळाली. अकरा हजार रुपये भाडेकरूला आणि पावती बदलण्याचे पाच हजार रुपये मालकांना, हा मी केलेला जागेचा पहिला व्यवहार होता.

त्या वेळी इथून पुढे मी जागा खरेदी वा विक्रीसुद्धा करेन, असं वाटण्याचं किंवा न वाटण्याचंही काही कारण नव्हतं! पण प्रत्यक्षात वेळोवेळी तसं घडतं गेलं. कधी गरज म्हणून, तर कधी गुंतवणूक म्हणून जागा घेतल्या; पैसे गुंतविले.

पुढे मी घेतलेली एक जागा मला विकायची होती. एके दिवशी गुरव नावाच्या एजंटचा फोन आला, 'पिन्नॅकल ग्रुपचे गजेंद्र पवार यांना तुमची जमीन घेण्यात रस आहे.'

पवार आणि गुरव मला येऊन भेटले. पवारांच्या बोलण्यातून उत्साह ओसंडत होता. त्यामुळे ते आणि मी प्रथमच भेटत आहोत, असे मला मुळीच वाटत नव्हते. ते म्हणत होते, ''सर, मी आजपर्यंत अनेक छोटी-मोठी कामे केली आहेत. मला आता मोठे काम करण्यासाठी ही जमीन हवी आहे.'' त्याने अतिशय प्रतिकूल

परिस्थितीशी संघर्ष करून आपल्या आयुष्याची आत्तापर्यंतची वाटचाल कशी केली, हेही सांगितले. त्याच्या बोलण्यात आत्मविश्वास पुरेपूर भरलेला होता. तो पुढे म्हणाला, ''सर, तुम्ही ही जमीन मलाच देणार आणि नंतर त्यावर बांधलेली जागाही घेणार.'' मला या तरुणाच्या बोलण्याचे आश्चर्य वाटले आणि कौतुकही!

ती जागा विकत घेण्याची त्याने तयारी दर्शविली. तिची किंमतही ठरली. व्यवहार पक्का झाला आणि दुसऱ्याच दिवशी एका मोठ्या कंपनीकडून कितीतरी अधिक रकमेचा प्रस्ताव आला. पवारला हे समजल्यावर त्याने विचारले, ''सर, मग तुमचा निर्णय काय?'' मी त्याला सांगितले, ''आम्ही तुम्हाला शब्द दिला आहे. आता कितीही अधिक रकमेचा प्रस्ताव आला, तरी आमच्या निर्णयात बदल होणार नाही.'' पवार एकदम गहिवरून गेला. पाया पडून म्हणाला, ''सर, तुम्ही लोभ सोडून शब्द पाळत आहात. आज मी तुम्हाला शब्द देतो, तुम्ही माझ्याकडे जागा घेणार आहात आणि त्याचा योग्य तो लाभ मिळवून देणे, हे माझे कर्तव्य आहे.''

पवारने त्याचा शब्द खरोखरीच पाळला. या व्यवहारात आर्थिक लाभ झालाही, पण त्याचबरोबर गजेंद्र पवार हा बांधकाम व्यावसायिक मित्रही लाभला. अत्यंत उत्साही, जिद्दी, आत्मविश्वासू, कामामध्ये गुणवत्ता बाळगणारा, शब्दाला जागणारा असा. तशी त्याची आणि माझी ओळख चार वर्षांपूर्वीची; पण या चार वर्षांत सुख- दु:खाच्या अनेक प्रसंगांत आम्ही एकत्र आलो, त्यामुळे हा ऋणानुबंध तीस-चाळीस वर्षांपूर्वीचा असावा की काय, असे वाटते.

अर्थाचा अनर्थ नको म्हणून सुरुवातीलाच प्रांजळपणे कबूल करतो की, मी अर्थशास्त्र – गुंतवणूक या विषयातील तज्ज्ञ नाही, बिलकुल नाही. तरीही गरजेपोटी काहीसे वाचन, काही वेळा त्या-त्या विषयांतील तज्ज्ञांशी चर्चा, यातून जसे जमेल तसे गुंतवणुकीचे धोरण आपल्यापुरते ठरवून जे काही चूक-बरोबर ते करण्याचा प्रपंच केला.

श्री. फराटे यांनी १९६६मध्ये खूप मागे लागून, एक प्लॉट घेण्यास भाग पाडले. तो प्लॉट सेनापती बापट रस्त्यावरील लक्ष्मी को-ऑपरेटिव्ह हाउसिंग सोसायटीमधील होता (आता आम्ही राहतो तो) आणि त्या सोसायटीचे श्री. फराटे हे प्रमोटर होते. ५,८०० चौरस फुटांच्या त्या प्लॉटची तेव्हाची किंमत होती, रुपये ११,००० फक्त! पण माझ्याजवळ सुरुवातीला तेवढे पैसे नव्हते. नेहमीप्रमाणे माझी मोठी बहीण आणि मेहुणे मदतीला धावून आले. प्लॉट खरेदी झाली. त्या वेळी तर जागेजवळून जाणारा सेनापती बापट मार्गही अस्तित्वात नव्हता.

माझी प्रॅक्टिस चांगली सुरू होती आणि एक जागा माझ्या 'मालकीची' झाली होती. आता डोक्यात विचार सुरू होते, हॉस्पिटलबद्दलचे. यापूर्वी छोट्या गावात नदीकाठी छोटे हॉस्पिटल काढायचे, माझे बालपणापासूनचे स्वप्न होते. त्यात बाकी

कशात बदल झाला नाही. फक्त छोट्या गावाऐवजी, पुण्यात हॉस्पिटलसाठी जागा घ्यायचा विचार सुरू झाला. माझ्या गाडीची देखभाल करणारा 'डॉक्टर' भालू, एजंट म्हणून जागा देण्या-घेण्याचे कामही करत असे. मी त्याला अशी जागा मिळते का बघ, असे सांगितले.

भालू झटून कामाला लागला. चौथ्याच दिवशी त्याने मला मुठा नदीच्या तीरावरील प्लॉट दाखवला. तो प्लॉट लक्ष्मी मोटार स्कूलचे मालक श्री. मराठे यांचा होता. त्यांच्या निधनानंतर त्यांच्या मुलाने तो विकायचे ठरविले होते. त्याची किंमत त्याने २९,००० रु. एवढी सांगितली, पण इतकी रक्कम आणायची कोठून? मग मी म्हटलं, जर थोडे थोडे पैसे दिले तर चालतील का? भालूने तसं त्याला सांगितले आणि व्यवहार झाला.

सुरुवातीला पाच हजार दिले, नंतर हप्त्याहप्त्याने देऊन सर्व रक्कम पूर्ण केली. या व्यवहारात भालूने अजिबात कमिशन घेतले नाही. प्लॉट खरेदी झाली. त्यावर तीनमजली हॉस्पिटल बांधण्याचे 'इमले' मनात सुरू झाले.

१९६९मध्ये शनिवार पेठेतील नदीकाठच्या प्लॉटवर बँक ऑफ महाराष्ट्रकडून कर्ज घेऊन, हॉस्पिटल आणि वरच्या मजल्यावर घर बांधण्याचा विचार होता. पण हॉस्पिटलसाठी ऐंशी हजार रुपये आणि एक्स-रे मशीनसाठी वीस हजार रुपये असे एक लाख रुपयांचे मोठे कर्ज होते. ही १९७० मधली गोष्ट आहे. कर्जाचे हप्ते वेळेवर भरत होतो, पण विचार आला की, आपला एकखांबी तंबू आहे; जर काही अघटित घडलेच, तर कर्ज चुकविण्यासाठी पूर्ण इमारतच विकून टाकावी लागेल. मग बहिणी, आई, भाऊ आणि बायको सगळ्यांना रस्त्यावर येण्याची वेळ येईल!

त्यामुळे संपूर्ण कर्ज फिटेल एवढा आयुर्विमा करणे अनिवार्य आहे, हा विचार पक्का झाला. त्याप्रमाणे विमा उतरवलाही. आता काही दुर्घटना घडलीच, तर विम्याच्या रकमेतून सर्व कर्ज फिटेल आणि खालचे दोन मजले भाड्याने देऊन येणाऱ्या उत्पन्नातून चरितार्थही भागेल. तसेच वरचा मजला राहण्यास वापरता येईल, अशी व्यवस्था करून ठेवली.

काहींच्या सांगण्यावरून १९९०च्या सुमारास वर्तमानपत्रे वाचून थोडेफार शेअर्स खरेदी केले. ते एकदम विकून त्यातून येणारी रक्कम जमिनीत गुंतवणे, अशी सुरुवात केली. हळूहळू यामध्ये गती आली आणि आर्थिक घडी आणखी बरी बसली.

डॉ. दिनेश आणि सौ. शोभा बच्छाव

मी पुण्याबाहेर म्हणजे नाशिक येथेही एकदा एक जमीन खरेदी केली. त्याला कारण फार वेगळे होते. माझे एके काळचे विद्यार्थी त्याला कारणीभूत झाले. शिष्य मोठा झालेला पाहणे गुरूला अत्यानंदाचे असते. मला असे अनुभव अनेकदा आले,

येत आहेत. त्यापैकी डॉ. दिनेश आणि डॉ. सौ. शोभा बच्छाव हे होत.

नाशिकला त्यांचे उत्तम बस्तान बसले आहे. उत्तम मेडिकल प्रॅक्टिस, स्वत:चे हॉस्पिटल धन्वंतरी (अगदी खऱ्या अर्थाने) फार छान सुरू आहे. झोपडपट्टीत कामाला सुरुवात करून त्यातून समाजसेवा करत शोभा नगरसेविका झाली. त्यानंतर नाशिक शहराच्या महापौरपदी ती विराजमान झाली. पुढे आमदार आणि त्यानंतर आरोग्यखात्याचे राज्यमंत्रीपदही त्यांनी भूषविले. यामध्ये दिनेशचे फार मोठे योगदान आहे.

या दोघांनी आपल्या अतिशय व्यग्र अशा दिनक्रमातून आणि राजकीय कार्यक्रमातून मुलांवर उत्तम संस्कार केले आहेत, पण त्यांच्या शिक्षणाकडेही बारकाईने लक्ष दिले. एक मुलगा आणि एक मुलगी एम. बी. बी. एस. झाली, तर धाकटी कन्या बी. डी. एस. होईल.

कर्ज घ्यावे?

कुठलेही कर्ज घेताना विचारपूर्वक घ्यावे, हे तर खरेच. म्हणजे 'ऋण काढून सण नसावा.' परवडेल आणि आपल्या उत्पन्नातून शक्य होईल, तेवढाच खर्च समारंभावर – अगदी लग्न, मुंज अशा कार्यांवरही करावा. थोडक्यात म्हणजे, 'अंथरूण पाहून पाय पसरले', तर कर्जाचा बोजा डोक्यावर राहणार नाही.

याउलट शिक्षण, व्यवसायवृद्धी आणि स्वत:चे घर घेण्यासाठी योग्य त्या कर्ज योजनांचा अभ्यास करून, जेवढे कमीत कमी कर्ज घेता येईल तेवढे घ्यावे. कर्जामुळे व्यवसायवृद्धी होणार असेल, तर उत्पन्न वाढवून कर्ज सहज चुकविता येते, भरलेल्या व्याजापोटी करात सवलतही मिळते.

घरासाठी पैसे साठवून मगच घर घेऊ, असा विचार करणे संयुक्तिक नाही. त्यामुळे खूप उशिरा घर होईल किंवा त्या वेळी घराच्या किमती खूप वाढलेल्या असतील, त्यामुळे घर घेणे शक्यही होणार नाही. गृहकर्जाच्या व्याजाचे दर तुलनात्मकरीत्या कमी असतात आणि त्यासाठी दीर्घ मुदत मिळते. त्यामुळे हप्ता कमी बसतो. बऱ्याच वेळा भाड्याच्या रकमेत घराचा हप्ता जाऊ शकतो. शिवाय व्याजावर ठरावीक प्रमाणात कर सवलतही मिळतेच. मात्र, नवीन घराच्या कागदपत्रांची योग्य ती छाननी वकिलांकडून करून घेतली पाहिजे. आपले खाते ज्या बँकेत आहे, फक्त तीच बँक कर्ज देऊ शकते आणि तेथेच अर्ज करून कर्ज घ्यावे, ही चुकीची धारणा सर्वसामान्यपणे आढळते.

प्रत्येक बँकेच्या कर्जाचे व्याजदर वेगवेगळे असतात. पूर्ण चौकशी अंती बँकेच्या कर्जाची निवड करताना छुपे खर्च, अटी आहेत का, हे पाहणे इष्ट आहे. एकदा एका नातेवाइकाला व्यवसायाच्या जागेसाठी कर्ज काढायचे होते. त्यांनी वेगवेगळ्या बँकांत कर्जावरील व्याजदराची चौकशी केली, तेव्हा प्रत्येक बँकेच्या

व्याजदरात खूप तफावत आढळली. त्यामुळे त्यांनी स्टेट बँकेतून कर्ज घेतले. त्यांनी घेतलेल्या कर्जाच्या रकमेवर आणि पाच वर्षांच्या मुदतीच्या व्याजदरात त्यांची कमीत कमी तेरा लाख आणि जास्तीत जास्त ३२ लाख रुपये बचत झाली. हा अनुभव प्रत्येकाने लक्षात ठेवण्यासारखा आहे.

शेअर्स गुंतवणूक

शेअर्समध्ये गुंतवणूक म्हणजे सट्टा किंवा जुगार, अशी सर्वसामान्यांची समजूत होती. मात्र, हळूहळू हे चित्र बदललं आहे. उत्तम कंपनीच्या शेअर्समधील लांबपल्ल्याची गुंतवणूक जुगार प्रकारात न मोडता निश्चितच खूप फायदा करून देते; तीही पूर्णपणे करमुक्त! याचं एक ठळक उदाहरण सांगतो –

डॉ. गुप्तेंना १९५२मध्ये एका हितचिंतकानं 'सिप्ला'चा शंभर रुपयांचा एक शेअर घ्यायला भरीला घातलं होतं. पुढं बोनस, स्प्लिट अशा कारणांमुळे एका शेअरचे दोन हजार आठशे ऐंशी शेअर्स झाले. ते शेअर्स १९९९मध्ये विकले असता, त्याचे छत्तीस लाख रुपये आले, तेही करमुक्त! डॉ. गुप्तेंच्या कन्यांनी ते सर्व पैसे दीनानाथ मंगेशकर हॉस्पिटलला देणगीदाखल देऊन पित्याची स्मृती जपली आहे.

कांचन इन्व्हेस्टमेंट आणि डॉ. सुचित केळकर यांनी दिलेल्या वेबसाइटवरून मिळालेली माहिती लक्षात घेण्यासारखी आहे.

कंपनी	१९९३ची किंमत	२०१०च्या लाभांशाची टक्केवारी	वाढीची टक्केवारी २०१० पर्यंत
१ इन्फोसिस टेक्नॉलॉजी	४५०	३००० टक्के	४६००० टक्के
२. रिलायन्स इंडस्ट्रीज	३९६	४९.५ टक्के	१०१० टक्के
३. स्टेट बँक	१८८	७४ टक्के	१६०० टक्के

सोने, चांदी, दागदागिने यामध्ये अगदी नगण्य फायदा होतो. हरवणे, चोरी, झीज, किमतीतील फसवणूक हा भाग वेगळाच. 'तुका म्हणे – जोडोनिया धन उत्तम व्यवहारे। उदास विचारे वेच करे।'

चांगल्यात चांगला फायदा मिळविण्याचा प्रयत्न असावा, पण चित्ती असावे समाधान, हेच शेवटी खरे. पैशाने समाधान कधीच विकत मिळत नाही.

गुंतवणुकक्षेत्रातील माझ्या अल्पशा माहितीच्या आधारे मी शेअर्समध्ये जमेल तशी थोडी-थोडी गुंतवणूक करत गेलो. थोडं भांडवल साठलं की, जागांमध्ये

गुंतवणूक करत राहिलो. त्याचा मला फायदा झाला. इतर 'ॲसेट क्लासेस'ची माहिती नसल्यानं, मी त्या फंदात पडलो नाही.

आपण कमी पैसे असतील, तेव्हा शेअर्समध्ये पाच वर्षे किंवा अधिक अशी लांब पल्ल्याची गुंतवणूक केली, तर फायदा नक्की होतो. गेल्या २५ वर्षांचा इतिहास पाहिला तर याचा पडताळा नक्की येतो.

पुणे स्टॉक एक्स्चेन्जचा भागधारक (shareholder) कॅटेगरीतून माझी २००७ च्या ऑक्टोबर महिन्यात संचालकपदी निवड झाली. त्यामुळे तेथे चालणाऱ्या कार्याबद्दल अधिक माहिती मिळाली आणि अभ्यासाची संधीही मिळाली.

'टायमिंग'– शेअर मार्केट हे नेहमीच अवघड किंवा अशक्य असते. लोभ बेलगाम असतो. शेअर्स घेणे, विकणे नियमितपणे करावयाचे असेल, तर त्यातील तज्ज्ञ लोकांचा सल्ला घेणे आवश्यक आहे. स्वत: अर्थविश्व, इकॉनॉमिक टाइम्स वाचणे, टेलिव्हिजनवर सी. एन. बी. सी. किंवा तत्सम आर्थिक वाहिन्यांवरील चर्चा फावल्या वेळात ऐकणेही गरजेचे आहे. शिवाय ठरावीक टक्के – उदाहरणार्थ १५ ते २० टक्के, फायदा मिळत असेल तर अधिक लोभ न ठेवता विक्री करणे किंवा नुकसान होत असेल तर 'स्टॉप लॉस' पातळी ठरवून नुकसानीतसुद्धा विक्री करणे जरुरीचे असते. दीर्घकालीन गुंतवणुकीस हे निकष लावण्याची आवश्यकता नाही.

कुटुंबाच्या सर्वसाधारण गरजेएवढ्या रकमेचा आयुर्विमा (एल. आय. सी.) किंवा तत्सम चांगल्या कंपनीकडून पॉलिसी घेणे गरजेचे आहे. पूर्वी लांब पल्ल्याच्या 'एन्डोवमेन्ट' पॉलिसीज किंवा तशा प्रकारच्या पॉलिसीज असत. यामध्ये 'मॉर्टॅलिटी व्हॅल्यू' अधिक 'ॲडमिन कॉस्ट' हा लहान भाग आणि आपण भरलेला मोठा भाग विमा कंपनी योग्य तेथे गुंतवून, आपल्याला त्याचा एक नगण्य भाग बोनस म्हणून देत असते.

अशा लांबपल्ल्याच्या पॉलिसीज २०-२४-३० वर्षांनी मॅच्युअर होतात, तेव्हा आपल्या हातात जी रक्कम पडते, तिची क्रयशक्ती नगण्य असते. याउलट 'टर्म पॉलिसी' घेतली तर हप्ता कमी बसतो. उर्वरित रक्कम ब्लूचिप शेअर्स (Blue chip shares)मध्ये आपण लांब पल्ल्यासाठी गुंतवली तर ती चांगला फायदा देते, तोही टॅक्स फ्री. ही वाढ पी. पी. एफ., एफ. डी., एन. एस. सी. सारख्या बचतीपेक्षा किंवा सोन्यातील गुंतवणुकीपेक्षा खूप प्रमाणात अधिक असते.

शेअर्सच्या नवीन इश्यूजमध्ये (डी. पी. ओ.) अर्ज करून बऱ्याच वेळा हाती काही लागत नाही. काही कंपन्यांचे शेअर्स मिळू शकतात, पण त्यातून काही वेळा नुकसान होण्याचा संभव अधिक असतो. त्यामुळे सामान्य माणसाने दर महिन्याला आपापल्या कुवतीनुसार थोडी गुंतवणूक ब्लूचिप कंपन्यांमध्ये ५-१०-१५ वर्षे किंवा

अधिक काळाकरता केली, तर बाजाराच्या चढउताराकडे लक्ष देण्याची आवश्यकता नाही. काही गोष्टींचा सांगोपांग विचार होणे महत्त्वाचे आहे. त्या अशा –

१. 'टायमिंग मार्केट' शक्य नाही.

२. 'सिस्टमॅटिक इन्व्हेस्टमेंट प्लॅन' म्हणजे ठरावीक वेळी – आठवडा, महिना, वर्ष – सहज शक्य होईल तेवढी गुंतवणूक करावी.

३. विविध क्षेत्रांत काम करणाऱ्या कंपन्या (डायव्हर्सीफिकेशन, अक्रॉस सेक्टर्स ऑन्ड कंपनीज्)

४. कंपनीचे व्यवस्थापन, त्यांचे प्रॉडक्ट्स चांगले आणि विविध प्रकारचे आहेत याची खात्री करावी.

५. लाभांश, बोनस इत्यादी मार्गांनी भागधारकांना त्यांचा योग्य तो वाटा देण्याची कंपनीची वृत्ती आहे की नाही याची माहिती घ्यावी.

६. पी. ई. रेशोज, डिव्हिडंड यिल्ड्स ऑन्ड इन्व्हेस्टमेंट रेशोज या किंवा अशा प्रकारच्या आपल्यासारख्या सामान्य गुंतवणूकदारांना सहज न जमणाऱ्या गोष्टींचा विचार करावयाचा झाल्यास, त्या क्षेत्रातील जाणकारांचा सल्ला अवश्य घ्यावा.

गेल्या बत्तीस वर्षांत सेन्सेक्स १०० वरून १८,००० पर्यंत पोहोचला आहे. याचा वार्षिक परतावा १८ टक्के पडतो. रिलायन्सने तो वर्षानुवर्षे वार्षिक २५ टक्के दिला. एल अँड टी, इन्फोसिस यांनीही त्यापेक्षा बऱ्याच पटींनी अधिक दिला. शिवाय लाभांश (डिव्हिडंड), दीर्घकालीन गुंतवणुकीवर मिळणारा भांडवली नफा (लाँग टर्म कॅपिटल गेन) एका वर्षाने करपात्र होत नाही, म्हणजे संपूर्ण निव्वळ नफा मिळतो.

शेअर्समधील गुंतवणूक हा प्रत्येक व्यक्तीस एक समांतर अर्थार्जनाचे साधन म्हणून अमूल्य संधी आहे. व्यवसाय-धंद्यात अचानक नुकसान आल्यास हा समांतर पर्याय उपयोगी पडतो.

अलीकडे उपलब्ध असलेल्या अनेक पर्यायांपैकी 'टर्म पॉलिसी' घेणे कमी खर्चाचे असते. काही कंपन्यांचा 'ऑनलाईन टर्म इन्शुरन्स' घेतला तर हप्ता केवळ तीस टक्के इतकाच भरावा लागतो.

स्वतःच्या आर्थिक नियोजनात आपण विचार आणि अभ्यासपूर्वक लक्ष घालणे आवश्यक असते, असा माझा अनुभव आहे. आपला करसल्लागार बहुधा टॅक्स रिटर्न भरतो. पण टॅक्स प्लॅनिंग आपले आपल्यालाच करावे लागते. त्या दृष्टीने काही वाचन, टॅक्स कन्सल्टंटला विचारून त्या-त्या वेळच्या टॅक्समधील सोई-सवलतींची माहिती करून घेणे, अनुभवींनी सांगितलेले अनुभव या सर्वांचा साकल्याने विचार करावा. आपले धोरण आपणच ठरवून, त्यावर करसल्लागाराचे शिक्कामोर्तब करून घेणे श्रेयस्कर ठरते.

अगदी नाइलाजाने जो पूर्ण आयकर भरतो, तो प्रामाणिक करदाता (अपवाद वगळता!) असे विधान केले, तर ती वास्तवता मानावी लागेल. पगारदार किंवा इतर ज्या मंडळींचा टी.डी.एस. जागेवरच कापून पैसे मिळतात, ते लोक या वर्गांत मोडतात. आता मात्र सरकारी नोकर किंवा इतरही बरेच पगारदार यांचा पगार हे नावापुरते उत्पन्न असते आणि त्याच्या कैक पटींत वरकमाई असते. ही वस्तुस्थिती लक्षात घेता, या वर्गातील प्रामाणिक करदात्यांचे प्रमाणही औषधापुरते. सुरुवातीस लाच-लुचपत ही पुरुषांची मक्तेदारी असे. पण आता समान हक्काच्या जमान्यात स्त्रियांही 'हम भी कुछ कम नहीं' हे पटवून देतायत!

लहानपणापासून रोख रक्कम जवळ बाळगण्याची सवय नसल्याने, आजही ती जवळ बाळगण्याचा मला थोडासा फोबिया आहे. माझा व्यवसाय ठीक चालायला लागल्यानंतरही साधारण ३०-४० रुपये खिशात असत. पण आता पेट्रोल महाग झाल्यापासून यामध्ये वाढ करून ३००-४०० रुपये तरी ठेवतो. घरून बाहेर पडताना जाणीव असेल, तशी त्या दिवसाकरिता लागणारी रोख रक्कम आठवणीने जवळ ठेवतो.

हॉस्पिटलमध्ये येणाऱ्या बाह्य आणि आंतररुग्णांकडून पैसे येतात, त्यांना शक्यतो लगेच पावती देण्याचा माझा कटाक्ष असतो. याचा खूप फायदा झाला. बहुतेक पैसे हिशोबात असल्याने गुंतवणूक करणे सोपे गेले आणि पैसे वाढीला लागले. रोख पैसे ठेवले तर वाढत नाहीत. चोरीचा संभव, मुले बिघडविण्याचे साधन, नको तिथे घरच्यांकडून वेडावाकडा खर्च अथवा आयकर विभागाचा छापा या भीतीने झोपमोड, अशा समस्यांना तोंड द्यावे लागत नाही.

बहुधा जागा विकताना निश्चितपणे सर्व रक्कम चेकने घेणे पसंत केले आणि घेतले. जागा-जमिनी घेताना मात्र खूप वेळा मला रोख देण्यासाठी असे पैसे इतरांकडून उसने घेऊन नंतर ते मिळवून परत फेडावे लागले, हे मी नाकारत नाही.

एकदा १९८०मध्ये अगदी वेगळ्या प्रकारचा प्रसंग आला – एका कर्मचाऱ्याने काही कारणाने चिडून आयकर विभागास पत्र लिहून कळवले की, डॉ. अनिल गांधी यांच्याकडे कपाट भरून रोख पैसे आहेत आणि नवीन बांधलेल्या सेनापती बापट रस्त्यावरील बंगल्यात खूप महागडे फर्निचर अशाच पैशातून केले आहे. (अशी खबर दिल्यामुळे जी रक्कम टॅक्स विभागास मिळेल त्याचा काही भाग खबऱ्यास मिळण्याची कायद्यात तरतूद आहे. खबऱ्याचे नावही गुप्त ठेवले जाते.)

या पत्राच्या अनुषंगाने एके दिवशी आयकर विभागाचे दोन निरीक्षक माझ्या हॉस्पिटलवर आले. स्वतःचा परिचय करून देऊन त्यांनी प्रश्नांची सरबत्ती सुरू केली.

रोज तुमच्याकडे किती पेशंट येतात, हॉस्पिटलमध्ये किती राहतात? सर्वांना

बिल देता का? किती आणि कोणत्या बँकेत खाती आणि लॉकर्स आहेत? ते हिशोब दाखवले आहेत का? इत्यादी.

या सगळ्या प्रश्नांची मी खरी उत्तरे दिली आणि शेवटी सांगितले, ''घरी नवीन फर्निचर तर केलेलं नाहीच, पण घरात रोख ४०० ते ५०० रुपये असतील.'' हे सगळे ऐकून घेतल्यावर ते ऑफिसर म्हणाले, ''डॉक्टर, माहिती खरी दिली नाहीत तर या प्राथमिक माहितीनंतर छापा टाकावा लागेल.''

मी म्हणालो, ''मी तुमच्या हातात चिठ्ठी देतो किंवा तुमच्यासमोर घरी बायकोला फोन करून सहकार्य करण्याची सूचना देतो. एक जणाने येथेच थांबावे आणि दुसऱ्याने घराची तपासणी करावी. नवे फर्निचर दिसले किंवा पाचशे रुपयांपेक्षा अधिक रक्कम मिळाली तर जप्त करावी. पण जर रोख रक्कम पाचशेपेक्षा कमी असेल, तर त्यात तेवढी भर टाकण्याचे 'चॅलेंज' स्वीकारावे.''

हे सगळं ऐकून मंडळी तोंड आंबट करून परत गेली. त्यानंतर त्यांचा कधीही संपर्क आला नाही.

वेळेचे नियोजन

आजकाल माणसाचे जीवन खूप गतिमान झाले आहे. 'वेळ थोडा आणि सोंगे फार' अशी स्थिती निर्माण झाली आहे. अशा वेळी वेळेचे नियोजन जमले नाही तर पुष्कळ नुकसान होऊ शकते. त्यामुळे रोजचे, आठवड्याचे, महिन्याचे, वर्षाचे, कामाचे आणि सुट्टीचे नियोजनबद्ध कार्यक्रम ठरविणे ही काळाची गरज आहे. ज्याला ते जमेल, ती उद्योगी व्यक्ती खरोखरीच यशस्वी होऊ शकते.

'टाइम इज मनी' या न्यायाने श्रीमंत व्यक्ती म्हणजे ज्यांच्याजवळ भरपूर वेळ आहे आणि करावयास काही काम नाही, अशी समजावी का? अर्थात, हा विनोदाचा भाग समजावा.

सत्तेचे विकेंद्रीकरण आणि कामाची विभागणी (Delegation of work & power) केल्यास आपल्या बलस्थानाचा अधिकाधिक उपयोग आपल्या इच्छित कार्यात आपण करून घेऊ शकतो. हे सर्व मोठ्या उद्योगांमध्ये चांगल्या रीतीने राबविले जाते आणि त्याचा फायदा त्या-त्या उद्योगांची भरभराट होण्यास कारणीभूत ठरतो.

इच्छापत्र

एखादी व्यक्ती जर अंतिम काळात हॉस्पिटलमध्ये असेल आणि त्या व्यक्तीने इच्छापत्र केलेले नसेल, तर कोऱ्या कागदावर स्वाक्षरी घेऊन नंतर त्यावर इच्छापत्र लिहिण्याची किंवा लिहून त्यावर पटकन स्वाक्षरी घेण्याची नातेवाइकांची धडपड

वैद्यकीय व्यवसायात बऱ्याच वेळा पाहण्यात येते. असे प्रसंग येऊ नयेत आणि तसे येणे इष्टही नाही.

इच्छापत्र करण्यासाठी वृद्धापकाळाची वाट पाहण्याची गरज नाही. किंबहुना, वृद्धापकाळातच इच्छापत्र करायचे असते, हा फार मोठा गैरसमज आहे. प्रत्येक व्यक्तीने – विशेषत: विवाहित, सापत्य अशा प्रत्येकाने – वेळीच इच्छापत्र करून ठेवावे. त्यात वरचेवर लागतील तसे बदल करून आधीचे इच्छापत्र फाडून टाकता येते. वय अधिक असल्यास असे इच्छापत्र शक्यतो रजिस्टर करावे.

इच्छापत्रात स्वकष्टार्जित धन हे पत्नी-पती, मुलं, अन्य नातेवाईक किंवा धर्मादाय संस्था यांना आपल्याला हवे त्या प्रमाणात देता येते. वडिलोपार्जित धनाचे मात्र कायदे पाळूनच वाटप करता येते. अर्थातच यामध्ये वकिलांचा सल्ला आवश्यक आहे.

इच्छापत्रापेक्षा अधिक प्रभावी साधन आता उपलब्ध झाले आहे. त्याबद्दल १४ मार्च २०१० च्या 'इकॉनॉमिक टाइम्स'मध्ये 'डीएसपी मेरिललिंच' संस्थेतील ट्रस्ट विभागाच्या मुख्य – अनुराधा शहा यांचा माहितीपूर्ण लेख प्रसिद्ध झालेला आहे. त्यातील माहितीप्रमाणे इच्छापत्रातील कायदेशीर त्रुटी, सिद्ध करण्याची जबाबदारी आणि त्यातून निर्माण होणारे प्रश्न टाळण्यासाठी खासगी ट्रस्टची निर्मिती आपल्या हयातीतच करता येते. आपल्या धनसंपदेचे एकत्रीकरण, ती टिकवणे, वाढवणे आणि त्याचे वाटप आपल्या पश्चात कसे असावे, हे आपल्या हयातीतच आपण विचारपूर्वक ठरवून त्याची अंमलबजावणी सुरू करू शकतो.

कालांतराने यामध्ये बदल करावेसे वाटल्यास तेही आपण करू शकतो.

विविध प्रकारचे विमा

१. परदेशप्रवासासाठी लागणारा विमा

२. परदेशातील हॉस्पिटलायझेशनसाठी लागणारा विमा

३. व्यावसायिक जोखमीचा (प्रोफेशनल इंडेन्निटी) विमा

४. बिल्डिंग (घर, व्यवसायाची जागा) यासाठीचा विमा

५. वाहनांसाठीचा विमा

कुठल्याही विम्याचे महत्त्व जेव्हा मोठा क्लेम येतो, तेव्हाच कळते. एरवी हा पैशांचा अपव्यय वाटतो. या सर्व विम्यांच्या हप्त्यांचा, कर सवलतीत लाभ घेता येतो.

सारांश

१. काळा पैसा उजळ माथ्याने गुंतवता येत नाही. काही लोक व्याजाच्या लोभाने देतात; पण त्यात मुद्दल बुडण्याचा संभव असतो. नुसते लॉकर किंवा घरात

ठेवणे म्हणजे चोरांना, इन्कम टॅक्सच्या लोकांना आमंत्रण देणे होय. महागाईमुळे या पैशांची किंमत (क्रयशक्ती) कमी होते. याउलट, त्यावर ३० टक्के टॅक्स भरून जे उरतील ते पैसे शेअर्स किंवा जागेत लांबपल्ल्यासाठी गुंतवले, तर अनेक पटींनी वाढतात.

२. महागाईचा विचार केला, तर बँकेतील मुदत ठेवीवर अत्यल्प भांडवली वाढ मिळते. त्यावरही इन्कम टॅक्स भरावा लागतो आणि फायदा आणखी कमी होतो.

३. सोने खरेदी-विक्री करताना विक्रीकर, घट, सोन्याचा कस कमी असणे आणि महागाईच्या मानाने अल्प वाढ होते. या वाढीव रकमेवर भांडवली नफ्यावरील कर – लघु मुदतीत ३३ टक्के, दीर्घ मुदतीत ११.२२ टक्के भरावा लागतो. याशिवाय चोऱ्या, हरवणे याचे भय आणि चोरापासून जीवालाही धोका. गुंतवणूक म्हणून सोने घ्यायचेच असेल, तर ईटीएफमध्ये घेणे.

४. शेअर्स – थोडी थोडी रक्कम गुंतवणे शक्य. खरेदी-विक्री खूप नगण्य खर्च. डीमॅटमुळे फसवणूक नाही. दीर्घकालीन मुदतीत खूप पटींनी फायदा. लाभांश आणि दीर्घ मुदत (एका वर्षापेक्षा अधिक) कॅपिटल गेन हजारों-लाखों पटींनी होऊनही कसलाही टॅक्स आजच्या कायद्याप्रमाणे नाही. चोरीचे भय नाही. विकणे अगदी सोपे.

५. जागा – बांधलेली किंवा जमीन. मोठी भांडवली गुंतवणूक आवश्यक, खरेदी-विक्रीत बराच खर्च, वकील फी, एजंट कमिशन, येणाऱ्या भाड्याच्या उत्पन्नावर पूर्ण इन्कम टॅक्स किंवा विक्रीकर, कॅपिटल गेन टॅक्स, लघु किंवा दीर्घ मुदतीचा कर लागू होतो. विकणे सोपे नाही; शिवाय अतिक्रमणे, सदोष टायटल, कोर्टकचेऱ्या अशा अडचणी येऊ शकतात.

६. कमोडिटीज – सोने, चांदी, तेल आणि इतर अनेक विदेशी चलने, आर्ट्स (पेंटिंग), पुराणवस्तू इत्यादी गुंतवणुकींना मोठी रक्कम लागते. भरपूर कमिशन द्यावे लागते, आपल्याला पारख नसल्यामुळे फसवणूक होऊ शकते. मी या शेवटच्या सर्व प्रकारांबद्दल पूर्ण अनभिज्ञ आहे. त्यामुळे गुंतवणूक तर लांबचीच गोष्ट ठरते.

रिव्हर्स मॉर्गेज

आपण आपल्या आयुष्यातलं बरंचसं संचित खर्च करून, विशेषत: तरुणपणातले सोन्यासारखे दिवस खर्च करून आपलं हक्काचं घर घेतलेलं असतं. हे घर आपल्या गरजेच्या वेळी आधार बनू शकतं, अगदी तारणहार ठरू शकतं.

आपल्याकडं आता एकत्र कुटुंबपद्धती सर्रास आढळत नाही. बदलत्या जीवनशैलीमध्ये आरोग्याची जाण वाढते आहे. त्याहीपेक्षा आरोग्यसुविधा अत्याधुनिक होत आहेत. यामुळे वाढलेली आयुर्मर्यादा ही कधी कधी 'काळजी'ची बाब बनताना

दिसते आहे. विशेषत: एकट्या-दुकट्या ज्येष्ठांच्या आर्थिक गरजा, अडचणी वाढत जातात; पण उत्पन्नाची साधनं मात्र मर्यादित असतात. अशा वेळी आपलं 'घर' आपल्याला स्वावलंबी आयुष्य जगण्यास मदत करतं. तरुणपणात पोटाला चिमटा घेऊन पै-पै बाजूला टाकून, माणूस स्वत:चं हक्काचं घर घेतो. त्याच्या उतारवयात त्याला निवृत्तिवेतन किंवा साठवलेली पुंजी वाढत्या महागाईमुळे कमी पडते. अशा वेळी त्यांची मुलं त्यांची म्हातारपणाची काठी बनतातच, असं नाही. पण घराची मालकी मात्र वारसाहक्कानं त्यांच्याकडंच जाते.

अशा वेळी आपलं 'घर'च आपला आधार बनू शकेल, असा पर्याय आता आपल्याकडंही उपलब्ध आहे, तो म्हणजे 'रिव्हर्स मॉर्गेज.'

या योजनेअंतर्गत तुम्ही तुमचे राहते घर बॅंकेकडे किंवा वित्तसंस्थेकडे गहाण ठेवू शकता. तुम्ही तुमच्या अंतापर्यंत त्या घरात राहूही शकता; शिवाय तुम्हाला त्या बॅंकेकडून अथवा वित्तसंस्थेकडून दरमहा हप्त्याने ठरावीक रक्कम मिळत राहते. ही रक्कम एकरकमीसुद्धा घेता येते. तुम्हाला किती रकमेचा हप्ता किती काळ मिळणार, हे तुमच्या घराच्या बाजारमूल्यावर अवलंबून असते. तुम्हाला पैशाची गरज नसेल तेव्हा व्याज आणि मुद्दल भरून घर सोडवून घेता येतं.

या योजनेत घराचे मूल्यांकन वेळोवेळी केले जाते. तुमच्या पश्चात तुमच्या घराचं मूल्य तुमच्या कर्जाऊ रकमेपेक्षा अधिक होत असेल, तर संबंधित बॅंक वा वित्तसंस्था तुमचं घर विकून, येणाऱ्या रकमेतून तुमचं कर्ज व्याजासहित फेडते आणि उर्वरित रकमेचा विनियोग तुमच्या इच्छापत्रानुसार करते. तुम्ही इच्छापत्र केलं नसेल, तर ही रक्कम तुमच्या कायदेशीर वारसाला दिली जाते.

पती-पत्नीपैकी एकाचं निधन झालं तरी दुसऱ्याला त्याच्या अंतापर्यंत त्या घरात राहता येणं, शिवाय हप्तेही मिळत राहणं, अशी तरतूदही या योजनेत आहे.

अशी वेळ कुणावरही येऊ नये; पण दुर्दैवानं आल्यास या पर्यायाचा अवलंब करून सन्मानानं जगण्याचा मार्ग खुला झाला आहे.

देणगी (एक) देणे

देणगी द्यावी का? कोणी कोणाला द्यावी, हा खूप विचारपूर्वक कृती करण्याचा विषय आहे. पुष्कळ लोकांचा समज असाही असतो की, हे फक्त श्रीमंत लोकांचे काम आहे. आपण कुठे एवढे श्रीमंत लागून गेलो आहोत! अजून आपलं घर, बंगला, गाडी नाही. बॅंकबॅलन्स तुटपुंजा आहे, आपलं उत्पन्नही फार नाही. पण... आपल्या गरजा संपणार कधी? किती पैसे मिळाले म्हणजे आपल्याला ते 'पुरेसे' वाटणार? हे प्रश्न न संपणारे असतात. समाधान पैशाने किंवा वस्तूंनी मिळत नाही; ते मनात असते, हे आपण जाणतोच.

असे असेल आणि देणगी देणे हे जर मिळणाऱ्या उत्पन्नावर अवलंबून नसेल, तर मग कशावर अवलंबून आहे? खरं सांगायचं तर याचं उत्तर प्रत्येकाच्या मनावर, असं असू शकेल. माझ्यापुरतं बोलायचं झालं, तर मी उद्योगाला लागल्यानंतर ठरवून टाकलं की, आपण आपल्या उत्पन्नाचा ठरावीक भाग हा 'सत्पात्री दाना'साठी वापरायचा!

दुसरा गहन प्रश्न निर्माण होतो 'सत्पात्री दान' म्हणजे काय? – तर, एखादी गरजू पण स्वतःच्या पायावर उभी राहू इच्छिणारी व्यक्ती किंवा कोणा विभूतीच्या त्यागावर उभी असलेली एखादी संस्था बरीच वर्षे सेवाभावी काम करत असेल (उदाहरणार्थ – आनंदवन) तर अशा ठिकाणी खारीचा वाटा उचलणे मी पसंत केले.

देणगीदारांना आयकरातून सवलतही मिळते; म्हणजे देणगीच्या 'परमार्था'च्या बरोबर स्वार्थाचाही 'लाभ' आपोआप घडतो.

'जे आपणासी ठावे, ते इतरांसी सांगावे,' एवढ्याच भावनेनं मी माझे या क्षेत्रातले अनुभव आणि विचार नमूद केले आहेत.

■

१८.

महाराष्ट्र टेक्निकल एज्युकेशन सोसायटीचा लौकिक

सप्टेंबर १९४५मध्ये कै. धोंडूमामा साठे यांनी महाराष्ट्र टेक्निकल एज्युकेशन सोसायटीची स्थापना केली. पद्मश्री अण्णासाहेब बेहेरे अगदी आरंभापासून धोंडूमामांसोबत कार्यरत होते. या दोन ऋषितुल्य व्यक्तींचा मार्गदर्शक आधार लाभणं, हे या संस्थेचं भाग्यच आहे. या संस्थेनं १९४६मध्ये सांगलीला इंजिनिअरिंग कॉलेज सुरू केलं. त्यानंतर १९६९मध्ये पुण्यात पहिलं होमिओपॅथी कॉलेज सुरू केलं, त्यानंतर १९७२मध्ये न्या. रानडे हॉस्पिटल आणि १९८२मध्ये संजीवन हॉस्पिटल सुरू केलं.

माझा या संस्थेशी १९७९मध्ये 'सर्जरी' विषयाचा प्राध्यापक म्हणून पहिल्यांदा संबंध आला. त्या काळी न्या. रानडे हॉस्पिटलमध्ये पेशंटची वानवा असे. होमिओपॅथीचे उपचार घेण्यासाठी हॉस्पिटलमध्ये राहण्याची काय आवश्यकता आहे, असा पेशंटचा स्वाभाविक प्रश्न असे.

होमिओपॅथीच्या अभ्यासात विद्यार्थ्यांनी पेशंटची हिस्ट्री घेणं, त्याला तपासणं, इतर तपासण्या करून घेणं, निदान करणं आणि त्यानंतर पेशंटच्या व्याधीवर उपचार– हा क्रम असतो. पेशंटला औषध काय द्यायचं, हा यातला शेवटचा टप्पा असतो. विद्यार्थ्यांना पेशंट पाहायला मिळणं, ही प्राधान्यता पुरी होणं आवश्यक होतं. त्यासाठी हॉस्पिटलमध्ये रुग्णं येणं गरजेचं होतं. म्हणून कमीत कमी कॉटभाडं, मोफत जेवण, अगदी स्वस्त औषधं अशा सोई-सुविधा पुरवायला सुरुवात केली, तरीही हॉस्पिटलमधील पेशंटची संख्या वाढेना. मग मी आणि अण्णा इतर ठिकाणी अशा हॉस्पिटलमध्ये काय व्यवस्था असते, ते पाहण्यासाठी मुंबईत पाल्र्याच्या आणि कोलकात्याच्या होमिओपॅथी हॉस्पिटल्सना भेट देऊन आलो.

या दोन्ही ठिकाणी बहुतेककरून भिकारी रात्रीच्या मुक्कामाला येतात, असं आढळलं. दिवसा ते पोटापाण्याच्या व्यवसायासाठी (!) बाहेर फिरायचे आणि रात्री

हॉस्पिटलमध्ये येऊन आराम करायचे, असं चित्र दिसलं.

ते पाहून अण्णांनी मला विचारलं, "गांधी, आता आपण आपल्या हॉस्पिटलमधले पेशंट वाढवण्यासाठी काय करू या?"

मी म्हणालो, "एकूण सगळा विचार करता, मला ॲलोपॅथी विभाग सुरू करणं, हाच पर्याय दिसतोय.''

हेच मत मी संस्थेचे तत्कालीन अध्यक्ष, बाबूराव पारखे यांनाही सांगितलं. मग त्यांनी विचारलं, ''तू ही जबाबदारी घ्यायला तयार आहेस का?''

मी होकार दिला.

त्यानंतर मग या हॉस्पिटलमध्ये प्रत्येक स्पेशालिटीच्या किमान दोन मानद तज्ज्ञ डॉक्टरांची नेमणूक केली. हळूहळू ओपीडी आणि ॲडमिटेड पेशंटची संख्या वाढू लागली. तीन-चार महिन्यांतच हॉस्पिटल पूर्ण भरू लागलं. त्यामुळे विद्यार्थ्यांना अभ्यासातील गोष्टी शिकण्याची सोय झाली आणि एकंदरीत सर्व घडी उत्तम बसली.

यामुळे माझ्यावर हॉस्पिटलची जबाबदारी सोपवण्यात आली. ती मी उत्तमरीत्या पार पाडल्यानं माझी 'महाराष्ट्र टेक्निकल एज्युकेशन सोसायटी'च्या संचालक मंडळावर नेमणूक करण्यात आली. माझी नेमणूक झाली, त्याच दिवशी मी कॉलेजच्या प्राचार्यांना पत्र दिलं की, मी आता संचालक मंडळाचा सदस्य असल्यामुळे 'सर्जरी' विषय शिकवत राहिलो तरी पगार घेणार नाही. त्यानुसार मी त्या दिवसापासून संस्थेतून पगार अथवा बोर्ड मिटिंगचा भत्ता किंवा कसल्याही प्रकारचं मानधन घेत नाही.

याच दरम्यान मी एकदा हॉस्पिटलच्या स्टेशनरी आणि छपाईची बिलं पाहिली. ती मला खूपच जास्त वाटल्यामुळे मी निविदा मागवायला सुरुवात केली. ही कामं कमी दरात सेवा देणाऱ्या नव्या लोकांना द्यायला सुरुवात केली. परिणामी, या हॉस्पिटलचं काम माझ्याकडून काढून घेऊन, ससूनमधून निवृत्त झालेल्या एका डॉक्टरांकडं देण्यात आलं. अशा प्रकारे खांदेपालट घडला; पण तिथूनच या हॉस्पिटलच्या सरकारीकरणाला आणि अध:पतनाला सुरुवात झाली आणि पुनश्च पहिल्यासारखी अवस्था झाली.

धोंडूमामांना पाहण्याचं-भेटण्याचं भाग्य मला लाभलं नाही. मात्र अण्णांची संस्थेशी असलेली बांधिलकी, त्यांचा त्याग मी अनेक वर्ष अगदी जवळून पाहिला आहे, त्यामुळे मला त्यांच्याबद्दल नितांत आदर आहे. इतर सभासदांबरोबरच अण्णाही संस्थेच्या सभांचं मानधन स्वीकारत असत; पण ते पैसे वेगळे ठेवून, त्यात आणखी भर घालून, ते संस्थेला देणगी स्वरूपात परत देत असत. अण्णासाहेबांनी १९६९मध्ये होमिओपॅथी कॉलेजसाठी स्वकष्टार्जित कमाईतून दहा हजार रुपयांची देणगी दिली

होती. या रकमेचं मोल आत्ताच्या हिशोबानं लाखांच्या घरात होईल!

धोंडूमामांच्या पश्चात संस्थेनं होमिओपॅथी कॉलेजचे संस्थापक म्हणून त्यांचं नाव या कॉलेजला देण्याचं (कै. धोंडूमामा साठे होमिओपॅथी कॉलेज) औचित्य साधलं; पण त्यांच्याइतक्याच आत्मीयतेनं आणि जवळजवळ तितकीच वर्षं काम करणाऱ्या अण्णांच्या कार्याबद्दलची कृतज्ञता अनेक वर्षं अव्यक्तच राहिली होती. अण्णांच्यानंतर त्यांचे चिरंजीव श्री. अशोक बेहेरे यांनी संस्थेच्या अध्यक्षपदाची धुरा आठ वर्षं समर्थपणे वाहिली.

पित्याच्या संपत्तीवर हक्क सांगणारे 'वारसदार' सर्रास आढळतात; पण पित्याच्या कर्तृत्वाचे, आचार-विचार, संस्कारांचे वारसदार मात्र दुर्मिळच असतात. श्री. अशोक बेहेरे हे असंच एक दुर्मिळ व्यक्तिमत्त्व! त्यांनी अण्णासाहेबांच्या आचार-विचारांचा वारसा आपल्या आचरणातून सिद्ध केला आहे.

श्री. अशोक बेहेरे यांच्या अध्यक्षपदाच्या कार्यकालात संस्थेत विविध प्रकारचं सुमारे २५,००० चौ.फूट बांधकाम झालं. हे काम फार आवश्यक होतं. होमिओपॅथी कॉलेजच्या बेसमेंटमध्ये सतत पाणी साठायचं. त्या सहा हजार चौ.फूट बेसमेंटचं वॉटरप्रूफिंगचं काम, तसंच कॉलेजच्या आवारात पार्किंगसह तीन मजली इमारतीचं बांधकाम, तसंच संजीवन हॉस्पिटलच्या इमारतीच्या वरच्या मजल्याचं बांधकाम आणि मुलींच्या वसतिगृहाच्या इमारतीचा विस्तार – ही कामंही त्यांच्याच काळात झाली आहेत.

श्री. अशोक बेहेरे यांच्यानंतर, श्री. एस. एन. गोगटे यांनी त्यांचा दिनक्रम अतिशय व्यग्र असूनही, संस्थेची गरज म्हणून ऑक्टोबर २००७ ते मार्च २००८ या कालावधीत अध्यक्षपदाची धुरा सांभाळली आणि त्यानंतर मी ही जबाबदारी माझ्या कुवतीनुसार पार पाडत आहे. आता आम्ही सर्व विश्वस्त ज्येष्ठ नागरिक आहोत. पुढची फळी निर्माण करण्यास थोडा उशीरच झालाय, पण आम्ही त्या दृष्टीनं प्रयत्न करतोय. आजकाल सार्वजनिक संस्थांमध्ये काम करण्यास योग्य व्यक्ती मिळणं अगदी दुरापास्त आहे. त्यातच तरुण वा मध्यमवयीन माणसं आपापल्या कामधंद्यात आकंठ बुडालेली असतात. शिवाय अशा संस्थांमध्ये नि:स्पृहपणे काम करण्याचा कलही कमी होताना दिसतोय, ही चिंतेची बाब आहे.

आदिशक्ती ट्रस्टमधले माझे सहकारी टी. डी. कुमार नेहमी म्हणायचे, ''टू मोटिवेट समवन टू डू सोशल वर्क इज द ग्रेटेस्ट सोशल वर्क इन टूडेज टाइम.''

त्यानंतर मार्च २००८मध्ये माझी संस्थेच्या अध्यक्षपदी नियुक्ती झाली. माझी या पदावर काम करण्याची क्षमता नाही, या नम्र जाणिवेनं मी याला विरोध केला; पण काही काळापुरतीच ही जबाबदारी स्वीकारावी, असा मला आग्रह झाल्यानं मी

कबूल झालो.

बरीच वर्षं आमच्या कॉलेजचा उत्तम होमिओपॅथी कॉलेज म्हणून लौकिक होता. पण काळासोबत भारताच्या आर्थिक प्रगतीबरोबर व्यवसायाची समीकरणं बदलत चालली आहेत, त्यात मेडिकललाही प्रथम प्राधान्य उरलेलं नाही. मधल्या काही काळात विद्यार्थ्यांचा लोंढा मुख्यत्वे आयटी, फायनान्स, मॅनेजमेंट अशा क्षेत्राकडं वळला. परिणामी एम.बी.बी.एस., बी.डी.एस., आयुर्वेद, होमिओपॅथी अशा वैद्यकीय महाविद्यालयांत प्रवेश घेणाऱ्या विद्यार्थ्यांची संख्या रोडावली. तशातच आमच्या संस्थेतल्या काही अंतर्गत बाबींमुळे आमच्या होमिओपॅथी कॉलेजच्या प्रवेशसंख्येतही लक्षणीय घट झाली. ही परिस्थिती बदलली नाही, तर कॉलेज चालवणं अवघड होईल, या वास्तवाची आम्हाला सर्वांनाच प्रखरपणे जाणीव झाली. कॉलेजची 'ब्रँड इक्विटी' वाढवली, तरच विद्यार्थी इतर होमिओपॅथी कॉलेजमध्ये न जाता आमच्या कॉलेजकडं वळण्याची शक्यता होती.

कॉलेजची प्रतिमा खालावलेली आणि प्रवेशसंख्या रोडावलेली होती. ही प्रतिमा उंचावण्यास आणि प्रवेशसंख्या वाढविण्याच्या कामात पत्रकार योगिराज प्रभुणे आणि डॉ. शैलेश गुजर यांनी त्यांच्या माध्यमांद्वारे मोलाचा वाटा उचलला.

या संदर्भात डॉ. शैलेश गुजर यांनी काहीही मोबदला न घेता आमच्या संस्थेकरता बहुमूल्य मार्गदर्शन आणि सहकार्य केले. याबद्दल संस्था त्यांची ऋणी आहे.

डॉ. शैलेश गुजर, हे हरहुन्नरी व्यक्तिमत्त्व आहे. त्यांचा आयुर्वेदिक औषधे निर्मिती आणि संशोधन असा व्यवसाय आहे. याखेरीज ते दूरदर्शन वाहिनीचे (पुणे वृत्तदर्शन) संचालक आहेत. त्यांचा कन्सल्टन्सीचा खूप नावारूपाला आलेला व्यवसाय आहे.

महाराष्ट्र टेक्निकल एज्युकेशन संस्थेत काम करण्यात मला आनंद वाटतो. हेवेदावे, भ्रष्टाचार, 'दोन नंबर' असल्या कुठल्याही गोष्टीला इथं थारा नाही. पण नेमकी हीच गोष्ट कधी कधी अडसर ठरते. 'भ्रष्टाचार हाच शिष्टाचार' हा आजचा मूलमंत्र आम्ही स्वीकारलेला नसल्यामुळे आम्ही 'लायक' ठरत नाही, त्यामुळे काही प्रश्न निर्माण होतात.

मी अध्यक्षपदाची सूत्रं हाती घेतल्यानंतर, माझ्या सहकाऱ्यांशी विचारविनिमय करून होमिओपॅथी कॉलेजच्या शिक्षक-शिक्षकेतर कर्मचाऱ्यांशी संवाद साधला. त्या वेळी लक्षात आलं की, व्यवस्थापनालाच हे कॉलेज बंद करायचं आहे, असा त्यांच्यापैकी बहुतेकांचा समज होता. मी त्यांना स्पष्ट कल्पना दिली की, धोंडूमामांनी सुरू केलेलं हे कॉलेज बंद करण्याचा आम्हाला काहीही अधिकार नाही. प्रवेशाची स्थिती सुधारली नाही, तर गंगाजळी संपून ते आपोआप बंद पडू शकते. कॉलेजची

प्रतिमा उंचावली आणि प्रवेशसंख्या वाढली, तरच तुमच्या नोकऱ्या खऱ्या अर्थानं सुरक्षित राहतील याचीही त्यांना जाणीव करून दिली. कॉलेजची प्रतिमा सुधारून, त्याला गतवैभव प्राप्त झालं, तरच परिस्थिती काबूत येऊ शकेल. प्रतिमा सुधारण्याचं काम सर्वांचंच आहे, त्यात प्रत्येकानं खारीचा वाटा उचलावा, या माझ्या कळकळीच्या आवाहनाला सर्वांचाच सकारात्मक प्रतिसाद लाभला आणि अवघ्या वर्षभरात प्रवेशसंख्या ३३ वरून ७७ वर पोहोचली.

कॉलेजची प्रतिमा उंचावण्यासाठी आणखी एक चांगला उपाय सुचला, तो म्हणजे, होमिओपॅथिक संशोधन केंद्र सुरू करण्याचा. मग आम्ही सगळे त्या दिशेनं प्रयत्न करू लागलो. मी कॉलेजचे माजी प्राचार्य डॉ. महेंद्रपाल आर्य यांना ही कल्पना सांगितली आणि त्यांना या संशोधन केंद्राचं संचालकपद स्वीकारण्याची विनंती केली. त्यांना अध्यापन आणि संशोधन या दोन्ही विभागांचा दीर्घ अनुभव होता. त्यांनी आमची विनंती सहर्ष मान्य केली. या संशोधन केंद्राचा आणि 'सीसीएच'च्या पदवी अभ्यासक्रमासाठी २५ स्वतंत्र बेड्सचा आग्रह होता, त्या विभागाचा शुभारंभ ९ नोव्हेंबर २००८रोजी धुमधडाक्यात झाला.

या संशोधन केंद्राला पद्मश्री अण्णासाहेब बेहेरेंचं नाव देऊन, त्यांच्या कार्याप्रति कृतज्ञता व्यक्त करण्याचा विचार माझ्या मनात आला. इतर सर्व सहकाऱ्यांनीही त्याला सहमती दर्शवली आणि केंद्राला 'पद्मश्री एस. एम. बेहेरे रिसर्च सेंटर इन होमिओपॅथी' असं नाव देण्याचा निर्णय झाला. या केंद्राद्वारे अण्णासाहेबांच्या स्मृती चिरंतन राहतील, हे निश्चित!

या संशोधन केंद्राच्या नामकरण समारंभाच्या पत्रिका छापायला दिल्या, पण केंद्राचा 'लोगो' तयार करायचं अनवधानानं राहून गेलं होतं. पत्रिका मिळण्याच्या आदल्या रात्री हे माझ्या लक्षात आल्यावर रात्री बारा वाजता उठून मीच लोगोचं रेखाटन केलं आणि त्याला मूर्त स्वरूप येऊन अर्ध्या तासात लोगो तयार झाला. तो सर्वांना आवडलाही. 'जात्यावर बसल्यावर ओवी सुचते म्हणतात', तसा हा अनुभव होता!

संजीवन हॉस्पिटल चालवायला द्यावं, असा विचार १९९३ च्या सुमाराला झाला. सरकारी डॉक्टरच्या नेमणुकीनंतर या हॉस्पिटलचा कारभारही घसरला होता आणि ते तोट्यातही होतं. हे हॉस्पिटल चालवण्यास रुबी हॉल क्लिनिक आणि ज्ञान प्रबोधिनीतील अननुभवी मुलं असे दोन परस्परविरोधी टोकांचे लोक उत्सुक होते. मात्र, नव्या दमाच्या लोकांना वाव द्यावा, या उद्देशानं हे हॉस्पिटल अल्प मोबदल्यात ज्ञान प्रबोधिनीवाल्यांना द्यायचं ठरलं. या तरुण मुलांनी कामही चांगलं केलं. विशेषत: मध्यमवर्गीयांसाठी हॉस्पिटलचा एक चांगला पर्याय निर्माण केला. आमच्या कॉलेजच्या विद्यार्थ्यांना शिकवण्याचं कामही कबूल केल्याप्रमाणे, व्यवस्थित पार पडत होतं.

पण हळूहळू या महत्त्वाच्या कामाकडं काणाडोळा होऊ लागला. सलग बऱ्याच वर्षांसाठी हॉस्पिटल चालवायला मिळाल्यानं आम्हाला गृहीत धरलं जाऊ लागलं. आमच्या कॉलेजच्या शिक्षकांना तिथं जाण्यात मोकळेपणा वाटेनासा झाला. ज्ञान प्रबोधिनीच्या प्रशासनात थोडी अरेरावीसुद्धा दिसू लागली. केंद्रीय होमिओपॅथिक कौन्सिलच्या (CCH) पदाधिकाऱ्यांना आमचा हा निर्णय आधी रुचलेला नव्हताच, त्यामुळे कुरबुरी सुरू होत्याच; पुढं-पुढं तर त्या पार विकोपाला गेल्या. आमच्या कॉलेजचा पदव्युत्तर विभाग बंद करावा आणि पदवी अभ्यासक्रमाच्या जागा शंभरऐवजी पंच्याहत्तर कराव्यात, असा त्यांचा सूर होता. हा विषय गंभीर होता आणि त्यासंदर्भात तातडीनं काही सुधारणा होणं गरजेचं होतं.

संजीवन हॉस्पिटल चालविण्याचा ज्ञान प्रबोधिनी (JPMT) बरोबरचा करार २००९ च्या नोव्हेंबरमध्ये संपणार होता. त्याची मुदत वाढवून मिळण्यासाठी प्रबोधिनी ट्रस्टने विनंती केली. त्यासाठी मोबदल्यामध्ये ट्रस्टने किरकोळ वाढ करण्याचाही प्रस्ताव मांडला.

सध्याची महागाई आणि हॉस्पिटल 'इंडस्ट्री'ला आलेली बरकत लक्षात घेता, हा मोबदला खूपच कमी होता. यासाठी इतर पर्यायांचाही विचार करावा, असे ठरले. यासाठी एक समिती स्थापन केली. समितीकडे 'संजीवन'साठी इतर काही प्रस्तावही आले.

आठ महिन्यांच्या कालावधीनंतर समितीने अहवाल सादर केला. यावर बोर्ड मिटिंगमध्ये सांगोपांग चर्चा होऊन, एकमुखाने आणि नि:स्पृहपणे निर्णय घेऊन प्रबोधिनीला करार संपल्याचे आणि नूतनीकरण होणार नाही, असे कळविण्याचे ठरले.

या वेळी एक चांगली गोष्ट घडली, ती म्हणजे ॲड. प्रदीप खिरे यांच्याशी परिचय झाला. त्यांचे व्यक्तिमत्त्व अतिशय उमदे आहे. आवाज पहाडी, बोलताना मध्येच एखादा हास्याचा फवारा! आपल्या योग्य विचारांशी ठाम असणाऱ्या माणसांच्या आवाजात असतो तसा मोकळेपणा, स्वच्छ विचार मला जाणवले. विशेषत: वकिलांसाठी आवश्यक असणारा 'रामशास्त्र्यां'चा बाणेदारपणा, नि:स्पृहता, निर्भीडपणा आणि कळकळ मला अनुभवायला मिळाली.

कोणाही ट्रस्टीचा उद्देश वाईट नसून, केवळ दुर्लक्ष किंवा काही करून दाखविण्याच्या इच्छाशक्तीच्या अभावामुळे संस्थेचे गेली ५०-६० वर्षे अपरिमित नुकसान झाले. संजीवन हॉस्पिटलकडील दुर्लक्ष, वाढ न करणे, अत्याधुनिक सोई-सुविधा न करणे, त्याबरोबरच सांगलीच्या इंजिनिअरिंग कॉलेजकडे ६० वर्षे केलेले दुर्लक्ष ही ज्वलंत उदाहरणे आहेत. त्यामानाने महाराष्ट्रात आणि एकूणच भारतात

गेल्या २०-२५ वर्षांत नव्याने सुरू केलेल्या अगणित शिक्षण संस्था आणि हॉस्पिटल्स खूपच नावारूपास आणि ऊर्जितावस्थेत आल्या, हे चित्र पाहण्यास मिळते.

ज्ञान प्रबोधिनी ट्रस्टने ठरलेल्या वेळेपेक्षा पुष्कळ उशिरा संजीवन हॉस्पिटलचा ताबा सोडल्यामुळे आणि हॉस्पिटल बंदच करून हातात दिल्यामुळे, महाराष्ट्र टेक्निकल एज्युकेशन संस्थेचे कोटी-दीड कोटींचे आर्थिक नुकसान झाले. आर्थिक नुकसानाबरोबर न मोजता येणारे लौकिक नुकसानही झाले. यासाठी संस्थेच्याच काही मंडळींनी प्रत्यक्ष-अप्रत्यक्षरीत्या मदत केली, हे विशेष म्हणावे लागेल.

एम. टी. ई. सोसायटी हा सार्वजनिक ट्रस्ट आहे, पण काही जुन्या ट्रस्टींना हा आपला खाजगी ट्रस्ट (मालकीचा) वाटू लागला. ट्रस्टचे नुकसान झाले तरी चालेल; परंतु प्रबोधिनीलाच हॉस्पिटल चालवायला घ्यावे, हा त्यांचा दुराग्रह होता. सांगलीच्या इंजिनिअरिंग कॉलेजबद्दलच्या धोरणामुळे होणारे ट्रस्टचे नुकसान हे संस्थेच्या दृष्टीने योग्य नाही, हा विवेक त्यांना ठेवता आला नाही. असो!

महाराष्ट्र टेक्निकल एज्युकेशन सोसायटीची सर्वसाधारण वार्षिक सभा मे २०१०ला झाली, ती तीन वर्षांच्या गॅपनंतर! आजपर्यंतच्या झालेल्या अशा सभांना ७-८ सदस्यांची उपस्थिती असायची, तर या वर्षी ३२ सदस्यांनी उपस्थित राहून इतिहास घडवला असेच म्हणावे लागेल.

सर्व विषयांवर सांगोपांग चर्चा होऊन शंका-समाधान करून सर्व निर्णय सर्वसंमतीने झाले, ही समाधानाची बाब आहे. संस्थेच्या हिताच्या दृष्टीने अनेक ठोस निर्णयही बैठकीत घेण्यात आले. एक 'शिस्तपालन व उत्तरदायित्व' समिती नेमण्यात आली. महाराष्ट्र टेक्निकल एज्युकेशन सोसायटी संचालित कुठल्याही संस्थेत काही गैरप्रकार झाले, शिस्तभंग झाला, तर त्याविषयी संपूर्ण चौकशी करून समितीने आपला अहवाल दर तीन महिन्यांनी द्यावा. संस्थेचे कुठल्याही प्रकारचे नुकसान करणाऱ्या व्यक्तीवर (मग ती कोणत्याही पदावरील असो) योग्य ती कारवाई सुचवावी, असे ठरले. मात्र, ती केवळ आकसाने होणार नाही याची काळजी घ्यावी.

तसेच संस्थेचे सर्व नियम आणि घटनांमध्ये कालानुरूप बदल करणे आवश्यक झाल्यास त्यासाठी अहवाल सादर करून पुढील सर्वसाधारण किंवा विशेषसाधारण सभेमध्ये त्यावर शिक्कामोर्तब करावे, असाही ठराव सर्वानुमते संमत केला गेला.

मात्र, आता 'शाश्वत ग्रुप'कडे संजीवनची जबाबदारी देण्याचे संस्थेने मान्य केले आहे. दि. १ सप्टेंबर २०१०रोजी बाह्यरुग्ण विभाग आणि दि. ५ सप्टेंबरला हॉस्पिटल सुरू झाले आहे. त्यांच्याकडून अर्थातच खूप अपेक्षा आहेत. एकूणच, 'संजीवन'ला 'संजीवनी' मिळेल, अशी अपेक्षा!

वैद्यकीय क्षेत्रातील नीतिमत्ता

पूर्वीच्या काळी 'फॅमिली डॉक्टर' ही संकल्पना होती. ही एक अत्यंत आदरणीय संस्था असे. माझ्या लहानपणी आम्हाला डॉक्टरकडं जाणं परवडत नसे. त्यामुळे आम्हाला औषधोपचारासाठी सोलापूरच्या धर्मार्थ आयुर्वेदिक दवाखान्यातले वैद्य बागेवाडीकर किंवा श्रीपाल वैद्य यांचा मोठा आधार असे.

एके काळी डॉक्टरला 'देव' मानलं जात असे. पुढं त्याचा 'देव-माणूस' झाला, त्याही पुढं जाऊन त्याचं अध:पतन होत-होत तो माणूस या पायरीवरही न थांबता 'अमानुष' झाला. या साऱ्याकडं पाहिल्यावर वाटतं की, आता यासंदर्भात डॉक्टरांनी आणि समाजानंही आत्मपरीक्षण करण्याची वेळ आली आहे.

पुण्यातील गणेश कला क्रीडा केंद्रात १९९८मध्ये आयोजित परिसंवादात एक फिजिशियन, एक हृदयशल्यविशारद, इतर क्षेत्रांतील दोन मान्यवर आणि सर्जन या नात्याने मी सहभागी झालो होतो. माझ्या आधी बोलणाऱ्या दोन्ही डॉक्टरांनी 'डॉक्टर कसे धुतल्या तांदळासारखे असतात', हे अगदी ठामपणे सांगितलं. डॉक्टर समाजोपयोगी काम कशी करतात, हे सांगितलं. इतकं खोटं बोलण्याचं धाडस माझ्यात नसल्यामुळे मी वस्तुस्थितीवर आधारित बोललो.

डॉक्टर एकमेकांकडून किंवा केमिस्टकडून कमिशन घेत नाहीत, असं विधान केलं तर ते लोकांना पटणारच नाही; पण मी मात्र यापासून कायम अलिप्त राहिलो याचं माझ्या मनाला समाधान आहे. असे माझ्यासारखे आणखीही काही डॉक्टर्स असतील. मात्र, जे कुणी डॉक्टर 'कट प्रॅक्टिस' करतात, त्यांच्यामुळे डॉक्टर या संस्थेची जनमानसातील विश्वासार्हता अतिशय कमी होत चालली आहे, हे पेशंट आणि डॉक्टर दोघांच्याही दृष्टीनं हानिकारक आहे.

संस्था, कन्सल्टंट आणि पंचतारांकित हॉस्पिटल या स्तरांवर तर हे चित्र अधिकच भीषण आहे. कोणत्याही पंचतारांकित हॉस्पिटलमध्ये 'मानद कन्सल्टंट'

किंवा 'पॅनल कन्सल्टंट' म्हणून संलग्न व्हायचं असेल, तर त्या डॉक्टरकडून मिळू शकणाऱ्या 'बिझनेस'च्या निकषावर त्याची निवड केली जाते. तिथं वैद्यकीय ज्ञान, कौशल्य, अनुभव या गोष्टींना त्या तुलनेत नगण्य महत्त्व असतं.

औषधोत्पादक कंपन्या पूर्णत: धंदेवाईक असतात. जास्तीत जास्त नफा मिळवणं, हा त्यांचा प्रमुख व्यावसायिक हेतू. त्यामुळे दर वर्षी विक्री विभागाला वाढीव वार्षिक उद्दिष्ट हा मुद्दा प्राधान्याचा आणि अविभाज्य असणं अपरिहार्य असतं. विक्री विभागाच्या प्रमुखापासून ते अगदी औषधविक्रेते, रिप्रेझेंटेटिव्हजपर्यंत ही वाढीव उद्दिष्टं दिली जातात. त्यात भरीला औषध कंपन्यांमध्ये गळेकापू स्पर्धा असतेच. या साऱ्यात खरं 'मरण ओढवतं' ते पेशंटचं! कारण या सगळ्या खटाटोपात कधी कधी तर पेशंटला आवश्यकता नसतानाही औषध कंपन्या त्यांची उत्पादित औषधं अधिकाधिक प्रमाणात लिहून देणाऱ्या डॉक्टरांना विविध प्रकारची प्रलोभनं देतात – वस्तू स्वरूपात किंवा परदेशप्रवास वगैरे. याचा परिणाम म्हणजे पेशंटला आवश्यकता नसतानाही औषधं दिली जातात. तो डॉक्टर औषधं 'खपवण्यात' किती मदत करतोय, त्यावर या साऱ्या प्रलोभनाचं प्रमाण अवलंबून असतं. काही हुशार कंपन्या डॉक्टरचे विम्याचे हप्तेही भरतात. जोपर्यंत तो डॉक्टर पुरेशी औषधं 'खपवण्यात' मदत करतोय तोपर्यंत विम्याचे हप्ते सुरू, नाहीतर बंद – असा साधा- सरळ थेट व्यवहार!

पंचतारांकित हॉस्पिटल्सशी संलग्न होण्याच्या बाबतीतही जवळपास हाच प्रकार दिसतो. तुम्ही पुरेसा 'बिझनेस' आणला नाही तर तुमची छुट्टी! त्यामुळे डॉक्टरकडं जर मोजके पेशंट असतील, तर त्याला तेवढ्यातूनच 'टार्गेटेड रेव्हेन्यू' मिळवणं अत्यावश्यक असतं. मग पेशंटला दवाखान्यात अॅडमिट करणं, महागड्या तपासण्या करायला लावणं, क्वचित प्रसंगी शस्त्रक्रियासुद्धा... हे सगळं पेशंटच्या की डॉक्टरच्या 'सर्व्हायव्हल'साठी आवश्यक आहे असा प्रश्न पडतो.

या मुद्द्याला आणखीही एक बाजू आहे. ती म्हणजे, डॉक्टर-पेशंट यांचा परस्परांवरील विश्वास कमी झाल्यामुळे, 'मेडिको-लीगल' समस्या नकोत म्हणूनही डॉक्टरला पेशंटच्या अधिक तपासण्या कराव्या लागतात. पेशंटनं डॉक्टरवर खटला भरण्याची टांगती तलवारही असतेच! सध्या डॉक्टरला पेशंटच्या नातेवाइकांकडून मारहाण, हॉस्पिटलची जाळपोळ-मोडतोड या संदर्भातल्या बातम्या वरचेवर वाचनात येतात. या परिस्थितीला डॉक्टर आणि समाज दोघंही तितकेच कारणीभूत आहेत.

मी प्रशिक्षणासाठी १९७५मध्ये अमेरिकेला गेलो होतो. त्या वेळी तिथल्या डॉक्टरांच्या 'ऑफिस'मध्ये (अमेरिकेत डॉक्टरांच्या कन्सल्टिंग रूमला 'ऑफिस' म्हणतात) एक ठळक बोर्ड पाहिला होता –

'Save Me From Closing My Office. If you sue me for malpractice or negligence for even a negligible matter, I have to be heavily insured against malpractice. I have to pay a heavy premium for this insurance and the only source for me to recover this insurance premium is through you.'

त्या काळी मला हा बोर्ड पाहून हसू आलं होतं, आश्चर्य वाटलं होतं आणि थोडं वाईटही वाटलं होतं; पण आज भारतात याहून फार वेगळी स्थिती आहे का?

ज्या देशात डॉक्टरांना देवासमान मानलं जात होतं, तिथंच आता पेशंटपासून आमचं संरक्षण करण्यासाठी कायदा करा, या मागणीसाठी आंदोलन करण्याची वेळ डॉक्टरांवर यावी, ही किती भयंकर गोष्ट आहे. मुख्य म्हणजे, यावर कायदा हा उपाय आहे का?

हल्ली वैद्यकीय शिक्षण घेण्यासाठी भरमसाट फी भरावी लागते. खासगी मेडिकल कॉलेजमध्ये तर पंचवीस-तीस लाख रुपयांचा भरभक्कम 'हुंडा' मोजूनच प्रवेश घ्यावा लागतो. पुन्हा सी. ई. टी. परीक्षा आहेच! तिथंही नंबर लागायचा असेल, तर खिसा सैल सोडावा लागतोच. हे झालं फक्त वैद्यकीय पदवी पदरात पडेपर्यंत. त्यानंतर पुन्हा पोस्ट ग्रॅज्युएशन. मग त्यासाठी सी. ई. टी. त्यासाठी पुन्हा भरपूर 'हुंडा', प्रचंड फी... एवढंच नाही, तर प्रसंगी पास होण्याचे दर पुन्हा वेगळे! आधीच वैद्यकीय शिक्षणाचा कालावधी दीर्घ, त्यासाठी प्रचंड खर्च... एवढ्यावरच हे थांबत नाही. नंतर दवाखाना थाटायचा तर त्यासाठी जागा, त्याचं रुपडं चकाचक-पॉश पाहिजे, महागडी यंत्रसामग्री पाहिजे. वैद्यकीय उपचार, सुविधा फार महागड्या झाल्यात, अशी एकीकडं ओरड होते, ही वस्तुस्थितीही आहे. पण पेशंटनाही सगळ्या अत्याधुनिक सुविधा हव्या असतात, हेही वास्तव आहे.

या सगळ्या गोष्टींचा नीट विचार केला तर लक्षात येईल की, अशा परिस्थितीत 'नोबल प्रोफेशन', भूतदया, गरीब पेशंटना मदत असल्या तात्त्विक गप्पा मारणं तरी शक्य आहे का?

मी पेशंट बरा करतो?

बहुतेक लोकांचा आणि बऱ्याच डॉक्टरांचाही समज असतो की, डॉक्टर औषधं देतात आणि सगळे पेशंट बरे होतात. हा समज काही प्रमाणात खरा असू शकेलही, पण बरेचसे आजार पेशंटच्या प्रतिकारशक्तीमुळे बरे होतात. काही आजारांची वाढ आपोआप खुंटते, काही आजार रेंगाळत राहतात, तर काही आजार कधीच बरे होत नाहीत, असा माझा अनुभव आहे.

जंगलातले प्राणी, आदिवासी यांच्यावर कुठलाही डॉक्टर उपचार करत नाही, तरीही त्यांच्या जखमा बऱ्या होतात, त्यांचे आजारही पुष्कळ प्रमाणात बरे होतात. याचं कारण त्यांची प्रतिकारशक्ती! जखमा किंवा आजार बरे करण्याची त्यांची नैसर्गिक क्षमता उत्तम असते. अर्थात, या लोकांचेही काही आजार बरे होत नाहीतच. पण अगदी अत्याधुनिक वैद्यकीय सुविधा लाभलेले, पंचतारांकित हॉस्पिटलमध्ये उपचार करून घेणारे बडे लोक सगळ्या आजारांतून बरे होतात का? असाही प्रश्न उरतोच.

पेशंट बरा होण्यात डॉक्टरांचा अजिबात सहभाग नसतो, असं म्हणणं चुकीचं होईल. काही आजार औषधानं नक्कीच बरे होतात; तसंच काही आजारांत औषधांचा किंवा डॉक्टरांचा उपयोग बरं होण्यासाठी होणार नसला तरी, शरीराच्या प्रतिकारशक्तीमुळे आजार बरा होईपर्यंत सुसह्य होण्यासाठी, त्या आजाराची तीव्रता कमी करण्यासाठी नक्कीच होतो. प्रतिकारशक्ती नसेल किंवा अगदी क्षीण झाली असेल, तर उत्तम आणि 'स्ट्राँग' अँन्टिबायोटिक्स घेऊनही पेशंट बरा होऊ शकत नाही. याचं नेमकं उदाहरण म्हणजे शरीराची प्रतिकारशक्ती क्षीण वा नष्ट झालेले एड्सग्रस्त रुग्ण.

आजही बहुतेक विषाणुजन्य आजारांवर गुणकारी औषधं नाहीत. त्यामुळे गोवर, कांजिण्या, कावीळ (Viral hepatitis), एवढंच काय साध्या सर्दी-पडशावर उपचार नाहीत; तरीही पेशंट या आजारांवर उपचार करून घेण्यासाठी डॉक्टरकडं नेहमी जातात आणि त्यानं दिलेल्या औषधानंच पेशंटला बरं वाटलं, अशी दोघांचीही पक्की धारणा असते. या संदर्भात मला आमच्या मेडिसिनच्या पुस्तकातलं एक वाक्य आठवतं.

'औषधं घेतल्यावर सात दिवसांत सर्दी बरी होते आणि औषध न घेता एका आठवड्यात!'

ज्या दुखण्यांत फक्त सर्जरी हाच उपचार असतो, अशा बाबींत म्हणजे हर्निया, आतड्याशी संबंधित काही आजार, ज्यामध्ये अंतर्गत अवयवांच्या संसर्गामुळे पोटात-छातीत पू होतो, अल्पकाळासाठी बरा होणारा कर्करोग, शारीरिक व्यंग, अस्थिभंग, करोनरी आर्टरीतील ब्लॉकेजेस यासारख्या दुखण्यांत – डॉक्टरनं 'बरं केलं,' असं म्हणता येईल.

यातला दुसरा भाग आहे संमोहनाचा. पूर्वी पेशंटची फॅमिली डॉक्टरवर श्रद्धा असायची. 'माझे डॉक्टर मला तपासून औषध देतील आणि मला लगेच बरं वाटेल', या त्याच्या मनोभूमिकेचा खरोखरीच चांगला परिणाम दिसायचा. याला 'स्वसंमोहन' (self hypnosis) म्हणता येईल. अर्थात, हा काही हुकमी उपाय नव्हे; पण या भावनेमुळे बरेचसे आजार बरे होत असतील, ते चांगलंच नाही का? शिवाय ते डॉक्टर-पेशंट नात्याला पोषकच आहे. आमच्या डॉक्टरांनी आम्हाला औषध म्हणून

अगदी पाणी दिलं तरी आम्हाला बरं वाटतं, असं म्हणणारे पेशंट या श्रद्धेमुळे मानसिक स्तरावर स्वस्थ असतात आणि त्यांच्या डॉक्टरांनाही समाधान असतं.

काही फॅमिली डॉक्टर (विशेषत: ते ज्या पॅथीचे डॉक्टर असतील त्यापेक्षा वेगळ्या पॅथीची प्रॅक्टिस करणारे) कधी काटकसर म्हणून, तर बऱ्याचदा अज्ञानापोटी पेशंटला कमी मात्रेत औषध देतात, तरी तो पेशंट बरा होतो. यामुळे पेशंटचा विश्वास आणि डॉक्टरचा आत्मविश्वास वाढतो. या विषयावर त्यांच्याशी चर्चा करायचा प्रयत्न केला किंवा तुम्ही योग्य मात्रेत औषध देत नाही, असं त्यांना म्हटलं, तर त्यांचं म्हणणं असतं, "थिअरी आणि प्रॅक्टिकल्समध्ये खूप फरक पडतो. मला तीस वर्षांचा अनुभव आहे. एवढ्या डोसमध्ये बरे झालेले पेशंट आम्ही नेहमी पाहतो.''

पुष्कळसे आजार औषधाविना, केवळ प्रतिकारशक्तीमुळे बरे होतात. या वास्तवाचं अज्ञान या ठाम प्रतिपादनामागं असतं.

वैद्यकीय क्षेत्रात औषधांचे डोस, प्रॅक्टिकल चाचण्या घेऊनच ठरवले जातात. कुठलंही औषध शोधल्यानंतर त्याचा आधी प्राण्यांवर प्रयोग केला जातो. त्यानंतरच मग माणसांवर चाचण्या घेतल्या जातात. त्यासुद्धा मोठ्या प्रमाणात आणि 'डबल ब्लाइन्ड रॅन्डमाइज्ड' पद्धतीनं. या सर्व चाचण्यांच्या निष्कर्षांवरून त्या औषधाच्या साधक-बाधक परिणामांचा विचार करून मगच योग्य डोस ठरवला जातो. 'डबल ब्लाइंड ट्रायल'मध्ये माणसांचे मोठ्या प्रमाणात गट पाडले जातात. त्यातल्या एका गटाला ते औषध दिलं जातं आणि दुसऱ्या गटाला 'प्लासिबो' (म्हणजे औषधासारखं दिसणारं, पण औषधाचा अंशही नसलेलं द्रव्य) दिलं जातं. या प्रक्रियेत पेशंट, औषध देणारा डॉक्टर अथवा निष्कर्ष अभ्यासणारी व्यक्ती – यांपैकी कुणालाच आधी माहीत नसतं की, कुणाला औषध दिलंय आणि कुणाला प्लासिबो. त्यानंतर ठरावीक काळ उलटला की 'डीकोडिंग' करून औषध घेणारा आणि प्लासिबो घेणारा गट वेगळा केला जातो आणि निष्कर्ष 'स्टॅस्टिस्टिकली सिग्निफिकन्ट' आढळला, तरच ते औषध आणि त्याचा डोस योग्य मानला जातो. मगच ते औषध बाजारात आणण्यास परवानगी दिली जाते. अशा वेळी 'थिअरी आणि प्रॅक्टिकल वेगळं असतं', असं म्हणून कमी डोसमध्ये रुग्ण बरे केल्याचा दावा करणं, ही अज्ञानाची परिसीमा आहे.

बऱ्याच डॉक्टरांकडं एक बोर्ड लावलेला असतो : "I treat, He cures." ही प्रांजळ कबुली आहे आणि वस्तुस्थितीही!

बरेचसे आजार हे औषधांशिवाय, स्वसंमोहन आणि प्रतिकारशक्तीमुळे बरे होतात, हे मान्य केलं; तर अॅलोपॅथी, होमिओपॅथी किंवा युनानी यातल्या कुठल्या

पॅथीचं औषध घेतलं यावर फारसं काही अवलंबून राहत नाही. माझा कुठल्याही पॅथीला नावं ठेवण्याचा किंवा नावाजण्याचाही इरादा नाही. पण संशोधन हा निकष लावून पाहिलं, तर ॲलोपॅथीखेरीज इतर पॅथींमध्ये अनेक शतकं संशोधन झालेलं आढळत नाही. मात्र, अलीकडच्या काळात सगळ्याच पॅथींमध्ये संशोधन सुरू झालंय, ही समाधानाची बाब आहे. त्यामुळे प्रत्येक पॅथीतलं चांगलं-वाईट प्रकाशात येईल आणि तिचा सुयोग्य वापर आणि विकासही होईल.

शास्त्राची प्रगती होण्याआधी माणूस पायी चालत होता. त्यानंतर चाकाचा शोध लागल्यावर त्याच्या जीवनात जे वेगवान स्थित्यंतर झालं; त्यामध्ये त्याची सायकल, मोटार, जहाज, विमान, अंतराळयान अशी प्रगती झाली. त्याचप्रमाणं एखाद्या पॅथीनंही 'जुनं ते सोनं' या तत्त्वानुसार, संशोधन न करता ५०० वर्षांपूर्वींच्या ग्रंथांचा आधार घेत औषधोपचार करत राहणं योग्य होईल का?

अपघातग्रस्त समाज

रस्त्यावर एखादा अपघात घडला, तर तिकडं दुर्लक्ष करून सरळ समोर बघून निघून जाण्याची सामाजिक प्रवृत्ती मला अतिशय घातक, अमानुष आणि संवेदनाशून्य वाटते. पोलिसाचं लचांड मागं नको, हा यामागचा विचार असतो. त्यामुळे जखमी अवस्थेत रस्त्यावर तडफडणारा जीव पाहूनही मन द्रवत नाही, याचा प्रत्यय नेहमीच येतो.

साधारण एकोणीस वर्षांपूर्वींची गोष्ट आहे. मी रुबी हॉलमधील एक पेशंट पाहून घरी निघालो होतो. संगम पुलापर्यंत आलो, तर ट्रॅफिक जॅम दिसलं. थोड्या वेळानं हळूहळू एकेक गाडी पुढं सरकू लागली. मी पुलाच्या मध्यावर आलो, तेव्हा रस्त्याच्या मधोमध एक मोटरसायकल आडवी झालेली आणि रक्ताच्या थारोळ्यात पडलेला एक तरुण दिसला. आजूबाजूला पुस्तकं विखरून पडलेली होती. त्या तरुणाच्या डोक्यातून रक्त वाहत होतं. येणारे-जाणारे हे दृश्य पाहून पुढं सरकत होते, तुरळक बघे तिथं हळहळत उभे होते.

मी थांबलो आणि आजूबाजूच्या बघ्यांच्या मदतीनं त्याला माझ्या गाडीच्या मागच्या सीटवर झोपवलं. संचेती हॉस्पिटल तिथून जवळच होतं. तिथं त्याला घेऊन गेलो. डॉ. पराग संचेती आणि माझा मुलगा डॉ. मिलिंद या दोघांना थोडक्यात माहिती दिली. वह्या-पुस्तकांवरून नाव पत्ता शोधून, तरुणाच्या घरी फोन करून कळवलं. हॉस्पिटलनं पोलिसांना कळवणं वगैरे सगळे सोपस्कार पूर्ण केले.

हा तरुण म्हणजे, प्रसिद्ध बांधकाम व्यावसायिक गंगाणी यांचा मुलगा – शरद. त्यानंतर अठरा दिवस बेशुद्धीत असलेला, शरद हळूहळू पूर्ण बरा झाला; पण मी हा निर्णय घ्यायला विलंब लावला असता किंवा इतरांसारखंच त्याकडं दुर्लक्ष

केलं असतं, तर? तेव्हापासून शरद मला दर दिवाळीत भेटायला येतो आणि त्यांच्या घरच्या सगळ्या शुभकार्यांचं आम्हाला आमंत्रण असतं.

असंच एकदा आम्ही पांगळोलीहून पुण्याला परत येत असताना, लोणावळ्याच्या मन:शक्ती आश्रमाजवळ रस्त्यावर गर्दी दिसली. थोडं पुढं आल्यावर एक आदिवासी वृद्धा रक्ताच्या थारोळ्यात पडलेली दिसली. तिच्या अंगावर पुरेशी वस्त्रंसुद्धा नव्हती. मी तिला पटकन गाडीत घातलं. तिच्या नाडीचे ठोके जलद पडत होते. तिचा रक्तदाब कमी झाल्याचं लक्षात येत होतं. ती शॉकमध्ये होती. मी गाडी जरा वेगानं दामटली. वाटेत वडगाव-मावळला डॉ. शिंदे यांच्या 'मावळ हॉस्पिटल'पाशी थांबून डॉक्टरांकडून सलाईनचा सेट घेऊन गाडीतच तिला सलाईन लावलं, इतर प्राथमिक उपचार केले. अशा आणीबाणीच्या वेळी मोलाचं सहकार्य केल्याबद्दल डॉ. शिंदे यांचे आभार मानून, तिथून थेट त्या बाईला ससून हॉस्पिटलमध्ये नेलं. सुदैवानं ती बाई बरी होऊन पंधरा दिवसांनी घरी गेली.

अशाच प्रकारचा आणखी एक अनुभव आला. मी आणि माझी पत्नी रात्री दहाच्या सुमाराला नेहमीप्रमाणे सेनापती बापट रस्त्यावरून पुणे विद्यापीठाच्या दिशेनं फिरायला चाललो होतो. चतु:शृंगीजवळ रस्त्याच्या कामासाठी मोठा खड्डा खणलेला होता. तिथं लाल दिवा, झेंडा अशी काहीच खूण नसल्यामुळे, रात्रीच्या वेळी तो खड्डा लक्षात येत नव्हता. तितक्यात एक स्कूटरस्वार स्कूटरसह त्या खड्ड्यात पडला. आजूबाजूचे सगळे हळहळत उभे होते. मी लोकांच्या मदतीनं त्याला बाहेर काढलं. तितक्यात एक लाल दिव्याची ॲम्बेसिडर कार येताना दिसली. मी ती गाडी थांबवली. गाडीत एक आय.ए.एस. अधिकारी होते. ते माझ्या चांगल्या परिचयाचे होते. त्यांना पाहून मला फार हायसं वाटलं. ''या अपघातग्रस्ताला ससूनमध्ये पोहोचवूया,'' असं मी त्यांना सुचवलं.

पण ''डॉक्टर, मी आत्ता घाईत आहे...'' असं सांगून ते सटकले.

मला त्यांच्या वागण्याचं सखेद आश्चर्य वाटलं. पण आता वेळ दवडून चालणार नव्हतं. मी फिरायला म्हणून बाहेर पडलो होतो, त्यामुळे गाडी आणली नव्हती. अंगावर कपडेही साधे होते, तरी मी तसाच रिक्षा करून त्याला ससूनमध्ये घेऊन गेलो... पण उपयोग झाला नाही, नंतर समजले की, २७ ऑक्टोबर १९८८ रोजी मृत पावलेली ही व्यक्ती म्हणजे NCLमधील सिनियर सायंटिस्ट डॉ. सुब्बाराव हे होते.

हेच अधिकारी महाशय काही वर्षांपूर्वी पुणे महानगरपालिकेत मोठ्या पदावर कार्यरत असताना त्यांच्या कुटुंबातल्या एका मुलानं टाचणी गिळली म्हणून घाबरेघुबरे होऊन रविवारच्या सुट्टीच्या दिवशी त्याला माझ्या हॉस्पिटलमध्ये घेऊन आले होते. पुढं त्यांची बदली दुसरीकडं झाली, पण त्यांचा मुलगा पुण्यात शिकत होता. एकदा

या मुलाचा अपघात झाला होता. त्याला खरचटलं होतं. त्या वेळी त्याची विचारपूस करण्यासाठी त्यांचा कितीतरी वेळा फोन आला होता. आत्ता मात्र त्यांचं वागणं 'परदुःख शीतल' अशा प्रकारचं होतं.

असे प्रसंग पाहिले की फार वाईट वाटतं. माणुसकीला माणूस इतका पारखा झाला असेल? इतका संवेदनाहीन का आणि कसा झाला असेल? ही परिस्थिती कशी सुधारू शकेल? ...असे असंख्य प्रश्न मनात उभे राहतात.

या संदर्भातली सुमारे पंचवीस वर्षांपूर्वी वाचलेली, एक कहाणी माझ्या आजही स्मरणात आहे.

चेन्नईतील एक सर्जन रात्री नऊच्या सुमाराला एका क्लबमध्ये पार्टीला चालले होते. त्यांना वाटेत एके ठिकाणी बरीच गर्दी दिसली. गर्दीतल्या एकानं त्यांच्या गाडीवरचा 'रेडक्रॉस' पाहून त्यांची गाडी थांबवली. तो माणूस अक्षरशः त्यांच्या गाडीपुढं उभा राहिला. डॉक्टरसाहेबांना ते अजिबात आवडलं नाही. ते त्या माणसाच्या अंगावर खेकसले. तो माणूस काकुळतीनं त्यांना विनवत होता,

''डॉक्टर, मोटारसायकलचा अपघात झालाय. मुलगा बेशुद्ध आहे. रक्ताच्या थारोळ्यात पडलाय; त्याला हॉस्पिटलमध्ये न्यायला मदत करता का?''

''छे, आधीच मला उशीर झालाय.'' असं म्हणून ते गाडीतून निघून गेले.

पार्टीची मजा लुटून डॉक्टरसाहेब रात्री उशिरा घरी पोहोचले, तेव्हा त्यांची पत्नी चिंतातूर होती. त्यांचा मुलगा अजून घरी आला नव्हता. त्या वेळी आपल्याकडं मोबाईलचा जमाना नव्हता. बराच वेळ वाट पाहूनही मुलगा घरी न आल्यानं डॉक्टर आणि त्यांची पत्नी मुलाला शोधायला निघाले. बरीच रात्र झाली असल्यामुळे रस्त्यावर फारसं कुणी नव्हतं. मात्र एके ठिकाणी त्यांना रस्त्याकडेला पडलेली मोटारसायकल दिसली. शेजारी एक पोलीस उभा होता. त्यांनी जवळ जाऊन पाहिलं, तर ती मोटारसायकल त्यांच्या मुलाचीच होती! मग त्या पोलिसाकडून त्यांना सगळा उलगडा झाला आणि ते धावतच जवळच्या सरकारी हॉस्पिटलमध्ये गेले. तिथं समजलं की, डोक्याला मार लागल्यानं आणि मोठ्या प्रमाणात रक्तस्राव झाल्यानं त्यांचा मुलगा शॉकमध्ये होता आणि थोड्या वेळापूर्वीच त्याचा मृत्यू झालाय....

कायद्याचं अज्ञान, पोलिसांची भीती यामुळे अशी पळपुटी वृत्ती वाढतेय; शिवाय 'आपल्याला काय करायचंय?' अशा संकुचित, आत्मकेंद्रित विचारसरणीमुळेही संवेदनाहीनतेच्या दिशेनं वाटचाल घडत आहे. यासाठी कुठल्या एका घटकाला दोषी धरता येणार नाही; पण ही परिस्थिती बदलायची असेल, तर या विषयाचा शालेय शिक्षणात अंतर्भाव करणं गरजेचं आहे. तसंच वृत्तपत्रे, रेडिओ, दूरचित्रवाहिन्या अशा माध्यमांतून सामाजिक प्रबोधनाद्वारेही यासंबंधी जनजागृती करता येईल.

म्हणून मला वाटतं की, या सगळ्या परिस्थितीला डॉक्टर आणि समाज दोघंही

जबाबदार आहेत. आज जवळजवळ सर्वच क्षेत्रांत बजबजपुरी आहे. 'कुणाला झाकावं आणि कुणाला उघडावं', अशी स्थिती आहे. जितकं वर पाहावं तितका अधिक प्रमाणात भ्रष्टाचार आढळतोय. हे दुष्टचक्र फक्त डॉक्टर, हॉस्पिटल, औषध कंपन्या एवढ्यापुरतंच मर्यादित नाही; प्रत्येक क्षेत्रात प्रत्येकाचा 'वाटा' आलाच!

हल्ली 'मेडिक्लेम'सारख्या योजना उपलब्ध आहेत. त्यांचाही गैरफायदा घेण्यात बऱ्याचदा डॉक्टर्स, हॉस्पिटल, कंपनीचे कर्मचारी ते पेशंट्स असे सर्व जण आघाडीवर असल्याची उदाहरणं दिसतात.

मग यावर योग्य उपाय काय? आणि ज्या समाजमनाला वरपासून खालपर्यंत वाळवी लागलीय, त्यात एकट्या डॉक्टरला जबाबदार धरणं कितपत इष्ट ठरेल? डॉक्टर काही आभाळातून पडलेला नसतो. तोही संपूर्ण सडलेल्या समाजाचाच एक क्षुल्लक, पण अविभाज्य घटक असतो. किडलेल्या भ्रष्ट समाजातले काही लोक मेडिकलला जातात, इतकंच...! 'शुद्ध बीजापोटी फळे रसाळ गोमटी' असं वचन आहे; पण समाजबीजच शुद्ध उरलं नाही, तर त्याची फळं (डॉक्टर) गोमटी कशी असणार?

आकाशातून कोसळणारे पावसाचे पाणी म्हणजे देवाघरचे शुद्ध पाणी. पण हल्लीच्या प्रदूषणाच्या युगात तेसुद्धा रसायनयुक्त, धुळीयुक्त होऊन धरणीवर बरसते तर डॉक्टर आकाशातून पडला तरी शुद्धता राहील ही अपेक्षा फोल आहे. हिमालयातून येणारे गंगेचे पाणी शुद्ध आणि पवित्र मानले जाईल तेसुद्धा 'राम तेरी गंगा मैली हो गयी, पापीओंके पाप धोते धोते' हे मान्य केल्यानंतरच! पण याच गंगेच्या शुद्धीकरणासाठी केंद्र सरकारला मोठ-मोठे निधी उपलब्ध करून देण्याची वेळ आली आहे.

अशा परिस्थितीत फक्त डॉक्टरनंच नीतिमूल्यांची कास सोडू नये, अशी अपेक्षा ठेवता येईल का? ती त्यानं सोडू नये, हे कितीही खरं असलं तरी पेशंट आणि डॉक्टर यांच्यातला हा हरवलेला संवाद, त्यांच्या नात्यातील बिघाड दुरुस्त होणं गरजेचं आहे, असं मत नेहमीच व्यक्त होतं. मीही त्याच्याशी पूर्ण सहमत आहे. पण मी आशावादी असूनही मला ही शक्यता धूसर वाटते.

माझं हॉस्पिटल झालं, त्यादरम्यान उत्तम प्रॅक्टिस असलेल्या एका सिनिअर मित्राशी गप्पा मारताना मी विचारलं होतं,

"तू चॅरिटेबल ट्रस्ट केला आहेस, त्याचे काय फायदे-तोटे असतात? मीही करू का?"

त्यावर त्यानं सांगितलं होतं, "हॉस्पिटल सोडून पाच-सात लाख रुपये शिल्लक असतील तर ट्रस्ट कर, नाहीतर नको करूस."

त्या काळात माझ्या पुंजीत अशी शिल्लक जमा होण्याचा योग आलाच नाही,

त्यामुळे मी ट्रस्टचा विचारही केला नाही. आता मागं वळून पाहताना असं लक्षात येतं की, ज्या मोजक्या लोकांनी ट्रस्ट केले, त्यांची हॉस्पिटल्स चांगली मोठी झाली. 'भरभराटीला' आली, असं म्हणणं अप्रस्तुत वाटतंय! या सगळ्या हॉस्पिटल्सना आयकर सवलती, देणग्या मिळाल्या; एवढंच नव्हे, तर काही चतुर ट्रस्टना कोट्यवधी रुपयांची सरकारी अनुदानंही मिळाली! अशा ट्रस्टनां 'चॅरिटी' करण्याची जी अट असते, ती करून किंवा बऱ्याच प्रमाणात न करताच कशी दाखवायची, हे कसब संबंधित व्यक्तीला असलं की झालं! भारतातील कुठल्याही मोठ्या शहरातील 'ट्रस्ट हॉस्पिटल'ची बिलं पाहिली तर चॅरिटी औषधापुरतीही दिसत नाही; उलट हीच हॉस्पिटल्स सर्वांत महाग आहेत. जी हॉस्पिटल्स अपवाद असतील, अशांपुढे नतमस्तक व्हावंसं वाटतं. काही हॉस्पिटल्सना देणगी दिली, तर आयकरातही सूट मिळते. तुम्ही देणगीच्या चेकच्या बदल्यात रोख पैसे देणार असाल, तर अनेक उद्योगसमूह, राजकारणी व्यक्ती किंवा संस्थांकडून भल्यामोठ्या रकमेच्या देणग्या अगदी सहज मिळू शकतात. हे घडवून आणण्यात साह्य करणारे दलालही असतात. एकूण काय... 'दुनिया झुकती है, झुकानेवाला चाहिए', हे चित्र इथंही आहेच!

समाजाच्या सर्व स्तरांतून शस्त्रक्रिया करून भ्रष्टाचार मुळासकट उपटून निघाला पाहिजे, त्याचा पूर्ण नायनाट झाला पाहिजे; तरच यासंदर्भात आशादायी चित्र तयार होऊ शकेल.

म्हणजे थोडक्यात, 'हे परमेश्वरा, मला आजारापेक्षा डॉक्टरपासून वाचव,' असं म्हणण्याची वेळ रोग्यावर येऊ नये!

■

२०.

मेरा भारत महान

ही १९६६ ची गोष्ट आहे. लोकमान्यनगरमध्ये आमच्या मागच्या बिल्डिंगमध्ये राहणारे विशनभाई जैन माझे पेशंट होते. एके दिवशी चिंताक्रांत अवस्थेत ते माझ्याकडं आले आणि म्हणाले, ''डॉक्टर, माझ्या वडिलांची तब्येत फार बिघडलीय. तुम्ही त्यांच्यावर उपचार करावेत, अशी माझी इच्छा आहे. तुम्ही माझ्याबरोबर बिदडाला याल का?''

बिदडा म्हणजे सौराष्ट्रातलं एक गाव. तिथं जायचं तर पुण्याहून मुंबईला, तिथून विमानानं भूजला आणि तिथून पुन्हा गाडीनं बिदडाला जावं लागणार होतं. विशनभाईंच्या वडिलांना खूप ताप होता. कमरेवर मोठं बेंड झालं होतं. लघवी कमी होत होती. ते अर्धवट शुद्धीत आणि बराच वेळ बेशुद्ध अशा अवस्थेत बरळतही होते, असं समजलं.

मी म्हणालो, ''भूजला विमानतळ आहे म्हणजे ते गाव मोठं असणार. म्हणजे तिथं हॉस्पिटल आणि सर्जनही असणार. तिथं नेऊन उपचार करणं तुम्हाला सोपं आणि कमी खर्चाचं होणार नाही का?''

त्यावर विशनजींनी जे सांगितलं, ते ऐकून माझी बोलती बंद झाली.

ते म्हणाले, ''भूजला सिव्हिल हॉस्पिटल आहे, सर्जनही आहेत; पण आमचा त्यांच्यावर विश्वास नाही. ऑपरेशन सुरू झालं की ते बाहेर येऊन पैसे मागतात आणि पैसे दिले नाहीत, तर ऑपरेशन अर्धवट सोडू म्हणतात. त्यामुळे आम्हाला तिथं जायचंच नाही.''

हे ऐकल्यानंतर मी विशनभाईंसोबत बिदडाला जाण्याचं ठरवलं आणि लगेच दुसऱ्या दिवशी ऑपरेशनसाठी लागणारी आवश्यक साधनसामग्री घेऊन आम्ही दोघं बिदडाला गेलो. त्यांच्या वडिलांची तब्येत खरोखरच काळजी करण्यासारखी होती.

मी ताबडतोब उपचाराला सुरुवात केली. त्यांना घरीच सलाईन लावलं, त्यातून

अॅन्टिबायोटिक्स दिली आणि लोकल अॅनेस्थेशिया देऊन त्यांचं ऑपरेशन केलं. ते उपचारांना चांगला प्रतिसाद देत दोनच दिवसांत शुद्धीवर आले. त्यांचा तापही कमी झाला. मग आम्ही त्यांना सोबत घेऊन विमानानं पुण्याला आलो. त्यानंतर ते आठवडाभर माझ्या दवाखान्यात अॅडमिट होते. ते खडखडीत बरे होऊन घरी गेले याचं मला फार समाधान वाटलं.

माझ्या जनरल प्रॅक्टिसचा १९६५ ते ७१ हा काळ माझ्या करिअरमधील सुवर्णकाळ म्हणता येईल. या काळात मी पोस्ट ग्रॅज्युएट नसल्याने (सुदैवाने) मला फॅमिली फिजिशियन म्हणून जी. पी. करणे भाग होते. भाग कसले ती सुसंधी मिळाली, असेच मी म्हणेन.

त्यानंतर मी एम. एस. झालो याचे काही फायदे झाले खरे; पण काय कमावले, काय गमावले याकडे मागे वळून पाहिले, तर मिळवल्यापेक्षा गमावलेलेच अधिक आहे. सुवर्णकाळात जे लोकांचे प्रेम, श्रद्धा अनुभवली; ती अमूल्य आहे. त्या आठवणींच्या ठेव्याचे समाधानसुद्धा अनन्यसाधारण आहे... असो. 'गेले ते दिन गेले!'

बिदडाला जाऊन आल्यावर साहजिकच विशनभाईंचे माझ्यावरचे प्रेम खूप वृद्धिंगत झाले होते. नंतर ६९-७० या काळात शनिवार पेठेतल्या हॉस्पिटलचे बांधकाम सुरू झाल्यावर विशनभाईंनी खूप सहकार्य केले. माझी आर्थिक अडचण आहे, हे जाणून त्यांनी आणि त्यांच्या सांगण्यावरून मेहता सोपचे मणिभाई मेहता, किरणभाई आणि रमणभाई काणकिया, झेनिथ टाइल्सचे भिकूभाई गांधी आणि माझे एक पेशंट मारुतराव झांजुर्णे या मंडळींनी आर्थिक हातभार लावला. मीही एकेका खोलीला देणगीदार म्हणून त्यांची नावे लावली आणि आजपर्यंत या मंडळींकडून तपासणीचे, हॉस्पिटलचे बिल घेत नव्हतो. पण अलीकडच्या काळात 'आरोग्य विमा' सुरू झाल्यापासून आग्रह करून ही मंडळी बिलाचे पैसे देतातही.

विशनभाईंनी हॉस्पिटल सुरू झाल्यावर थोडे अॅडमिनिस्ट्रेटिव्ह काम सुरू केले, शिवाय डॉ. प्रमोद मुळे यांच्याकडे थोडे ट्रेनिंग घेऊन एक्स-रे टेक्निशियनचे कामही सांभाळले. नंतर नंतर औषधांची थोडी माहिती झाल्याने त्यांनी जानेवारी १९७२मध्ये दवाखाना थाटायचे ठरवले.

बरीच वर्षे गंज पेठेत २-३ शिलाई मशिनवर स्त्री कामगार ठेवून पायजमे तयार करण्याचा त्यांचा व्यवसाय होता. एका सुप्रभाती त्यांनी तेथेच पाटी लावली. डॉ. व्ही. एन. जैन आणि त्याच जागेत दवाखाना थाटला. जे लोक पायजमा घेण्यास येत, तेच आता त्यांच्याकडे औषधाला येऊ लागले. नंतर त्यांना इंडियन मेडिकल कौन्सिल, न्यू दिल्लीचे आर. एम. पी. असे प्रमाणपत्रही मिळाले. पुढे दृष्टीची तक्रार वाढल्याने १९९७च्या सुमारास त्यांनी दवाखाना बंद केला.

एकदा एका मित्राकडे गेलो होतो. तेथे एक गृहस्थ जेवावयास आले होते. ते अन्न आणि औषध विभागाचे सहायक आयुक्त होते. गप्पा रंगल्या. त्यात औषधी कंपन्यांपासून ते सर्व प्रकारचे डॉक्टर्स यावर चर्चा झाली. आयुर्वेद आणि होमिओपॅथीचे काही डॉक्टर्स अ‍ॅलोपॅथीची औषधे कशी बेकायदा वापरतात, यावरही त्यांनी भाष्य केले. मी म्हणालो, ''याला पायबंद घालणे, हेच तर तुमचे कर्तव्य आहे. अशा डॉक्टरांवर तुम्ही कारवाई कराल?'' मात्र यावर महाशय गप्पच राहिले.

मेरा भारत महान!

अनुभव कॅनडातील

मी १९७५मध्ये प्रथमच अमेरिकेला गेलो होतो. कॅनडातील एका मित्राचा पत्ता माहीत होता, पण टेलिफोन नंबर माहीत नव्हता. त्याच्याकडं जावं, असा विचार करत होतो. 'डिरेक्टरी इन्क्वायरी'ला फोन केला. त्यांना म्हटलं, असा पत्ता आहे, कृपया टेलिफोन नंबर सांगता येईल का? उत्तर आले, ''क्षणभर थांबा.'' खरोखरच क्षणातच ऑपरेटरने तो नंबर शोधून सांगितला. आपल्याकडे अगदी अलीकडच्या काळापर्यंत डिरेक्टरी इन्क्वायरीला फोन केला, तरी पैसे पडत. अमेरिकेत तो टोल फ्री होता. मी आश्चर्याने विचारले, ''तुम्ही ही माहिती फुकट कशी देता?'' उत्तर आले, ''महाशय, तुम्ही टेलिफोन नंबर गंमत म्हणून विचारणार नाही. नंबर मिळताच तुम्ही फोन कराल, त्याचे पैसे कंपनीला मिळतीलच.'' उत्सुकतेपोटी मी आणखी एक प्रश्न विचारला, ''तुमच्याकडे टेलिफोनसाठी अर्ज केला तर तो मिळण्यासाठी किती काळ लागतो?'' उत्तर आले, ''दोन तास.'' आपल्याकडे काही वर्षांचं 'वेटिंग' लागतं होतं.

मी विचारले, ''एवढे तत्पर कसे?''

यावर त्याने उत्तर दिले, ''जेवढ्या लवकर आम्ही फोन देऊ, तेवढ्या लवकर तुम्ही तो वापरणार, यामध्ये व्यवसायवृद्धी होऊन नफा वाढणार.''

आता २००९मध्ये मात्र बीएसएनएलने रेन्ट फ्री टेलिफोन, नियमित भरपूर बिल होणाऱ्या गिऱ्हाइकांना देऊ केला आहे. अमेरिकेत १९७५मध्ये होता, तो बिझिनेस सेन्स आपल्याकडे २००९मध्ये आला.

पत्र राजीव गांधींना

राजीव गांधी पंतप्रधान झाल्यानंतर १९८५मध्ये मी त्यांना एक पत्र पाठविले होते. त्यामध्ये प्रामुख्याने तीन मुद्द्यांवर भर दिला होता. एक म्हणजे भारतात दर वर्षी काही प्रांतांत महापुरामुळे ओला दुष्काळ, तर इतर भागात कोरडा दुष्काळ असतो. मोठ्या प्रमाणावर जीवित आणि वित्तहानी होते. यासाठी नद्या एकमेकांना जोडून या

समस्येचे निराकरण करणे शक्य आहे का?

दुसरा म्हणजे, भारतात विशेषत: महाराष्ट्रात विजेची टंचाई असते. पुण्यात दिवसभर बऱ्याच रस्त्यांवरचे दिवे सूर्याला रस्ता दाखवत असतात. (असे दृश्य इतर शहरांतही असेलच!) हे थांबवून, वाचलेली वीज गरजेच्या वेळी उपयोगात आणता येईल का?

तिसरा मुद्दा रस्त्यांबाबत होता. रस्ते सतत वेगवेगळ्या कारणांनी खोदणे, दुरुस्त करणे, परत खोदणे हे दुष्टचक्र चालूच असते. रस्त्याच्या दोन्ही बाजूंना उघडण्याजोगे ट्रेंचेस करून एका बाजूस पिण्याचे पाणी, विजेच्या, टेलिफोन्सच्या केबल्स आणि दुसऱ्या बाजूला ड्रेनेज आणि पावसाच्या पाण्याचे पाईप्स असे करून गैरसोय आणि पैशांचा अपव्यय थांबवता येईल का?

या पत्राचे तत्परतेने उत्तर आले होते. योग्य त्या अधिकाऱ्यांकडे तसेच खात्याकडे सूचना पाठविल्या आहेत. नदीजोडाविषयी आधीपासून विचार सुरू आहे.

आज पंचवीस वर्षांनीसुद्धा यावर कार्यवाही झालेली नाही!

मेरा भारत महान!

गणेशोत्सव

शनिवार पेठेत १९७०मध्ये हॉस्पिटल सुरू झालं आणि वरच्या मजल्यावर आम्ही राहायलाही आलो.

एके दिवशी त्या परिसरातील गणेशोत्सव मंडळाचे कार्यकर्ते गणपती उत्सवाची वर्गणी मागायला आले, म्हणाले, ''डॉक्टर, तुम्ही उत्सवासाठी शंभर रुपये वर्गणी द्यायला हवी.'' मी लगेच म्हणालो, ''मी पाचशे रुपये देतो; त्यात तुम्ही तुमचे पाचशे रुपये घालून त्याचा विनियोग गरजू विद्यार्थ्यांना पुस्तके, गणवेश वगैरे गोष्टींसाठी करा.'' मंडळींनी मान डोलवली आणि वर्गणीचे पाचशे रुपये घेऊन त्यातून खरोखरच गणवेशाचे वाटप केले. फरक एवढाच की, फक्त पाचशे रुपयाचाच विनियोग त्यांनी केला होता. त्यानंतर आजतागायत कोणीही वर्गणी मागायला आले नाही.

मला माझ्या लहानपणी साजऱ्या होणाऱ्या गणेशोत्सवाची आठवण आली. तेव्हा आताच्या काळातल्या 'खंडणी'सारखी वर्गणी गोळा केली जात नव्हती. तसेच दिखाऊ सजावटीच्या भपक्यापेक्षा संस्कार करणाऱ्या सांस्कृतिक कार्यक्रमांची रेलचेल असे, मेळे होत. त्यामध्ये देशभक्तीपर, ऐतिहासिक विषयावर आधारित नाच, गाणी यांसारखे कार्यक्रम असत. एकूणच, मुलांना 'घडविणारा' असा उत्सव असे.

हल्ली काही ठिकाणी लोकमान्य टिळकांच्या गणेशोत्सवाच्या विधायक कल्पनेचे रूपांतर 'विघातक' स्वरूपात होताना पाहून मनाला दु:ख होते. रस्ते अडवून घातलेले

मांडव, कर्कश आवाजातील कर्णकटू संगीत या प्रसादानंतर, विसर्जनाच्या महाप्रसादाचे अजीर्ण समाजमानसाची प्रकृती बिघडवणारे ठरते आहे. यावर कोण 'डॉक्टर' आणि कोणता उपचार करणार; समजत नाही.

मेरा भारत महान!

२१.

चिंतन

वैद्यकीय क्षेत्रात मी काम करत असलो; तरी माणूस, निसर्ग, पृथ्वी, आकाश या गोष्टींबद्दल मला खूप जिज्ञासा वाटते. त्यातूनच माझे हे विचार मला तीव्रतेने मांडावेसे वाटले.

निसर्गाची किमया

जीवसृष्टीचा उगम कसा झाला याचे मला अगदी बालपणापासून कुतूहल होते आणि आहे. त्यामुळे त्याबद्दल ऐकण्याचे, पाहण्याचे आणि वाचनाचे वेड निर्माण झाले. माहिती जमा होत गेली आणि अजूनही होत आहे.

सूर्य आणि सूर्यमालेची निर्मिती सुमारे ४.६ बिलियन वर्षांपूर्वी वायू आणि धूलिकणांच्या एका महाकाय मेघाच्या आकुंचनामुळे झाली. त्याच वेळी पृथ्वीही निर्माण झाली. आधीच्या माहितीनुसार सूर्यापासून एक गोळा सुटा होऊन पृथ्वी निर्माण झाली असा समज होता. परंतु आताच्या संशोधनाच्या आधारे आकाशगंगेचा (मिल्की वे) आणि पृथ्वीचा जन्म एकाच वेळी म्हणजे सूर्याबरोबरच झाला असावा, असा शास्त्रज्ञांचा तर्क आहे.

त्याच वेळी ज्यांना सजीव म्हणता येईल, असे सूक्ष्मजीवही निर्माण झाले. त्यानंतर पृथ्वीवर इतर कुठल्याच सजीवांनी पदार्पण केले नाही. सुरुवातीच्या या काळात पृथ्वीवर सजीवांसाठी अत्यंत गरजेचा असलेला प्राणवायूही (ऑक्सिजन) अस्तित्वात नव्हता. पृथ्वी हळूहळू थंड होत गेल्यावर अब्जावधी वर्षांत ऑक्सिजनच्या निर्मितीनंतर सध्याच्या सूक्ष्मजीवांची निर्मिती झाली.

पृथ्वीवर भूकंप आणि ज्वालामुखी यांचे उद्रेक नियमित घडत होते. ज्वालामुखीतून लाव्हाबरोबर कार्बनडाय ऑक्साईड, मिथेन गॅस, सल्फ्युरिक गॅस आणि पाण्याची वाफ बाहेर येई. या वाफेचे नंतर ढग होऊन पाऊस सुरू झाला. सतत खूप वर्षे

पाऊस पडून नद्या अस्तित्वात आल्या. नद्यांच्या वाहत्या पाण्याबरोबर जमिनीतील क्षारही वाहून आले. या नद्या खोलगट भागात अब्जावधी वर्षे पाणी आणि क्षार घेऊन आल्याने मोठे जलाशय निर्माण झाले, तेच आजचे समुद्र!

उंच पर्वतावर पडलेल्या पावसाचे आणि ध्रुवीय प्रदेशात पडलेल्या पावसाचे तेथील अतिथंड हवेमुळे बर्फात रूपांतर झाले. अशा प्रकारे पाणी आणि बर्फ यांचा प्रचंड मोठा साठा पृथ्वीच्या पृष्ठभागावर निर्माण झाला. पृथ्वीवर सजीव नेमके कसे आले, याबाबत शास्त्रज्ञांचे दोन तर्क आहेत. त्यापैकी एक म्हणजे अवकाशातील भागातून (स्ट्रॅटोस्फिअर) अतिसूक्ष्म एकपेशीय वनस्पती (ऑस्ट्रोफाईट्स) उल्कांबरोबर समुद्रात पोचल्या. ह्या मोठ्या प्रमाणातल्या 'ऑस्ट्रोफाईट्स'मुळे मुबलक प्रमाणात ऑक्सिजन निर्माण झाला. या ऑक्सिजनचा समुद्रातील लोहाबरोबर आणि इतर क्षारांबरोबर संयोग होऊन गंज आणि इतर खनिजे निर्माण झाली.

यानंतर 'फायटोफ्लॅन्क्टॉन्स' नावाच्या एकपेशीय वनस्पती समुद्रात निर्माण झाल्या आणि खूप फोफावल्या. त्या सूर्यप्रकाशाचा उपयोग करून 'फोटोसिन्थेसिस'द्वारे मोठ्या प्रमाणावर वातावरणातून कार्बनडाय ऑक्साईड शोषण करून ऑक्सिजन तयार करू लागल्या. त्यामुळे पृथ्वीवर ऑक्सिजनयुक्त वातावरण निर्माण झाले. अशा प्रकारे ऑक्सिजन, कार्बन, नायट्रोजन हे प्रमुख घटक आणि इतर अल्प प्रमाणातील वायू यांच्यामुळे वातावरणात सध्याची जीवसृष्टी निर्माण होण्याची शक्यता निर्माण झाली. नायट्रोजन आणि इतर सूक्ष्म प्रमाणातील वायूंची निर्मिती पृथ्वीच्या पोटातूनच किंवा आधीच असलेल्या 'कॉस्मिक डस्ट'मधून निर्माण झाली असावी.

हे सर्व हवेतील, पाण्यातील आणि मातीतील घटक यांच्यात अनेक वर्षे रासायनिक प्रक्रिया होत राहिल्या. त्यातून कर्मधर्मसंयोगाने अचानक 'न्यूक्लेइक ऑसिड', 'डीएनए', 'आरएनए'सारख्या जीवनावश्यक द्रव्यांचा उगम झाला असावा; असा मतप्रवाह आहे.

दुसरा तर्क किंवा मतप्रवाह म्हणजे, हे सूक्ष्म जीव (एलियन्स) सुरुवातीला अवकाशातून पृथ्वीवर अवतरले, असा आहे.

अशा प्रकारे जीविताची सुरुवात झाली असावी. हळूहळू याच प्रक्रियेतून ऑक्सिजन वापरणाऱ्या जीवसृष्टीची निर्मिती झाली

काही वेळा प्रश्न पडतो, 'जीवसृष्टी'च्या बाबतीत पृथ्वी 'एकटीच' (lonely plannet) तर नाही ना? दुसऱ्या ग्रहावर जीवसृष्टी शोधणे, हे चंद्रावरील किंवा पृथ्वीवरील 'हरविलेला एक धूलिकण' शोधण्यासारखे आहे.

आपण ज्या तारकाविश्वात (गॅलॅक्सी) राहतो, त्याला आपण 'आकाशगंगा' किंवा 'मिल्की वे' म्हणतो. आपल्या आकाशगंगेत खर्व तारे आहेत आणि यातील

बहुसंख्य ताऱ्यांच्या भोवती ग्रहमाला असाव्यात. तरीही आपली आकाशगंगा एक मध्यम आकाराची आहे. आपल्या आकाशगंगेपेक्षा छोट्या आणि मोठ्या अशा अब्जावधी आकाशगंगा या विश्वात आहेत.

आजच्या घटकेस तरी फक्त पृथ्वीवर जीवसृष्टी आहे, असे उपलब्ध संशोधनानुसार मानावे लागते. परंतु शास्त्रज्ञांच्या मते, एवढ्या विशाल आकाशगंगेत दुसऱ्या कुठल्याही तारकांविश्वाभोवती असलेल्या ग्रहांवर कोठेच जीवसृष्टी नसावी, असे म्हणणे शास्त्रसंमत किंवा तर्कसंगत होऊ शकत नाही.

इतर ग्रहांवर बुद्धिजीवी-मानवसदृश प्राणी शोधण्यासाठी मानवाने अवकाशातून रेडिओसंदेश पाठविण्यास सुरुवात करून ५० वर्षे झाली. या काळात फक्त 'मिल्की वे'मधील काही ग्रहांवर ते पोहोचले असतील. मात्र, त्यांचे उत्तर येण्यासाठी आणखी ५० वर्षे लागतील. अतिदूरच्या ग्रहांवर आपला संदेश पोहोचण्यास किमान १ लाख वर्षे लागू शकतात. पृथ्वीवर एकपेशीय आणि नंतर उत्क्रांतीमुळे अनेकपेशीय जीव, वनस्पती, प्राणी यांची निर्मिती झाली

उत्क्रान्तीवर (Evolution) डार्विनने आणि इतर शास्त्रज्ञांनी अनेक वर्षे काम करून अनेक निष्कर्ष काढले. यामध्ये 'एप्स' आणि 'माणूस' हे एकाच वंशवृक्षाचे सदस्य आहेत, असा सिद्धांतही मांडला गेला. पण त्यात अनेक 'मिसिंग लिंक्स' असल्याचेही त्या-त्या शास्त्रज्ञांनी मान्य केले आहे.

उत्क्रान्तीमुळे अनेक प्रकारच्या वनस्पती आणि प्राणी यांची समुद्रात आणि पृथ्वीच्या पाठीवर निर्मिती झाली, तरीही अब्जावधी वर्षांनीसुद्धा आज बॅक्टेरिया, अमिबा असे सूक्ष्म जीव अजूनही जवळजवळ पूर्व स्वरूपात आहेत.

अलीकडच्या काळातील प्राणी आणि वनस्पती हे आधीपासून अस्तित्वात असलेल्या प्राणी आणि वनस्पती यामध्ये हळूहळू बदल घडत अधिकाधिक गुंतागुंतीच्या रचना होत निर्माण झाले. अशी उत्क्रांती (Evolution) झाली.

एखाद्या महत्त्वाच्या गटात असंख्य नवनव्या जाती, उपजाती तयार झालेल्या असल्या तरी त्यातील एखाद्याच पोटजातीत किंवा प्रकारात उत्क्रांतिवादी बदल झाले आणि त्यातून नवाच गट निर्माण झाला. संपूर्ण आद्य गटच बदलला, असे मात्र झाले नाही.

नर-वानर साखळीतील दुवा जर नक्की करता आला असता, तर मोठेच कोडे सुटले असते. मानवाच्या निर्मितीचे मूळ शोधताना शास्त्रज्ञांनी जीवाश्मांचा, हाडाच्या सांगाड्यांचा आणि कवट्यांचा आधार घेतला. त्यानुसार त्यांनी अशा अवशेषांना, 'ओरिओपिथेक्स', 'ऑस्ट्रेलोपिथेकस' आणि 'पॅराथ्रॉपस' अशी तांत्रिक नावे दिली.

ओरिओपिथेक्स ह्या अत्यंत आद्यमानवाचा जन्मकाल वानराच्याही (एप्स) आधीचा. ज्या वेळी वानरांची (एप्स) रूपसंपदा अजून निश्चित ठरली नव्हती, इतक्या

जुन्या काळात ओरिओपिथेक्समध्ये बरेच मानवी गुणधर्म होते. म्हणजे त्याची हनुवटी अर्धवर्तुळाकृती होती, सर्व दात एका ओळीत उभे होते, दातांमध्ये फटी नव्हत्या, पाठीच्या तळातील मणके जड होते. त्यामुळे तो दोन पायांवर चालू शकत होता. काही शास्त्रज्ञांच्या मते, ओरिओपिथेक्स हाच माणसाचा पूर्वज होता.

नर आणि वानर यांची फारकत फारच आधी झाली. याचाच अर्थ, माकडापासून वानर आणि वानराचा नर हे म्हणणे चुकीचे ठरते.

अशा वेळी मनात विचार येतो की, पृथ्वीवर मानव उपराच तर नाही ना!

अशा प्रकारचे उलटसुलट विचार मनात येत असताना... एके दिवशी एक मजेशीर कल्पना माझ्या डोक्यात आली —

एका माकडानं चुकून चार्ल्स डार्विनचा

इव्होलूशनचा सिद्धांत वाचला,

त्याचा चेहरा रागाने लाल झाला.

त्यानं डार्विनसाहेबांची गचांडी धरली

आणि विचारलं, 'अहो महाशय, इव्होलूशनने

प्राण्याची प्रगती व्हायला हवी ना?'

डार्विन चपापले आणि त्यांनी सांगितलं,

'हो, तोच तर माझा सिद्धांत आहे!'

माकड म्हणालं, 'मग आता खरं सांगा,

इव्होलूशनने माकडाचा माणूस

होणं कसं शक्य आहे?'

माणसाचंच माकड झाल्याचं,

डार्विनने नि:शंक मनानं मान्य केलं.

आणि गचांडी धरल्याबद्दल;

माफी मागून माकडानं,

आपण माणसापेक्षा क्षमाशील

व प्रगत असल्याचं सिद्ध केलं.

पूर्वी मानवाच्या मुळाचे संशोधन करताना – जीवाष्म, कवटी, दात, हाडे यांचा आणि ते ज्या प्रकारच्या खडकातून उपलब्ध झाले, त्या खडकांच्या वयाचा अंदाज घेऊन मानवाच्या निर्मितीच्या वयाचा अंदाज करावा लागे. पण आता डीएनएच्या शोधानंतर २००७मध्ये जनुकीय आराखड्यांच्या आधारे जास्त अचूक, जवळजवळ बरोबर काळ ठरवता येऊ लागला. त्याआधारे मानवी शाखा पन्नास लाख वर्षांपूर्वी निर्माण झाली आणि पन्नास हजार वर्षांपूर्वी आधुनिक मानवाचा खरा पूर्वज अस्तित्वात आला, असे निश्चित मानले जाऊ लागले.

मनुष्यप्राण्याचा विधाता किंवा निर्माता जो कोणी असेल, त्याला शतश: प्रणाम. शरीररचनेचा अभ्यास केला आणि त्यातील अनेक अवयव, प्रत्येक पेशीचे कार्य पाहिले तर आश्चर्य वाटल्याखेरीज राहत नाही.

शरीरात कोणताही अवयव निरुपयोगी नाही. मेंदू, हृदय, फुफ्फुसे, किडनी, यकृत, जठर आणि पचनसंस्थेतील इतर अवयव, हाडे, स्नायू, अंतस्राव ग्रंथी (Endocrine glands), त्वचा, त्वचेवरील केससुद्धा – सर्वच अवयव अनमोल आहेत. यातील कुठलीही संस्था नसेल, तर मनुष्याला जगता येणार नाही.

‘टॉन्सिल्स’ आणि ‘अपेंडिक्स’ हे निरुपयोगी किंवा कमी उपयोगी अवयव आहेत, असा समज आहे. तेही रोगप्रतिकार करणाऱ्या संस्थेचा उपयुक्त भाग आहेत. ते काढल्याने मनुष्य मरत नाही. कारण त्या संस्थेचा मोठा भाग शरीरात इतरत्र सक्षम असतोच.

साधे नाकातील केस किंवा नाक शिंकरून बाहेर टाकण्याचा शेंबूड (mucus) दोन्हीही खूप उपयुक्त कार्य करतात. दोन्हींमुळे हवेतील धूलिकण नाकात अडवले जाऊन फुफ्फुसापर्यंत जाऊ नयेत, अशी योजना आहे.

त्वचेमुळे संपूर्ण शरीराला बाह्य जिवाणू, तापमान यापासून संरक्षण मिळते. स्नायू, अस्थी यामुळे चलन-वलन आणि इतर सर्व संबंधित कार्य करता येते. शरीराच्या यंत्रास ऊर्जा (पेट्रोल) पुरविण्याचे काम पचनसंस्था पार पाडते. प्राणवायू (ऑक्सिजन) पुरविण्याचे काम फुफ्फुसे बिनबोभाट पार पाडतात. पाणी प्रत्येक पेशीला जिवंत ठेवण्यास आवश्यक असते. त्याचे प्रमाण संतुलित राखण्यात किडनी, त्वचा आणि फुफ्फुसे यांचा सिंहाचा वाटा असतो. शरीरात निर्माण होणाऱ्या त्याज्य गोष्टींचे विसर्जन – मल-मूत्र, मोठे आतडे आणि किडनी करतात. घामातूनही पाणी बाहेर सोडून शरीरातील पाण्याचे संतुलन आणि त्वचेचे म्हणजे पर्यायाने शरीराचे तापमान नियंत्रित केले जाते. सर्व शरीरास लागणारी रसायने यकृत, स्वादुपिंड, जठर, आतडे आणि अंत:स्राव ग्रंथी यांच्याकडून मिळतात. सर्व शरीराला प्राणवायू, अन्न, पाणी आणि इतर आवश्यक घटक पोचविण्याचे काम हृदय आणि रक्ताभिसरण संस्था करते. सर्वांत मास्टर कंट्रोल मेंदू आणि मज्जासंस्थेकडून घडतो.

अगदी झोपेत किंवा बेशुद्धावस्थेतही सर्व संस्था जगण्याची, जगवण्याची काळजी सर्व अवयव आपापल्यापरीने घेत असतात. यामध्ये जन्मापासून-मृत्यूपर्यंत विश्रांती नाही, खंड नाही. सर्व संस्थांच्या क्रिया इतक्या परिपूर्ण आहेत, एकमेकांना पूरक आहेत. मग ती त्या-त्या अवयवाची रचना असो वा कार्य, हे कोणी ठरवले, कसे ठरवले, याचा आर्किटेक्ट किती अचूक (Perfect) आहे, हे नवलच!

सर्व मंडळी आपापल्या जागी चपखलपणे बसली आहेत. विस्मयकारकरीत्या कार्यरत आहेत. असं यंत्र आपण किंवा कोणीही नव्याने निर्माण (produce) करू

शकत नाही. फक्त एका मार्गाने ते शक्य होते – ते म्हणजे प्रजोत्पादन! त्यासाठी प्रजोत्पादनाची वेगळी संस्था आहेच.

टेस्ट ट्यूब बेबी किंवा क्लोन्स यामुळे प्राणी किंवा मानव निर्माण होतोय की काय, असा प्रश्न सर्वसामान्य माणसाच्या मनात येऊ शकतो. पण ही प्राणाची (जिवाची) नवनिर्मिती नाही. या दोन्ही गोष्टींसाठी आधी जिवंत पेशींची गरज आहे. त्या पेशी प्रयोगशाळेत अजून तरी निर्माण करता आलेल्या नाहीत, हे त्रिवार सत्य आहे.

परंतु हाही समज फोल ठरविण्यात शास्त्रज्ञांना अंशत: यश मिळाल्याचे, दिनांक २० मे २०१०ला प्रसिद्ध झालेल्या वृत्तात स्पष्ट झाले आहे – संगणकाच्या साह्याने शास्त्रज्ञांनी कृत्रिमरीत्या डीएनएची निर्मिती केली. ते निसर्गनिर्मित बॅक्टेरियामध्ये घालून, त्याचे संपूर्ण गुणधर्म बदलल्यानंतरही त्या बॅक्टेरियाची प्रजनन प्रक्रिया सुरू राहिली. नव्या गुणधर्मांसकट एकपेशीय जीव निर्माण झाला. थोडक्यात, कॉम्प्युटरचे हार्डवेअर तेच, पण सॉफ्टवेअर पूर्ण बदलण्यात शास्त्रज्ञांना यश मिळाले आहे. याचा व्यापारी व औद्योगिक क्षेत्रात उर्जेसाठी, औषधांसाठी उपयोग करता येणार आहे.

पण अजूनही संपूर्ण नवीन जीवाची निर्मिती कृत्रिमरीत्या झालेली नाही. बऱ्याच वेळा आपण 'सायन्स फिक्शन'च्या गोष्टी वाचतो, सिनेमा पाहतो. पूर्वी सूर्य, चंद्र, शनीसारखे तारे हे देव आहेत, असा समज होता. पण संशोधनाने ते तारे ग्रह असल्याचे सिद्ध झाले. पुरातन काळी हे अविश्वसनीय वाटे. रामायणात पुष्पक विमानाचा उल्लेख आढळतो. पण प्रत्यक्षात माणूस विमानाने, पक्ष्यासारखी आकाशात जलदगतीने भरारी मारतो. अवकाशयानाने परग्रहावर पाय ठेवतो, ही सत्य घटना आहे.

'Fantastic Voyage' नावाचा सिनेमा, १९६६मध्ये पाहिला होता. हाही सायन्स फिक्शनमध्ये मोडतो. माणसाची कल्पनाशक्ती अचाट आहे, याचाच हाही एक नमुना आहे. माणसाच्या मेंदूतील रक्ताची गाठ जी सध्यातरी शस्त्रक्रियेने काढता येत नाही, ती लेसरने जाळण्यासाठी माणसांसकट एक पाणबुडी श्रिंक करून इंजेक्शनद्वारे मेंदूत पाठवून ती गुठळी नष्ट करून शरीराबाहेर पडली आणि पुन्हा पूर्व स्वरूपात आली, अशी ही कथा आहे. कुठल्याही आक्रमणाविरुद्ध शरीरातील प्रतिकारशक्ती कसा कडवा प्रतिकार करते, याचेही यामध्ये छान चित्रीकरण केले आहे.

विमान, अवकाशयान, रोबोज, कॉम्प्युटर – असे जे पूर्वी अशक्य वाटत असे, ते आज शक्य झाले आहे. अशाच आज अशक्य वाटणाऱ्या सर्वच नसल्या, तरी काही गोष्टी का शक्य होणार नाहीत?

उत्तम आणि परिपूर्ण शरीररचनेत तर वनस्पती आणि इतर प्राण्यांपेक्षा मानव

पुष्कळच प्रगत आहे; पृथ्वीपुरतेच बोलायचे तर, असामान्य बुद्धिमत्ता, विचारशक्ती, मन, भावना या अद्वितीय शक्तीही फक्त मानवास लाभल्या आहेत. यामध्ये संदेह नाही.

विश्वकर्मा

पृथ्वीवर सृष्टी आहे. इतर ग्रहांवर आहे की नाही, हे जाणण्यासाठी मनुष्याचा आटापिटा सुरू आहे. मधूनच परग्रहावर पाणी, सूक्ष्म जिवाणू असावेत, असा निष्कर्षही अभ्यासावरून शास्त्रज्ञ काढताना आढळतात. आपण अशा बातम्या वाचतो आणि वाचत राहाणार!

विश्वकर्म्याने (देवांचा आर्किटेक्ट) सृष्टी घडविली असे मानले जाते. निसर्गाची किमया वर्णावी तेवढी थोडीच – पर्वत, दऱ्या, जमीन, अथांग सागर, अवकाश, आकाशातील असंख्य ग्रह-तारे, चंद्र, सूर्य, पृथ्वीवरील अतिसूक्ष्मात सूक्ष्म जिवाणू, पशू-पक्षी, शेवाळी-लव्हाळीपासून ते प्रचंड वृक्ष-वेली... त्यावरची विविध रंगांची, आकाराची फुले-फळे अगदी छोट्या उद्योगी मुंगीपासून अजस्र श्वापदे अन् अखेर अतिबुद्धिमान असा मानवप्राणी!

जो-तो कसा आपल्या जागी या सृष्टीवर चपखलपणे बसलेला आहे. फुलतो आहे, फळतो आहे... अनादी-अनंत काळापासून!

या अशा विचारांमध्ये रमून जायला मला आवडते. या सगळ्या गोष्टींबद्दल माझ्या मनात प्रचंड जिज्ञासा आहे.

या समस्त जीवसृष्टीस हवा, पाणी आणि अन्नाची गरज असते. जन्मलेला प्रत्येक जण जगण्यासाठी सतत संघर्ष करत असतो. जीवनावश्यक बाबी मिळविण्यासाठी सर्व वनस्पती ते प्राणी, मनुष्यप्राणी जिवाचा आटापिटा करताना दिसतात.

पाण्यात जन्मलेल्या, तसेच इतर काही प्राण्यांना पोहायला शिकवावे लागत नाही. पाण्यापासून दूर जन्मलेल्या कासवांना जन्मताच पाण्याची दिशा ओळखण्यास कुठल्या होकायंत्राची किंवा कोणाच्या सल्ल्याची गरज पडत नाही. पक्षी ठराविक मोसमात हजारो मैल स्थलांतर करून दर वर्षी एखाद्या प्रदेशात जाऊन स्वगृही परततात. त्यांना वैमानिकांच्या खूप क्लिष्ट साधनसामग्रीची गरज अजिबात भासत नाही. त्यांचे टेक ऑफ, फ्लाईट आणि लॅंडिंग कसे बिनबोभाट चालते, हे कोडेच आहे.

निबिड, उंच जंगलात ज्या वेली किंवा छोटी झाडे नव्याने उगवतात, ती किती चपळाईने सूर्यप्रकाश मिळवण्यासाठी, आजूबाजूच्या वृक्षांवर चढून थोड्या काळात शेकडो फूट उंची गाठून शर्यतीत सामील होऊन सूर्यनारायणाचे दर्शन घेतात!

चतुष्पाद प्राण्यांच्या पिलांना स्वत:च्या पायावर उभे राहणे जन्मानंतर काही

क्षणांतच कसे जमते? माणसाच्या बाळाला त्यामानाने किती तरी वेळ लागतो! सस्तन प्राण्याच्या नवजात अर्भकास दूध कोठून मिळेल, हे शिकवावे लागत नाही.

या सर्व प्रश्नांना फक्त एकच उत्तर येते – निसर्गाची लीला! यालाच काही लोक 'देवाची लीला' असे संबोधतात. निर्मात्याने अनेकविध जीव निर्माण केले, तर त्यांच्या खाण्यापिण्याची पण सोय केली आहे. दुर्दैवाने यामध्ये एक चूकही घडते आहे. एका प्राण्यास आपली भूक भागविण्यासाठी दुसऱ्याचे भक्षण करावे लागते. काही प्राणी, वनस्पती त्यांची पाने, फुले, फळे यांचे सेवन करतात; तर काही प्राणी दुसऱ्या प्राण्यांना आपले भक्ष्य करतात. निसर्गाचा समतोल राखण्यासाठी निर्मात्याचीच ही योजना असावी, असेही मानले जाते.

पहाटेची, सायंकाळची आकाशातील रंगांची उधळण पाहा – वृक्ष, वेली, विविध रंगाची पाने, फुले, कडवट, तुरट ते सुमधुर फळे चाखा. बागेत उडणाऱ्या विविधरंगी फुलपाखरांकडे किंवा नयनरम्य पिसारा फुलवून नाचणाऱ्या मोराकडे पाहा. दिमाखात चालणाऱ्या गजराजाकडे पाहा किंवा छातीचा ठोका चुकविणाऱ्या जंगलच्या राजाची डरकाळी ऐका. पक्ष्यांच्या पहाटेच्या कानाला गुदगुल्या करणाऱ्या किलबिलाटापासून ते कोकिळेच्या कूजनाचे संगीत ऐका.

डोळ्यांचे पारणे फेडणाऱ्या वनश्री, आकाशगंगा, खळखळणारे पाणी, उंचावरून कोसळणारे असंख्य धबधबे, गगनचुंबी पर्वतांची हिमाच्छादित शिखरे कशाकशाचे वर्णन करावे आणि कुठे थांबावे, हेच समजत नाही.

उत्तर एकच – निसर्गाची अगाध लीला! जिवांची पखरण, रंगांची उधळण करणारा निसर्ग जेव्हा कोपतो; तेव्हा संहारक शक्तीचे दर्शनही तितकेच हृदयविदारक असते.

जलप्रलय, त्सुनामी, वादळे, चक्रीवादळे, प्रचंड वणवे, धरणीकंप, ज्वालामुखी एक ना अनेक रौद्र रूपे जेव्हा निसर्ग दाखवतो आणि प्रचंड प्रमाणावर जीवित, वित्तहानी होते, तेव्हा आपण किती श्रेष्ठ आहोत, असा टेंभा मिरविणाऱ्या क्षुद्र मनुष्यप्राण्यास त्याची क्षमता समजते; पण समाजमनाची स्मृती तात्कालिक असते आणि विस्मृतीच मोठी बलवान असते. या न्यायाने जगले-वाचलेले मानव परत आपल्या बुद्धिमत्तेचा, शक्तीचा टेंभा मिरवणे सुरू करतात, हेच खरे! काही मात्र आपली तुलना (उगीचच!) कीडामुंगीशी करतात. वास्तविक, मुंगी हा तर प्रचंड उद्योगी प्राणी. मला मात्र वाटतं, क्षणार्धात चमकणाऱ्या काजव्यासारखे आपण आहोत का?

एके रात्री काजव्याच्या उजेडाची,
कोणी तरी प्रशंसा केली.
भाबडा काजवा

विचार करू लागला,
दिवसा माझा उजेड
का बरे नाही?
त्याला समजले,
तो चावट सूर्य
आपला हेवा करतो.
काजवा संतापून,
सूर्यावर झेपावला.
काजव्याला झळ नको,
म्हणून सूर्याने डोळे मिटले.
काजवा म्हणाला सूर्याला,
घाबरलास ना?
जा, माफ केले तुला!
यावरून प्रत्येकाने आपली भूमिका ठरवली तर?

मनुष्यप्राणी

ज्याच्यामध्ये 'प्राण' आहे तो प्राणी! असे म्हटले तरीसुद्धा आपण मनुष्य आणि प्राणी यामध्ये फरक तो काय, असा विचार करण्याची वेळ आली आहे. मनुष्यप्राण्यास बुद्धिमत्तेचे, विचार करण्याचे वरदान लाभले आहे, स्मरणशक्ती चांगली आहे वगैरेचा फायदा घेऊन, मनुष्याने प्राणिजगतात प्रभुत्व संपादन केले आहे, हे खरे. पण लोभ, संचय इत्यादींसारखे अवगुणही माणसापुरतेच मर्यादित आहेत. त्यामुळे न संपणारी स्पर्धा आणि त्यापोटी होणारे द्वेष, दुराचार, राग, वैमनस्य याचे अनिष्ट परिणाम वरचेवर वाढीला लागले. आता सामाजिक बांधिलकी, प्रेम, सहद्यता या साऱ्या गोष्टींचा लय होत चाललेला आहे.

आजकाल सकाळी वर्तमानपत्र वाचण्याची किंवा बातम्या ऐकण्याची भीतीच वाटते – संप, तोडफोड, आग लावणे, चोऱ्या, खून, दरोडे, मारामाऱ्या, बॉम्बस्फोट अशी संहारक घटनांची यादी आणि चित्रे याचेच दर्शन या माध्यमांतून होते. या सर्व अतिरेकी वृत्तींच्या पार्श्वभूमीवर जगातील सर्वांत विषारी प्राणी कोण? याचे उत्तर इतर कोणताही प्राणी नसून, 'मनुष्यप्राणी' असेच येईल.

दहा रुपये दिले नाहीत, म्हणून आजीच्या पोटात चाकू खुपसणारा नातू... इस्टेटीसाठी झुंजणारे भाऊ-भाऊ... काका-मामा, नवरा-बायको, बाप-लेक ही नाती जिवापाड जपण्याऐवजी जिवावर उठण्याचे कुकर्म मनुष्य सोडून दुसरा कुठलाही प्राणी करत नाही, हे त्रिवार सत्य आहे.

आपली ही 'प्रगती' आणि बुद्धिमत्तेची 'प्रगल्भता' आपल्याला कुठे घेऊन जात आहे, याचा साधा अंदाजही करता येत नाही.

भारतीय संस्कृती

भारतीय संस्कृतीचा डंका आपण शतकानुशतके पिटतो. पाश्चात्त्य लोकही त्याचे तोंडभरून कौतुक करीत असतात. पण आज ही परिस्थिती आहे का, सिंहावलोकन करण्याची वेळ आली आहे की आता उशीर झाला आहे. असा मला संभ्रम पडतो.

एकत्र कुटुंबपद्धती ही किती कौतुकास्पद गोष्ट होती. कुटुंबनियोजनाची माहिती आणि प्रसार होण्यापूर्वी पहिली २-३ अपत्ये आईला सांभाळावी लागत; नंतरच्या अपत्यांचा बराच भार मोठ्या भावंडांवर असे. भावंडांतही उदंड प्रेम निर्माण होत असे. सर्व गोष्टी वाटून घ्याव्यात, हे शिकवण्याची गरज पडत नसे. आज हीच गोष्ट आवर्जून शिकवावी लागते. मुले एकटी-दुकटी असतात म्हणून, त्यांचे हवे-नको ते हट्ट पुरविले जातात. परिणामी, जेव्हा काहीही कारणाने नकाराला सामोरे जावे लागते तेव्हा त्यांच्यात नैराश्य तरी येते किंवा कुठल्याही बऱ्या-वाईट मार्गाने ईप्सित साध्य करण्याकडे त्यांचा कल निर्माण होतो. चांगल्या घरची मुले दोनचाकी, चारचाकी वाहनांच्या चोऱ्या करताना सापडल्याच्या बातम्या वरचेवर वाचायला मिळतात, हे याचेच द्योतक नाही का?

संसाराचा गाडा यशस्वीरीत्या ओढण्यासाठी पुरुष अर्थार्जनात गुंतलेले असताना घरात आई, आजी मुलांच्या संगोपनाची पूर्ण जबाबदारी घेण्यात व्यस्त असत. घरी हवे नको ते पाहण्यात, भोजनाची उत्तम सोय करण्यात, स्वच्छता राखण्यात त्या गुंतलेल्या असत. त्यामुळे मुलांच्या तब्येतीही चांगल्या राहत, सुसंस्कारित पिढी घडवली जात असे. आज 'हम दो, हमारा एक या दो,' यामध्ये भर म्हणून पती-पत्नी दोघेही अहमहमिकेने अर्थार्जनात भाग घेत असल्याने; घराबाहेर – मुले पाळणाघरात किंवा अशिक्षित घरकाम करणाऱ्या बायकांच्या दयेवर आणि मर्जीवर वाढत असतात. भरपूर पैसे मोजून त्या कामवाल्या बायकांची मर्जी सांभाळणे, ही आई-वडिलांची कसरत असते. लहान बाळ का रडते आहे किंवा आईच्याने जेव्हा गप्प होत नाही, तेव्हा काही वेळा का होईना, त्याला गप्प करण्यासाठी त्या आयाकडे देण्याचा प्रसंग येतो. मातृत्वाचा पराभव करणारा असा एखादा प्रसंग पाहिला तरी मन सुन्न होते. केवळ याच कल्पनेने मी लग्नाच्या वेळी डॉक्टर मुलगी न पाहण्याचा विचार केला होता आणि अमलात आणला. कुटुंबाच्या गरजा पुरविण्यास घरात एक समर्थ डॉक्टर असला पाहिजे, ही यामागची माझी वैयक्तिक भूमिका होती. त्याचा मला आणि आमच्या कुटुंबाला शंभर टक्के फायदा झाला आहे. याबाबत प्रत्येकाने

आपापल्या कौटुंबिक परिस्थितीनुरूप निर्णय घ्यावा.

दुर्दैवाने एखादी स्त्री अकाली विधवा झाली, तर त्या एकत्र कुटुंबात इतर मंडळीमुळे तिच्यावर उपासमारीची किंवा एकटेपणाची वेळ येत नसे. आश्रित असल्याची विषादात्मक भावना असेल थोडी; पण....

पूर्वीच्या कुटुंबपद्धतीत पुरुषाने अर्थार्जन आणि स्त्रीने गृहिणी या भूमिका खुशीने पार पाडल्या. यामध्ये पुरुषांचा थोडाफार वरचष्मा असे. त्याचे चटके गृहिणीला सहन करावे लागत. सर्वसाधारपणे स्त्रिया या नेहमीच जास्त सोशिक आणि विचारी होत्या. पुरुषांचे अत्याचारही सहन करीत असत. पण शिक्षणाचा फायदा झाला तशी ती आर्थिकदृष्ट्या स्वयंनिर्भर झाल्याचे फायदे झाले, तसा एक तोटाही झाला. 'अरे' ला 'कारे' करण्याचे धाडस आणि वृत्ती वाढली.

यात स्त्रीचा स्वाभिमान संरक्षित झाला, पण पतीवरच्या परावलंबित्वाला शह बसल्याने हल्ली किरकोळ कारणांवरून घटस्फोटापर्यंत ती पोचली. यामुळे मुलांची तर परवड होतेच, पण विभक्त झालेल्या नवरा-बायकोतही पुष्कळ मानसिक व्यथा निर्माण झाल्याशिवाय राहत नाही.

कुटुंबव्यवस्थेखेरीज भारतीय संस्कृतीत– 'मातृ देवो भव, पितृ देवो भव, आचार्य देवो भव, अतिथी देवो भव' वगैरे गोष्टीही इतिहासजमा होऊ लागल्या आहेत, हे विषादाने मान्य करावे लागेल. पाहुणचाराचा भाग म्हणून आपल्याकडे पाण्यापासून सुरुवात करून चहा, नाश्ता, जेवण असा क्रम असे. आता मात्र 'ड्रिंक घेणार'ची बऱ्यापैकी प्रगती (?) झाली आहे. यामध्ये आपण पाश्चात्य लोकांनाही मागे टाकले आहे. पाश्चात्य देशात थंडीमुळे, रात्रीच्या वेळी अशी पेये घेण्याचा प्रघात किंवा काहीशी गरज. पण आपल्याकडे हल्ली अगदी उष्णकटिबंधातील प्रदेशातसुद्धा अशा मदिराप्राशनाची फॅशन आहे. त्याला काळवेळेचेही बंधन नाही. न पिणारे लोक मागासलेले समजले जाऊ लागले आहेत.

बालपणी नवे कपडे, गोडाचे पदार्थ किंवा फटाके म्हणजे खूप मोठी पर्वणी असे. नवे कपडे वर्षातून एखाद वेळेस घेतले जात. ते दिवाळी किंवा जवळच्या नातेवाइकांच्या लग्नात. तसेच गोड पदार्थ खाण्याचा योग एकतर लग्नप्रसंगी किंवा सणासुदीला. तोदेखील शिऱ्यापासून... खीर ते पुरणपोळी इतकाच मर्यादित. फक्त दिवाळीत मात्र चैन असे. शंकरपाळी, अनारसे, करंज्या, लाडू इत्यादी मिष्टान्ने; तर शेव, चकली इत्यादी चमचमीत पदार्थ चक्क पाच-सहा दिवस रोज काही ना काही मिळे. त्यामुळे दिवाळीची वाट आम्ही अतिशय आतुरतेने पाहत असू. फटाके ही गोष्ट... 'सोने पे सुहागा.'

पण आजकाल मिष्टान्ने, फटाके आणि नवीन कपडे हे अगदी सहज रोजच्या व्यवहारात प्रत्येकास उपलब्ध झाल्याने दिवाळीचे अनन्यसाधारण महत्त्व खूप कमी

झाले आहे. 'राजाला दिवाळी माहीतच नाही', म्हणायला हरकत नाही.

आपल्या संस्कृतीचा आणखी एक भाग म्हणजे उत्सवप्रियता! कुठलाही उत्सव खूप जोमाने साजरा केला जातो. गणेशोत्सव, नवरात्र उत्सव, शिवजयंती, आंबेडकर जयंती, महावीर जयंती, बुद्धजयंती किंवा शीख अथवा ख्रिश्चन सण असोत; आणखी बरेच यामध्ये भर न घातलेले. बहुसंख्य लोकांना उत्सवाचा मूळ हेतू माहीत नसतो; धार्मिक पूर्वपीठिकासुद्धा माहीत नसतात.

या मानाने पाश्चात्त्य देशांत जे भारतीय स्थायिक झाले आहेत, ते मोठ्या संख्येने उत्सवामागची धार्मिक भावना आचार-विचार अजून तरी जपताना आढळतात. थोडक्यात म्हणजे, भारतीय संस्कृतीची जोपासना परदेशस्थ भारतीय करताना दिसतात आणि भारतात त्याचे ढासळते पर्यवसानच पाहायला मिळते.

श्रद्धा-अंधश्रद्धा

मनुष्य जन्माला येतो तेव्हा कुठल्या मातेच्या पोटी, कुठल्या घरात, कुठल्या गावात, कुठल्या देशात, किती अक्षांश-रेखांशावर जन्म घ्यायचा, हे त्याच्या हातात नसतं किंवा तो जन्मत:च कुठलं 'लेबल' घेऊन येत नाही; पण आपला समाज त्याला ही लेबलं चिकटवण्याचं काम लगेचच आणि अगदी व्यवस्थित पार पाडतो. एखादं मूल गर्भश्रीमंत घरात जन्माला येतं, तर एखादं दरिद्रीनारायणाच्या घरी. याला ते मूल जबाबदार नसतं; पण दुर्दैवानं हा अन्याय दूर करण्याचा उपायही नसतो. काही अभागी जीवांचे जन्मदातेच त्यांचा त्याग करतात. मग असे जीव रस्त्यावर, कचऱ्याच्या कोंडाळ्यात किंवा उकिरड्यातच आपली अल्प जीवनयात्रा संपवतात. ज्यांच्या नशिबाची दोरी चिवट असते, त्यांच्या नशिबी एखाद्या अनाथालयातला आश्रय येतो आणि त्याला आश्रय देणारेच लोक त्याला धार्मिक किंवा इतर लेबलं लावायचं काम करतात. आपण सगळीच माणसं आहोत, मनुष्यधर्म हाच आपला धर्म आहे; असं असताना आपण सगळे गुण्यागोविंदानं का नांदू शकत नाही? जात, धर्म असल्या वर्गवारीमुळे (अ) धर्मयुद्धे का व्हावीत? हे सारं अनाकलनीय आहे, माझ्या मनाला याबद्दल सतत एक खंत वाटत राहाते. आणि मग ती अशापद्धतीने व्यक्त होते –

ज्ञाती, जाती नसे धर्म,

सारे मानवाचे कर्म;

पक्षी, वारा, प्रकाश वा मेघ

ना मज्जाव कुणाचा, ना बंध;

गिरी, दऱ्या, सीमा – तुजला,

रे मानवा, त्वा खेळ मांडला.

पण यावर काहीच उपाय होताना दिसत नाही याचं दुःख वाटतं. पिढ्यान्पिढ्यांचे,

शतकानुशतकांचे हे संस्कार आपल्याला 'सुधारू' देत नाहीत, असंच म्हणावं लागेल.

माझा जन्म जैन कुटुंबात झाला. अर्थातच मला ते 'लेबल' लागलं. मग घरातल्या वडिलधाऱ्या मंडळींनी सांगितल्याप्रमाणं देवपूजा करणं, मंदिरात जाणं, हे ओघानं आलंच. मला पूजा करताना म्हणायचे मंत्र पाठ, अगदी तोंडपाठ असत; पण अर्थ मात्र कशाचाही कळत नसे. पिढ्यान्पिढ्या देवाची पूजा करणाऱ्या बऱ्याच पुजाऱ्यांनाही या मंत्रांचे अर्थ माहीत नसतात.

दररोज सकाळी नित्यकर्म म्हणून देवपूजा करणारे लोक सर्वच जातिधर्मांत पाहायला मिळतात. सकाळचा बराच वेळ पूजेसाठी खर्च करून, त्यानंतर गावातल्या शक्य तितक्या मंदिरांतल्या देवांना नमस्कार करायला जाणारे लोक बाकी दिवसभर इतर माणसांची पिळवणूक करताना, खोटं बोलताना, दुराचार करताना दिसतात; तेव्हा मन व्यथित होतं.

माणसं मोठ्या भक्तिभावानं तीर्थयात्रेला जातात. कधी कधी या यात्रेदरम्यान एखाद्याचा अपघाती मृत्यू होतो. अशा वेळी 'काय पुण्यात्मा आहे बघा – देवाच्या दारात मरण आलं,' असं म्हटलं जातं. समजा, मरण न येता 'बोटांवर निभावलं' तर 'देवाची कृपा! जिवावर बेतलं होतं, पण त्यानंच वाचवलं' असं मानलं जातं. या श्रद्धेला काय म्हणावं, ते मला कळत नाही!

मी बारा वर्षांचा होतो, तेव्हाची गोष्ट आहे. मी एकदा प्रवचनाला गेलो होतो. प्रवचन झाल्यावर मी महाराजांना विचारलं,

"महाराज, मी मांसाहार करत नाही. पण जर वनस्पतींनाही जीव आहे, तर त्यांचं बीज म्हणजे अंडे; मग ते तुम्ही खात नाही का?"

सत्य, अहिंसा, भूतदया या गोष्टी आचरणात आणाव्यात, राग-लोभ यांचा त्याग करावा, ही तत्त्वं वाईट असूच शकत नाहीत; पण तरीही माझ्या मनात या शंकेचा भुंगा मात्र भुणभुणत होता.

माझ्या या प्रश्नानं त्या महाराजांचा पारा चढला. क्रोधावर विजय वगैरे तत्त्वाचा त्यांना विसर पडला. मग काही वेळानं ते शांत झाले आणि त्यांनी एकेंद्रिय जीव, पंचेंद्रिय जीव वगैरे सांगून माझं शंकानिरसन करण्याचा प्रयत्न केला. मला ते काही पटलं नव्हतं! मला अजूनही वाटतं, प्राण तो प्राण! मनुष्य, प्राणी, वनस्पती सगळ्यांचा प्राण सारखाच असायला हवा. आणि ईश्वराला जर त्याची सगळी लेकरं सारखीच असली, तर त्यातल्या एका लेकराच्या हत्येनं दुसऱ्या लेकराचं पोट भरण्यापेक्षा दुसरा चांगला मार्ग त्याला सुचायला हवा होता!

या प्रसंगापासून माझा देव आणि धर्म या गोष्टींवरचा उरला-सुरला विश्वासही उडाला. शाळेत असताना केशवसुतांची 'स्फूर्ती' कविता अभ्यासात होती. त्यात एक ओळ आहे – 'देवदानवा नरे निर्मिले...' म्हणजे माणसानंच देव, दानव, जात-पात,

धर्म या संकल्पना निर्माण केल्या आहेत. मला हाच विचार योग्य वाटला. संकटाच्या वेळी आई आठवते किंवा आपण देवाचा धावा करतो. अगदी माझ्यासारखा नास्तिक माणूसही तेच करतो; पण याला जन्मापासून आपली तयार केली जाणारी मानसिकता हेच कारण असावं, असं मला वाटतं.

देव या संकल्पनेखालोखाल आपल्या भारतीयांचा विश्वास असतो तो पत्रिका, ज्योतिष, भूत-पिशाच यावर!

एकदा सुप्रसिद्ध खगोलशास्त्रज्ञ डॉ. गोविंदस्वरूप काही कामानिमित्त माझ्या घरी आले होते. त्या वेळी मी त्यांना सहज विचारलं, ''ग्रह, नक्षत्र, तारे यांचा मानवी जीवनावर कितपत प्रभाव पडतो?''

त्यावर ते म्हणाले, ''निष्पाप आहेत बिचारे! आपणच त्यांना नावं ठेवून त्रास देत असतो. कित्येक ग्रह-ताऱ्यांचा शोध आत्ता लागला आहे आणि अजूनही कितीतरी गोष्टींबद्दल आपण अनभिज्ञ आहोत.''

नामवंत खगोलशास्त्रज्ञ डॉ. जयंत नारळीकर यांनीही एका समारंभात या संदर्भात असंच मत व्यक्त केलेलं मी ऐकलं होतं.

ग्रह-तारे माणसाच्या आयुष्यावर वेगवेगळे परिणाम करत नाहीत, ते स्वत:च्या 'चालीनं' चालले आहेत, ते माणसाच्या फंदात पडत नाहीत, असं मानलं तर ज्योतिष-पत्रिका हे विषय मोडीत निघतात. पण अजूनही आपल्याकडं पत्रिकेचा कीस पाडून, ती जुळल्याशिवाय लग्नं जुळत नाहीत. पत्रिका नीट जुळतीय याची खात्री करून घेऊन केलेली आणि पुढं घटस्फोटाच्या उंबरठ्यावर पोहोचलेली लग्नंही आपण पाहतो; तरीही पत्रिकेचा आग्रह असतोच! तसंच कुठल्याही शुभकार्यासाठी, खरेदी वा शुभारंभासाठी आपण हटकून 'मुहूर्त' पाहतो. आपण महाराष्ट्रात इतरवेळी अमावास्या हा अशुभ दिवस मानतो; पण दिवाळीतली अमावास्या मात्र चांगली मानतो. तिकडे दक्षिण भारतात अमावास्या हा सगळ्यात चांगला मुहूर्त मानतात. आपण भारतीय प्रत्येक गोष्टीत मुहूर्त पाहतो, ज्योतिषाचा आधार घेतो, पत्रिका कोळून पितो; तरीही आपण मुहूर्त न पाहणाऱ्या पाश्चात्त्य देशांच्या मागं का पडतो, हे मला न उलगडणारं कोडं आहे.

मी लहानपणी भुताच्या बऱ्याच गोष्टी ऐकल्या होत्या. परोपकारी भुतांपासून ते मानगुटीवर बसून त्रास देणाऱ्या भुतांच्या करामतींपर्यंत बरंच काही ऐकल्यामुळे मला भूत पाहण्याची जबरदस्त इच्छा होती.

सोलापूरला आमच्या चाळीसमोरच्या विहिरीत एका सफाई कामगारानं जीव दिला होता. त्याचं फुगून वर आलेलं प्रेत मी पाहिलं होतं. मग त्याचं भूत झाल्याची

वदंता सगळीकडं पसरली होती. असंच एकदा आम्ही लपाछपीचा खेळ खेळत असताना मी विहिरीजवळ लपलो होतो. रात्रीचे नऊ-साडेनऊ वाजले होते. मी पकडला जाणार, असं वाटल्याक्षणी मी चक्क विहिरीत उडी मारली. विहिरीत भूत आहे (!) हे माहीत असल्यामुळे सगळ्या मुलांनी घाबरून धूम ठोकली आणि माझा हा पराक्रम माझ्या घरी जाऊन सांगितला. परिणामी, मला खरपूस मार मिळाला होता... बहुधा भुताचीच 'कृपा' असावी!

सोलापूरच्या किल्ल्यात भूत असतं, हेही ऐकून होतो. त्यामुळे तिथं फेरी मारून आलो, पण भूत काही भेटलं नाही. मग मला समजलं की, भुतं अमावस्येला दिसतात. अमावस्येला स्मशानात तरी भुताची भेट नक्की होईल, अशी माहिती मिळाल्यावरून आमच्या गावी – सोनारीला स्मशानाकडं निघालो. त्या वेळी मी तेरा वर्षांचा होतो. स्मशानाजवळ पोहोचणार तितक्यात मागून चटाकऽ चटाकऽ आवाज येत असल्याचं लक्षात आलं, म्हणून थांबून मागं वळून पाहिलं... तर कुणीच दिसलं नाही आणि तो आवाजही बंद झाला होता. मी पुन्हा चालू लागलो. पुन्हा आवाज येऊ लागला. म्हणून मी पुन्हा थांबलो... असं दोन-तीनदा झाल्यावर लक्षात आलं की, तो आवाज माझ्याच पायातल्या चपलांचा होता; त्यामुळे मी थांबलो की तो आवाजही थांबत होता! त्या दिवशी भुताचं दर्शन काही झालं नाही आणि त्यानंतर आजतागायत नाही. ऐकीव कहाण्यांतून भुताचं जे चित्र मनात होतं, त्या रूपातलं भूत प्रत्यक्ष कधी भेटलं नाही; पण त्यापेक्षाही भयंकर करणीच्या माणसांची भेट मात्र अनेकदा घडली!

श्रद्धा-अंधश्रद्धा हा सगळा वैयक्तिक पातळीवरचा विषय असला तरी मला यामध्ये एक गोष्ट महत्त्वाची वाटते – ती म्हणजे, आपल्या कर्तव्याविषयी श्रद्धा बाळगणं आणि आपली जबाबदारी नेमकेपणानं पार पाडणं.

शेवटी एकच सांगावेसे वाटते, 'रे मानवा, या सर्व निसर्गदत्त देणग्यांचा सदुपयोग करून घेणे सर्वस्वी तुझ्यावरच अवलंबून आहे. त्याद्वारे वसुंधरेचा विकास करणे, विनाश टाळणे, हे तुझे आद्यकर्तव्य आहे. पुनर्जन्माच्या कल्पनांबद्दल वाद न घालता या मिळालेल्या मानवजन्माचा सदुपयोग करावा. प्रेम वाटावे – वाढवावे आणि गुण्यागोविंदाने जगावे आणि जगू द्यावे, असा सुविचार करता येईल काय?

पुढच्या पिढीसाठी काही आदर्श ठेवता येईल काय?'

२२.

स्मृती 'सर्जन'शीलतेच्या...

नातेवाईक असोत की मित्र – मी व्यवहारी, प्रेमळ नसलेली वा प्रेमळ न वाटणारी, थोडक्यात कोरडा पाषाण अशी व्यक्ती आहे; असाच सर्वांचा समज आहे. मलाही या भावनांची जाणीव आहे आणि त्याची खंतही वाटते.

मी असा का झालो? याचा विचार मी करायला लागलो की, मला आठवतात ते बालपणीचे दिवस. सुरुवातीचे दिवस नक्कीच रम्य होते. पण उत्तरार्धातील ते दिवस, त्या दिवसांतल्या भावना, इच्छा सगळ्या करपून गेल्यामुळे, बऱ्याच अंशी मी कर्तव्यकठोर झालो असेन. मला आलेल्या वेगवेगळ्या अनुभवांतूनही माझा स्वभाव असा घडला असावा!

पाहुणचार!

आमचे सोनारी गाव म्हणजे, परांडा तालुक्यातील एक छोटेखानी खेडं. दोन हजार वस्तीचे गाव. माणसांपेक्षा माकडांची संख्या जास्त. भैरोबाचे जागृत देवस्थान म्हणून प्रसिद्ध होतं. दर वर्षी चैत्र महिन्यात मोठी जत्रा भरायची. काकांचे किराणा-मालाचे दुकान त्या काळात जोरात चालत होते. मलाही त्या काळात रेवड्या, गोडी शेव खाण्यास मिळे. त्याबरोबर कधी कधी फुगा, पिपाण्या अशीही चैन अनुभवायला मिळे.

एकदा सुट्टी लागल्यावर मी आणि वडील सोनारीस निघालो होतो. सोलापूर-बार्शी-परांडा असा बराच लांबचा प्रवास आणि नंतर सहा कोस (बारा मैल) चालावे लागे. त्या दिवशी परांड्यास पोचण्यास अंधार झाला, त्यामुळे रात्री तिथेच ओळखीच्या जीवराज शहा यांच्याकडे वडिलांनी थांबायचे ठरवले.

सकाळी अंघोळ करून पदयात्रेस प्रारंभ करण्याचे ठरले. मी न्हाणीघरात अंघोळीसाठी गेलो अन् कडी लावतो, तोच दारावर थाप पडली. मी दरवाजा उघडला. समोर घराच्या मालकीणबाई सौ. जीवराज उभ्या होत्या. त्या एकदम कडाडल्या, "ए

पोरा, बाहेर हो, मला अंघोळ करायचीय.''

मी मुकाट्याने बाहेर आलो आणि नंतर गावी जाऊन अंघोळ केली. एकतर मी जीवराजकाकांना विचारून अंघोळीला गेलो होतो. त्यातून बाईंना माझ्याआधी अंघोळ करण्याचा पूर्ण अधिकारही मी मान्य करतो. पण ज्या पद्धतीने त्या वागल्या, ते 'अतिथी देवो भव' असे म्हणवणाऱ्या आपल्या संस्कृतीला शोभणारे नव्हते, असे मला वाटते.

ते जळजळीत वाक्य अजूनही माझ्या मनात घर करून बसले आहे. मी मुलांना हा किस्सा सांगितला. पाहुण्यांशी वा सर्वसामान्य लोकांशी, विशेषत: ज्यांची आर्थिक परिस्थिती बेताचीच आहे, त्यांचे आदरातिथ्यही प्रेमाने करावे म्हणून बजावले.

आपल्या जीवनात रोजच काही बारीक-सारीक प्रसंग घडत असतात. आपण ते कधी-कधी विसरूनही जातो. पण कितीतरी वेळा त्यातून काही लक्षात ठेवण्यासारखं, शिकण्यासारखं असतं.

आठवीत असताना एकदा मला बहिणीच्या सासरी – खंडाळी या छोट्या गावी जायचे होते. सायंकाळी सहाला शेवटची बस होती, ती चुकली. काम न करता परत जाणे मला पसंत नव्हते. गावी तर जायचे होतेच. मग मी दुसऱ्या गाडीची चौकशी केली असता कळले की, सायंकाळी सातला मद्रास-मुंबई मेल आहे. त्या गाडीने मी कुर्डुवाडीला उतरलो. तिथून पंढरपूर गाडीने आष्टी स्टेशनवर उतरून ३-४ कि.मी. चालण्याचा पर्याय स्वीकारला.

आष्टी स्टेशनवर रात्री एकच्या सुमारास गाडी थांबली. माझ्या शेजारी बसलेले एक वयस्कर गृहस्थ म्हणाले, ''अरे बाळ, एवढ्या रात्री एकटा कुठे जाणार? रस्ता माहीत आहे का?'' मी म्हटलं, ''नाही माहिती.'' तेव्हा ते म्हणाले, ''मग चल पुढच्या स्टेशनवर माझ्याबरोबर मोडलिंबला उतर, रात्री आमच्याकडे राहा आणि सकाळी उठून खंडाळीस जा.'' पडत्या फळाची आज्ञा मानून, मी निमूटपणे त्यांचे ऐकले. दुसऱ्या दिवशी बहिणीकडे पोचलो.

एखाद्या कामाला निघाल्यावर, काम न करता परत येणे मला पसंत नसे. त्यामुळे मला एवढा प्रपंच करावा लागला, हे कायम लक्षात ठेवून कधीही शेवटच्या बसपर्यंत थांबायचे नाही, हे ठरवले.

मी एका शिक्षकाचा मुलगा. त्यामुळे मला शिक्षकांच्या घरच्या अडचणींची कल्पना होती. अर्थात तशा अडचणी प्रत्येक शिक्षकाच्या असतीलच, असे मुळीच नाही; पण या भावनेपेक्षाही शिक्षकांबद्दल वाटणाऱ्या आदरापोटी, मी एक निर्णय जाहीर केला होता.

माझी मुले मॉडर्न हायस्कूलमध्ये शिकत असताना, मी पालक-शिक्षक संघाचा अध्यक्ष होतो. शाळेतल्या शिक्षकांना मी सांगितलं, 'कधी कोणी आजारी पडल्यास

त्या शिक्षकाने फक्त औषधाचा खर्च करावा. ऑपरेशन, हॉस्पिटल यासाठी कोणत्याही प्रकारची फी आकारली जाणार नाही. या सर्व सुविधा मोफत उपलब्ध होतील.'

अशाच आशयाचं पत्र मी स्वातंत्र्यसैनिक श्री. म.तु. कुलकर्णी यांनाही ते स्वातंत्र्यसैनिक संघटनेचे पदाधिकारी असताना पाठविलं होतं. माझ्या या योजनेचा बऱ्याच जणांनी लाभ घेतल्याने, मला नेहमीच समाधान लाभले.

असाच समाधान देणारा आणखी एक प्रसंग मला आठवतोय. १९५७साली फर्ग्युसन कॉलेजमध्ये शिकत होतो तेव्हाचा....

फिजिक्सचे प्रयोग करून झाले की, नंतर जर्नलवर त्या वेळी हजर असलेल्या डेमॉन्स्ट्रेटरची स्वाक्षरी घ्यावी लागे. माझा प्रयोग संपवून मी मांडके सरांची स्वाक्षरी घेण्यास गेलो. त्या वेळी मी काय बोललो, हे माझ्या लक्षात आले नाही. पण सर कडाडले, ''असे उर्मटासारखे काय बोलता?''

मी सुन्न झालो. सरांशी उर्मटपणे बोलण्यासारखे माझ्याकडे काहीच नव्हते. ना ज्ञान, ना आर्थिक बळ! मी एकदम काकुळतीने सरांना म्हणालो, ''सर, मी असं काही वागलो-बोललो तर माझंच नुकसान होणार आणि माझा उद्देश तरी तसा नाही. पण मी बोलण्यात चुकलो असेन, तर कृपया मला क्षमा करा.'' आणि सरांनी तसे केलीही.

पुढे मी डॉक्टर झाल्यावर, १९६६-६७ या काळात लोकमान्यनगरमध्ये सर माझ्याकडे उपचारासाठी येत होते, म्हणजे हा प्रसंग ते निश्चितच विसरून गेले होते. पण माझ्या ते अजूनही लक्षात आहे.

मी लहानपणी डॉक्टर होण्याचं बघितलेलं स्वप्न अशा घटनांनी 'वास्तव' रूपात आणलं.

झुणका-भाकर

मी १९७४-७५च्या दरम्यान, भारत टाईप फौंड्रीचे काका राजहंस आणि खडीवाले वैद्य यांच्या सहकार्याने माझ्या हॉस्पिटलजवळ औदुंबर आळीत श्रमिक लोकांसाठी छोटंसं झुणका-भाकर केंद्र सुरू केलं होतं. या लोकांना ताजं, गरम जेवण माफक दरात मिळण्याची सोय व्हावी, हा यामागचा हेतू होता.

या केंद्रासाठी आवश्यक ती भांडीकुंडी आणि स्वयंपाकासाठी लागणारं सगळं साहित्य आणलं. तिथं दोन बायका कामावर नेमल्या. चांगली मोठ्या आकाराची भाकरी आणि त्याला पुरेसं पिठलं किंवा एखादी उसळ वा भाजी – असं पोट भरण्याएवढं जेवण तिथं फक्त एका रुपयात उपलब्ध करून दिलं होतं. दोन-तीन वर्ष हे केंद्र सुरू होतं. नंतर हळूहळू लाभार्थी कमी झाल्यामुळे ते बंद केलं. पण हा एक अनुभव गाठीशी जमला आणि त्याचबरोबर माणसंही जोडली गेली.

त्याच दरम्यान काका राजहंस यांच्या आईला माझ्या हॉस्पिटलमध्ये दाखल

करण्यात आले होते; पण वृद्धापकाळानं त्यांचं निधन झालं. त्यानंतर राजहंस माझ्याकडं आले, ''आई-वडिलांसाठी जे काही करायचं, ते मुलांनीच करायचं असतं... आईचं हॉस्पिटलचं बिल किती झालंय, सांगता का?''

मी त्यांना म्हटलं, ''तुम्ही आत्ता जे बोललात, त्यातच माझं उत्तर आहे. तेव्हा मी बिलाचे पैसे घेण्याचा प्रश्नच येत नाही. मुलाचं कर्तव्य मलाही करू द्या.''

पूर्वसीमा विकास प्रतिष्ठान – भारतीय एकात्मतेची चळवळ

ही १९८५ची गोष्ट आहे. काका राजहंस यांच्याबरोबर भय्याजी काणे हे माझ्या हॉस्पिटलमध्ये आले. उदार मनाचे भय्याजी राष्ट्रीय स्वयंसेवक संघाचे कार्यकर्ते होते. त्यांनी एक वेगळंच कार्य हाती घेतलं होतं – विद्यार्थ्यांच्या मनात अखंड भारताच्या एकात्मतेची भावना निर्माण करणे. तसेच पूर्वांचलमधल्या विद्यार्थ्यांना महाराष्ट्रात आणून, त्यांच्या शिक्षणाची जबाबदारी व्रतस्थपणे पार पाडणे.

नागालँड, मणिपूर या सर्व सीमावर्ती भागातील विद्यार्थी निवडून त्यांना शिक्षण देऊन, त्यांच्यावर संस्कार घडवून त्यांना भारताचे उत्तम नागरिक बनवण्याची ही उदात्त संकल्पना मला फार भावली. त्यांच्या या महान कार्यात मीही खारीचा वाटा उचलायचं ठरवून, त्यांच्या कार्याला थोडा हातभार लावला.

भय्याजींनी १९७४ पासून हे व्रत अंगीकारलं होतं. सुरुवातीला त्यांनी अशी १५ मुलं महाराष्ट्रात आणली होती. त्यानंतर ते दर वर्षी पूर्वांचलमध्ये जाऊन विद्यार्थ्यांना सोबत घेऊन येत असत. त्यांनी १९९३ पर्यंत अशी शेकडो मुलं इथं आणली होती.

ही मुलं ख्रिश्चन होती. अतिपूर्वांचल भागात भारतविरोधी वातावरणात ती राहत होती. भय्याजींनी या मुलांना संपूर्ण भारत दाखवला. त्यांच्यामधील संकुचित वृत्ती नाहीशी करून, विशाल मनं घडवणं हा भय्याजींचा उद्देश होता. या मुलांच्या मनात अखंड भारताचा नकाशा कोरला जाणं महत्त्वाचं होतं. त्यांनी या मुलांना येथील अनेक कुटुंबांमध्ये ठेवलं आणि त्यांच्या मनात भारताबद्दल प्रेम निर्माण केलं.

सुरुवातीला या विद्यार्थ्यांना म्हैसूर येथे वसतिगृहात ठेवलं होतं. कालांतरानं ही इमारत जुनी होऊन मोडकळीस आली. मग या बहात्तर मुलांना पुणे, सांगली, बेळगाव, धारवाड... येथील गावांमध्ये जिथं त्यांची सोय होईल तिथं पाठवलं गेलं. त्यामध्ये पुण्यात त्यांची सोय करण्याची जबाबदारी मी घेतली होती.

सुरुवातीला सदाशिव पेठेत १५-२० मुला-मुलींची सोय केली, पण नंतर त्या जागेसंदर्भात अडचण निर्माण झाल्यामुळे, मी त्यांची दुसरीकडं सोय करण्याचा प्रयत्न केला. त्या वेळी श्री. ए. डी. जोग या माझ्या वर्गमित्रानं मला मोलाची मदत केली. तो पोलीस खात्यातील वायरलेस विभागाचा डायरेक्टर होता. त्यानं पाषाण

रस्त्यावरील पोलीस वसाहतीतल्या ३-४ रिकाम्या खोल्या (बरॅक्स) उपलब्ध करून दिल्या, त्यामुळे या विद्यार्थ्यांच्या राहण्याचा प्रश्न सुटला. त्यांना लागणारी इतर आर्थिक मदत, शाळेत प्रवेश मिळवून देणं, या गोष्टी मी केल्या. ही मुलं साधारण वर्षभर त्या जागेत राहिली. त्यानंतर पोलीस खात्याला या जागेची निकड भासल्यानं, जागा रिकामी करावी लागली. मग मात्र या मुलांना नाशिकला पाठवण्यात आलं.

या मुलांपैकी अलुन हाओकिप, तोलाल आणि रिंगफामी हे हुशार आणि चुणचुणीत विद्यार्थी. पुण्यात १९८६ ते १९८८ या दरम्यान वास्तव्यास असणारी ही मुलं शिक्षण संपवून घरी गेल्यानंतरही पत्रानं काही काळ आमच्या संपर्कात होती. आता मात्र संपर्क उरला नाही. पण पूर्वांचलमध्ये हे सर्व जण भय्याजींचं कार्य हिरिरीनं पार पाडत आहेत. भय्याजींनी प्रा. देवराव पाटील आणि सौ. नीला पाटील यांच्या सहकार्यानं स्थापन केलेल्या 'पूर्वसीमा विकास प्रतिष्ठान'चं कार्य या विद्यार्थ्यांनी अजूनही सुरू ठेवलंय, हे विशेषच म्हणावं लागेल.

अविनाश धर्माधिकारी

सुधाकर पाटील याची बहीण आणि मेहुणे बापूसाहेब धर्माधिकारी कसब्यात राहत असत. ते वनविभागात स्टेनो होते. त्यांचा तिसरा मुलगा अविनाश हा अतिशय बंडखोर वृत्तीचा, पण हुशार. कसब्यात शोभणारा मुलगा. लहानपणी माझ्या अंगाखांद्यांवर खेळला. त्याच्या गुंडपणाची पावती म्हणून त्याला मी 'सर्वनाश कर्माधिकारी' म्हणत असे. आजही त्याला त्याची आठवण आहे.

पुढे अविनाश अभ्यासात आणि इतर एक्स्ट्राकरिक्युलर ॲक्टिव्हिटीजमध्ये चमकला. या सर्वांवर कळस म्हणून १९८६मध्ये तो I.A.S. झाला. तो I.A.S. झाल्यानंतर नोकरीत रुजू होण्यापूर्वी त्याला सपत्नीक आमच्या घरी जेवणास बोलावले होते. तेव्हा मी आणि सौ. त्याला म्हणालो, ''अव्या, तुझा पिंड पाहता तुला सरकारी नोकरी आणि सरकारला तू मानवणार नाहीस, असे वाटते.''

अविनाश उत्तरला, ''आपली मूल्ये जपत होईल तेवढे करू, नाहीतर सोडून देऊ.''

दहा वर्षे सरकारी यंत्रणेबरोबर झगडून अखेर आपण यामध्ये 'अनफिट' आहोत, हे लक्षात येऊन १९९६ला त्याने सरकारी नोकरीला रामराम ठोकला. नंतर चाणक्य मंडळाच्या माध्यमातून MPSC, IAS करणाऱ्या विद्यार्थ्यांना मार्गदर्शक संस्था दिमाखात आणि यशस्वीपणे उभी केली.

लहानपणापासून... आजतागायत कुठलाही मेडिकल प्रॉब्लेम आला तरी तो हक्काने अनिलमामाकडे (माझ्याकडे) येतो.

विकास आमटे

बाबा आमटेंच्या आनंदवनातील कार्याची माहिती आधीपासूनच होती. त्यातच डॉ. विकास आमटे यांच्यावरील 'विकास आनंदवनाचा' (ले. चित्रलेखा पुरंदरे) हे पुस्तक वाचनात आले. आणि आनंदवन पाहणं, आमटे मंडळींना भेटणं हा विचार मनात पक्का झाला. आश्चर्य म्हणजे २२ डिसेंबर २००९ला अचानक तसा योगही जुळून आला.

पुण्याला डॉ. लोढा यांच्या घरी डॉ. विकास आमटे भोजनासाठी येणार असल्याचं समजलं, तिथं त्यांची भेट घेण्याचं ठरवून गेलो. त्यांचा परिचय झाला आणि आम्ही जुने मित्र असल्यासारख्या गप्पाही मारल्या. विकास खूप तळमळीनं बोलत होते. त्यांचं उमदं व्यक्तिमत्त्व, बहुश्रुतता, बाबांबद्दलचा आदर, कार्याप्रति निष्ठा, कुष्ठरोगी आणि अपंगांसाठी मनापासून असणारी कळकळ पाहून, मी भारावून गेलो होतो.

गप्पांच्या ओघात कळलं की, आनंदवनात वर्षातून एकदा नेत्रयज्ञ (आय कॅम्प) होतो. त्यातल्या अडचणीही समजल्या. त्या वेळच्या एका शिबिरात मोतीबिंदूच्या पेशंटची संख्या दहा हजारांवर गेली होती. त्यांची तपासणी, उपचार, शस्त्रक्रिया, त्यांच्यासोबत आलेले आप्त आणि कर्मचारी या सगळ्यांची जेवणाची-राहण्याची सोय करणं फार कठीण होऊन बसलं होतं, असंही डॉ. विकास आमटेंच्या बोलण्यातून कळलं. त्यातच त्या प्रदेशात पाऊस अगदी कमी होत असल्यामुळे पाण्याची समस्या असते, हेही जाणवलं.

मुंबई येथील नेत्रतज्ज्ञ पद्मश्री डॉ. लहाने त्यांच्या सहकाऱ्यांसोबत या ठिकाणी वर्षातून एकदाच शिबिर घेऊ शकत असत. 'लहानूबाबांवर' (बाबा आमटेंनी ठेवलेलं नाव) त्या भागातील पेशंटची नितांत श्रद्धा असल्यामुळे ते एवढ्या मोठ्या प्रमाणात शिबिराला येत असत. त्यामुळे प्रशासनावर प्रचंड ताण येत असे. त्यातच आलेल्या पेशंटमधून कुणाला वगळायचं, हा यक्ष प्रश्न असायचा.

"अरे बाबा, तुला एका डोळ्यानं तरी दिसतंय; याला दोन्ही डोळ्यांत मोतीबिंदू आहे, त्याचं ऑपरेशन आधी करू दे,'' अशी विनवणी करून बऱ्याच पेशंटना परत पाठवावं लागायचं. आर्थिक अडचण असताना कुठून दुरून आलेल्या या पेशंटना रिक्षा-टॅक्सीवाले बऱ्याचदा अधिक भाडं घेऊन लुबाडताना दिसायचे. मग ऑपरेशन न करताच परतण्याची वेळ आल्यावर असे पेशंट हमरीतुमरीवर आले, तर त्यात आश्चर्य ते काय!

मला यातून एक मार्ग सुचला. तो म्हणजे, वर्षातून एकच शिबिर घेण्याऐवजी दर महिन्याला एक शिबिर घेणं आणि ज्या-ज्या भागातून पेशंट येतात, त्यांची भागवार विभागणी करून त्या-त्या भागातील शिबिराला त्या-त्या भागातले पेशंट

बोलावणं. मी ही कल्पना त्यांच्यापुढं मांडली आणि पुणे नेत्र प्रतिष्ठानचे डॉ. मधुसूदन झंवर, एच. व्ही. देसाई नेत्ररुग्णालयाचे वैद्यकीय संचालक डॉ. मदन देशपांडे आणि नारायणगाव तसेच आजूबाजूच्या ग्रामीण भागात अंधत्व निवारणाचं पुण्यकर्म करणाऱ्या टुसे रुग्णालयाचे डॉ. डोळे यांची डॉ. विकास आमटेंशी भेट घडवून आणली. लवकरच या सर्वांनी आनंदवनात जाऊन परिस्थितीची पाहणी करून, ही संकल्पना प्रत्यक्ष कृतीत उतरवण्याचा संकल्प केला.

सुवर्णसोहळा

औरंगाबादमधील सरकारी मेडिकल कॉलेजच्या हॉस्पिटलला 'घाटी हॉस्पिटल' असेही म्हटले जाते. ते पाणचक्कीजवळ आहे. कॉलेजचा मेडिसिन विभाग आणि वॉर्डच्या मागचा एक छोटा रस्ता ओलांडला की, चिंचेच्या एका विशाल वृक्षाच्या छायेत काही बाकडी मांडलेल्या एका टपरीत अतिशय लज्जतदार चहा मिळत असे – त्या टपरीचे नाव 'अझमत टी हाउस.' इथला चहा खरोखरीच खास होता. त्यामुळे मेडिकलचे सर्व विद्यार्थी आणि अध्यापक यांची येथे वर्दळ असे. दिवसा आणि अगदी रात्रीही इथला चहा घेऊन (रात्रीसाठी थर्मासमध्ये) खूप उत्साहाने अभ्यासाला सुरुवात होत असे.

अझमतमियाँ आणि त्यांचे टी हाउस, जणू या मेडिकल कॉलेजचे एक अविभाज्य अंग बनले होते. इतके की, 'तिथला चहा प्यायल्याशिवाय तिथून विद्यार्थी एम.बी.बी.एस. होतच नाही – असे आम्ही गमतीने म्हणत असू!'

तर, तो चहा पिऊन डॉक्टर झालेले आम्ही, कॉलेजच्या अॅडमिशनला पन्नास वर्षे झाली म्हणून एकत्र जमलो होतो. त्यानिमित्त २६ आणि २७ डिसेंबर २००९ला एक सोहळा आयोजित केला होता – 'सुवर्णसोहळा!' कार्यक्रम खूप व्यवस्थितरीत्या आखलेला होता. या वेळी स्मृतींना उजाळा देण्यात आम्ही सर्व जण खूप रंगून गेलो होतो.

सर्वांचे आज कोठे, कायपासून... कॉलेजच्या दिवसांतील गमतीजमतीपर्यंत... ते कोणी कशा जोड्या जमवल्यापर्यंत... गप्पा रंगल्या होत्या.

संध्याकाळी करमणुकीचे कार्यक्रम सादर करताना कोणी गाणी म्हटली, कोणी पेशंटबद्दलचे अनुभव कथन केले, तर कोणी शेरोशायरी सादर केली. त्या वेळी नाताळचे निमित्त साधून भेटी देणारा सान्ताक्लॉज व्हायला मला आवडलं होतं. या कार्यक्रमात डॉ. आर. बी. भागवत, डॉ. मारिया, डॉ. पाटील, डॉ. सावजी अशी त्या वेळची शिक्षकमंडळीही हजर होती.

दुसऱ्या दिवशी मेडिकल कॉलेजला भेट दिली, तेव्हा अर्थातच 'अझमत टी हाउस'मध्ये सगळ्यांनी चहा पिणं अपरिहार्यच होतं! आज अझमतमियाँ नाहीत, त्यांची टपरीही नाही; पण तिच्या जागी आता सिमेंट काँक्रीटचे हॉटेल आहे. अझमतमियाँचा

धाकटा भाऊ ते चालवतो. आम्ही खूप आग्रह करूनही त्यांनी आमचे साठ जणांच्या चहाचे पैसे घेण्यास विनम्रपणे आणि तेवढ्याच ठामपणे नकार दिला होता.

त्यानंतर आम्ही दौलताबाद किल्ल्याजवळील हिरण्य रिसॉर्टमध्ये हुरडा खायला गेलो होतो, नंतर जेवण घेतले आणि शेवटी जड अंत:करणाने एकमेकांचा निरोप घेतला. असा हा हृद्य समारंभ होता. जुन्या आठवणी माणसाला नवसंजीवन देतात, हे अधोरेखित करून तो अनुभव गाठीशी जमा झाला होता.

माझा स्वभाव

शिक्षणाने माणूस शहाणा आणि सुसंस्कृत होतो, असे सर्वसाधारण मत आहे. माझे मत थोडे वेगळे आहे.

मूर्खपणा, शहाणपणा, हुशारी हे स्थायिभाव उपजतच आहेत. शिक्षणाने यामध्ये थोडी वाढ होऊ शकते. पण मूर्ख अधिक मूर्ख, शहाणा अधिक शहाणा, क्रूर अधिक क्रूर होताना दिसतात. तेव्हा संस्कारांचा थोडा का होईना, पण अपप्रवृत्तींना आळा घालण्यासाठी फायदा होऊ शकतो असे वाटते.

माझा देवावर विश्वास नाही. कारण मी देव हा कधी पाहिलेला नाही. या सृष्टीला निर्माण करणारी एक शक्ती आहे, असे मी मानतो. हा प्रत्येकाच्या श्रद्धेचा भाग आहे. रामायण, महाभारत वाचले तरी राम, कृष्ण ही माणसे होती आणि त्यांना देवत्व प्राप्त झाले असे ऐकत गेलो. त्यांना पाहण्याचा योग तर आला नाही, पण मी ज्यांना पाहू शकलो ते महात्मा गांधी, नेल्सन मंडेला ही माझ्या दृष्टीने देवमाणसेच होती. स्वामी विवेकानंद, संत ज्ञानेश्वर या होऊन गेलेल्या विभूतींना मी देवमाणसेच मानतो.

माणूस म्हटला की त्याच्यात गुण-अवगुण दोन्ही आलेच. परंतु ज्याच्या अंगी गुणांचे प्राबल्य अधिक असते आणि ज्यांनी समाज, देश, जग किंवा मानवतेसाठी झीज सोसली, अद्वितीय कार्य केले, त्यांना मी देवमाणसाच्या रूपात पाहतो. त्यांच्यापुढे मनापासून नतमस्तक होतो.

शिडी

प्रत्येकाच्या आयुष्यात सुख-दु:खाचे, गर्वाचे अनेक प्रसंग येत असतात. यशाने गर्व होणे, तर अपयशाने निराश होणे, ही दैनंदिन जीवनातली नित्याचीच बाब आहे. दोन्ही प्रसंगी जर तारतम्य ठेवले, तर आयुष्याचा मार्ग सुकर होण्यास मदत होते.

माणसाने आपण शिडीच्या ज्या पायरीवर उभे आहोत, त्याचे भान ठेवले पाहिजे. गर्व वाटतो तेव्हा वर पाहावे, आपल्यापेक्षा सगळ्याच बाबतीत अनेक लोक वर आहेत, याची जाणीव होऊन आपण नतमस्तक व्हावे.

तर अपयशामुळे, दु:खामुळे नैराश्य आल्यास खाली पाहावे आणि आपल्यापेक्षा

दीनदुबळे-पीडित खूप आहेत, ते पाहून आपली परिस्थिती त्यांच्यापेक्षा पुष्कळ चांगली आहे, हे लक्षात घेऊन समाधान मानावे.

उन्हातून चालताना पाय पोळतात, तर चप्पल नाही म्हणून दैवास दोष देताना ज्याला पायच नाहीत अशाकडे पाहून, आपल्याला पाय दिल्याबद्दल दैवास धन्यवाद देणे ठीक नाही का?

अर्थात, स्वभावातल्या प्रत्येक बारकाव्याचा शोध घेणे अवघड आणि अशक्य आहे. पण तरीही स्वभाव ‘घडण्याची’ प्रक्रिया बालपणातच सुरू होते. काही वेळा जन्मजात स्वभाव असतो, असेही मानले जाते. पण स्वभावाची मुळे बालपणातच असतात, हे मात्र खरं! ‘एखाद्या झाडाला सुरेख आळं केलं, ते करताना मुळांना न दुखावता उकरलं, नित्यनेमानं आवश्यक तेवढंच खतपाणी घातलं, तीव्र उन्हा-पावसापासून त्याचं संरक्षण केलं; तर ते झाड रसरशीत, टवटवीत, फळांनी लगडलेलं का नाही दिसणार? मात्र, असं प्रत्येक झाडाच्या बाबतीत घडताना दिसत नाही. पण त्यातही एक गंमत दिसून येते. काहीच फांद्यांवर फळांचे घोस दिसतात आणि काही फांद्या अगदीच ‘निष्फळ’ असतात. असं का होत असावं? याबरोबरच याउलट होतानाही दिसतं.’

आमचं लग्न झालं, संसार सुरू झाला, मुलं झाली; पण मला मुलांकडं, त्यांच्या अभ्यासाकडं लक्ष द्यायला फारसा वेळ मिळत नव्हता. तेव्हा घरच्या सगळ्या जबाबदाऱ्या माझ्या बायकोनं अतिशय योग्यरीतीनं पार पाडल्या. मला त्याबद्दलचं कौतुक कधी शब्दांत व्यक्त करता आलं नाही, याची मला खंत वाटते. माझी दिवसभर एकामागून एक कर्तव्यं पार पाडण्याची धावपळ असायची आणि तिचं डोकं घरकामातून वर निघायचं नाही. त्यामुळे आम्हाला मिळून फिरायला जाणं, आर्थिकदृष्ट्या आणि वेळेच्या दृष्टीनंही ‘चैन’ वाटायची.

बायकोला घरातल्या सगळ्यांचा स्वयंपाक, कपडे धुणं, भांडी घासणं ही घरातली कामं नित्याचीच असत. याशिवाय ती सुरुवातीला माझ्या ‘नर्सिंग होम’ साठी ऑपरेशनचे गाऊन्सही घरी शिवायची; ते गाऊन्स, टॉवेल्स, बेडशीट्स हेसुद्धा ती स्वत: घरी धुवायची. एवढंच नव्हे, तर वर्षभराचे साठवणीचे – पापड, सांडगे, कुरड्या करणं, हळद दळणं, मिरच्या कुटून तिखट करणं ही कामंही ती करायची. डाळीचं पीठ, बारीक मीठ हेही आमच्या घरी जात्यावर दळून केलेलं असे. या कुठल्याही कामांबद्दल, कष्टांबद्दल तिची जराही कुरकूर किंवा नापसंती नसायची.

घरातली मोठी सून म्हणून जबाबदारीनं वागण्याचं वळण तिनं स्वत:ला लावून घेतलं. तिच्या माहेरचे संस्कार हे आमचा संसार सुखाचा होण्याचं मुख्य कारण आहे. तिच्यासाठी साडी किंवा कुठलीही गोष्ट विकत घ्यायची म्हटलं, तर ती आधी घरातल्यांचा विचार करायची. मुख्य म्हणजे, हे सगळं तिनं कर्तव्य म्हणून किंवा

भाग पडलं म्हणून केलं नाही; तर अतिशय प्रेमानं केलं, याचं मला फार विशेष वाटतं.

'अतिथी देवो भव' हे तर आमच्या घराचं ब्रीदवाक्यच होतं. घरी पाहुणे नाहीत, असा एकही दिवस नसायचा. शनिवारपेठेत हॉस्पिटलच्या वरच्या मजल्यावर राहायला आल्यानंतर येणाऱ्या प्रत्येकाला किमान चहा तरी दिला जायचा. असा दररोज सुमारे तीस-चाळीस कप चहा होत असे. 'सारखं-सारखं वरच्या मजल्यावरून चहा खाली आणण्यापेक्षा चहाचा नळच बसवून टाका,' असा सल्लाही अनेकांनी दिला होता!

मला तिचे कष्ट समजत होते, दिसत होते. माझ्या आईच्या शिस्तीखाली वागताना कधी कधी तिला तिच्या मनातल्या इच्छा दाबून टाकाव्या लागल्या; पण तिनं ते कधीही मला बोलून दाखवलं नाही किंवा व्यक्तही केलं नाही. आईने अपत्यांवर मायेची पखरण केली हे खरे. पण सुनेशी व्यवहार 'सासू'च्याच भूमिकेतून केला आणि सुनेनं ते सगळं निमूटपणे सहन केलं. इलाजच नव्हता. मीही कधी तिच्यासमोर उघडपणे तिचं तोंडभरून कौतुक केलं नाही. खरंच, घरातल्या अशा किती बारीक-सारीक गोष्टी असतील! ज्यांना मी न्याय देऊ शकलो नसेन; पण म्हणून ते प्रसंग, त्या गोष्टींची माझ्या मनात नोंद झाली नाही किंवा त्या मला आठवत नाहीत, मनाला लागल्या नाहीत असं होत नाही. अर्थात, मी माझ्या वागण्याचं समर्थन मुळीच करू इच्छित नाही.

असाच एक प्रसंग आठवतो... आमचं नुकतंच लग्न झालं होतं. मी तिला घेऊन सिनेमाला जायचा बेत ठरवला होता आणि तिला 'आवरून ठेव' म्हणून सांगितलं होतं. मी हॉस्पिटलमधून घरी आलो, तेव्हा ती 'एक मिनिटात आवरून आलेच,' असं म्हणून आत गेली. ती त्याप्रमाणे मिनिटभरात आलीही असती, पण मी तेवढा संयम दाखवला नाही. मी रागारागात एकटाच सिनेमाला निघून गेलो. तरुणपणात रागावर नियंत्रण ठेवणे अवघड असते, हेच खरं!

त्या वेळी आमचं फिरायला जाणं, म्हणजे मला व्हिजिटला जायचं असेल तेव्हा, तिला गाडीतून बरोबर नेणं एवढंच! असंच एकदा मी रात्री दहा वाजता व्हिजिटला गेलो होतो. ती गाडीत बसली होती. मी पेशंट तपासून लगेचच येणार होतो... तसा आलोही. फक्त त्या वेळी रात्रीचा दीड वाजला होता. इतका वेळ ती रस्त्यावर उभ्या केलेल्या आमच्या गाडीत एकटी बसून होती. तिच्या नाराजीचे असे कितीतरी प्रसंग घडले, पण तिनं कधीही मनात कटुता ठेवली नाही.

तिचा सगळा वेळ तिनं मुलांसाठी दिल्यामुळे मुलांचं कल्याण झालं. मी व्यवसायाच्या निमित्तानं पहाटे पाच ते रात्री नऊपर्यंत बाहेर असायचो. अगदी रविवारीसुद्धा मी घराबाहेर असायचो आणि माझा असा दिनक्रम बरीच वर्ष होता. या संपूर्ण काळात मुलांचा अभ्यास, खेळ, व्यायाम आणि सर्वांत महत्त्वाचं म्हणजे त्यांच्यावर संस्कार करणं, ही आघाडी तिनं एकटीनं पेलली.

या सगळ्या धावपळीमध्येही तिने आणखी एका आव्हानाचा 'सामना' केला. बॅडमिंटनच्या एकेरीमध्ये प्रौढ गटात विजेतेपदही मिळवले. तिचा फोटो 'टाइम्स ऑफ इंडिया'मध्ये आला होता, पण आपल्या छायाचित्रापेक्षा तिने तिचं 'संसारचित्र' अधिक महत्त्वाचं मानलं!

मुलांनी त्यांच्या गुणवत्तेवर मेडिकल-इंजिनिअरिंगला प्रवेश मिळवला, खेळात प्रगती केली. आमच्या कुठल्याही मुलाला कसलंही व्यसन नाही, अगदी चहाचंसुद्धा. याचं सर्व श्रेय तिलाच आहे. मिलिंद दहावीला जाईपर्यंत, मी मुलं उभी न पाहता आडवी वाढताना पाहिली म्हटलं, तर ते अतिशयोक्तीचं होणार नाही. कारण मी पहाटे घरातून निघायचो त्या वेळी मुलं साखरझोपेत असत आणि मी रात्री घरी परत यायचो, तेव्हा ती दमून झोपलेली असत.

बायको अतिशय सुगरण असल्यामुळे तिच्या हातचा स्वयंपाक ही माझ्या खास आवडीची गोष्ट असे. मला इतरांच्या हातचा स्वयंपाक तितका आवडत नसे. त्यावरून मी बऱ्याचदा मोठ्या बहिणीची बोलणी खाल्ली आहेत. मी गमतीनं बऱ्याचदा म्हणतो की, 'माझी प्रॅक्टिस चालली नसती, तर मी खानावळ किंवा उपाहारगृह काढून त्याच्या गल्ल्यावर बसलो असतो.' नाहीतरी मला डॉक्टरकीतलं सोडून बाकी कशातलं फारसं कळत नाही, असा तिचा समज आहेच! अर्थात ती डॉक्टर असती, तर माझ्या सर्जरीचंही पितळ उघडं पडलं असतं, त्यामुळे ती डॉक्टर नाही, हे माझ्या पथ्यावरच आहे!

मुलांना आम्हा दोघांबद्दल वाटणारं प्रेम, आई-वडील म्हणून वाटणारा आदर मी समजू शकतो. पण मुलं आम्हाला आदर्शाच्या पातळीवर नेऊन ठेवतील, याची अपेक्षा नव्हती. ''आता आमच्या मुलांवर संस्कार करताना आम्हाला अवघड जात नाही, कारण तुम्ही तुमच्या 'वागण्यातून' आमच्यासमोर एक आदर्श आयुष्य उभं केलेलं आहे. एखादं काम कसं करायचं, त्यात झोकून कसं द्यायचं, हे तुमच्या वागण्यातून तुम्ही आम्हाला दाखवून दिलंत. आदर्श म्हणजे काय, आदर्श वागणं कशाला म्हणावं, याचा धडा तुम्ही आम्हाला तुमच्या जगण्यातून दिलात.'' मुलांचं हे बोलणं फक्त मी ऐकलं, तेव्हा स्तिमित झालो आणि खरं सांगायचं तर भावनाप्रधानही झालो. पण ते मी कोणाला दिसू दिलं नाही. देणारही नाही.

एकदा एका पुस्तकातील 'आई-वडिलांचे वागणे आणि आदर्श संस्कार' वाचून माझ्या डोळ्यांत अश्रू आले. माझ्या बालपणीच्या संस्कारक्षम वयातील जखमांची खपली निघाली आणि जखम वाहू लागली. आर्थिक परिस्थिती चांगली नसल्याचे, तेव्हा फारसे कळतही नव्हते आणि आता त्याचे दु:खही नाही. उलट, त्यामुळे आपल्याला धडपड आणि कष्ट करून पुढे यायचे आहे, ही जिद् निर्माण झाली.

पण, तेव्हा मला भावनिक आधार न मिळाल्यामुळे असेल कदाचित – मीही तो बायको, मुलांना देण्यास कमी पडलो. प्रयत्नानेही माझ्यात बदल झाला नाही, याची मोठी खंत वाटते.

असंच एक पत्र मला आलं, डॉ. संजय देवधरचं. ते मी वाचलं आणि हसलो. हसलो अशासाठी की, मी माझं ध्येय पूर्ण करण्याच्या नादात जे वेड्यासारखं वागलो, त्याला त्याने 'ध्रुवासारखी अपार, अचल, अव्यभिचारी, दृढ निष्ठा, महान तप, वगैरेची लेबलं चिकटवली होती. 'कोणीही एकाएकी यशस्वी होत नसतं. त्यासाठी तुम्ही एकतर, Born With a Silver Spoon असावं लागतं किंवा डॉ. अनिल गांधी असावं लागतं.' असं लिहिलं होतं. गंमत अशी की, मी मला नेहमी अनिल गांधीच समजत आलोय आणि तो मी आहेच! पण संजय समजतो तसा मात्र नाही. संजयने वापरलेला एक अन्वयार्थ मात्र मला आवडला. पण तो त्याने माझ्याबाबतीत वापरण्याचे कारण नव्हते. त्याने लिहिले होते, 'सर, तुमच्या भक्तिभावानं आणि तपानं सरस्वती तुमच्यावर प्रसन्न झाली. तुम्ही शल्यविशारद (M.S.) झालात – मूर्तिमंत साक्षेप. 'साक्षेप' हा समर्थ रामदासांचा आवडता शब्द आणि गुण. साक्षेप म्हणजे निरलस दीर्घोद्योगी, अखंड परिश्रम. सर, हे तुमच्याबाबतीत खरं ठरलेलं आहे आणि हा तुमचा आदर्श आमच्यापुढे आहे.'

पत्रातला एक भाग मात्र वास्तव होता. दिनेश, संजय यांच्याशी बोलताना मी सहजपणे काही सांगायचो, संजयने ते एवढं लक्षात ठेवलं आणि पत्रात नमूद केलं याचं मला विशेष वाटलं. मी म्हणायचो, "चांगलंच करत राहा, वागत राहा. त्यामुळे सगळंच चांगलं घडेल असे नाही, पण वाईट मात्र नक्की होणार नाही."

- Treat the patient so long as nobody is paying for not treating irrespective of what patient can afford.
- Free patients pay more than usual.
- Charge your fees as per your schedule & no cheating please.
- Be honest. sincere, hard working the success will automatically follow you. Respect the relatives of the patients; they do not spoil your premises, even though you see so.
- Die peacefully. The world may not know about your misdeeds but they are not hidden from your own soul.

मात्र, मुलांच्या म्हणजे संजयसारख्यांच्या अशा भावनांनी व्याकूळ होणं, मला परवडणारं नाही. इतरांच्या दृष्टिकोनातून दिसणाऱ्या प्रतिमेशी मला प्रामाणिक राहायला हवं, हेच खरं!

रुग्ण देवो भव

भारतीय संस्कृतीने आपल्याला थोर आदर्श परंपरा आणि विचार शिकवले आहेत. त्याचा मला सार्थ अभिमान आहे. 'मातृ देवो भव', 'पितृ देवो भव', 'आचार्य देवो भव', 'अतिथी देवो भव' यामध्ये आम्हा डॉक्टरांच्या दृष्टीने आणखी एकाची भर घालता येईल, 'रुग्ण देवो भव'... कारण डॉक्टरांचा खऱ्या अर्थानं अन्नदाता जर कोणी असेल, तर तो रुग्ण. अन् 'अन्नदाता सुखी भव,' तर ओघानेच येते 'रुग्ण देवो भव!'

...माणसाच्या मनाला 'अलिबाबाची (न पाहिलेली) गुहा' असं म्हणतात. का? ते हल्ली मला समजलं. माझ्या मनात इतके विचार असतील, हे मला कधी कधी जाणवायचं; पण ते अशा तऱ्हेने मांडावेत, मांडता येतील... असं वाटलं नव्हतं!

पण आठवेल तसं लिहीत गेलो. खूप घटना आठवल्या आणि त्याबरोबरच त्या-त्या वेळी माझ्या मनात कोणत्या इच्छा होत्या, त्यादेखील आठवल्या. काही अपेक्षेनुसार पूर्ण झाल्या, तर काही पूर्ण करायच्या राहून गेल्या. पण यालाच 'आयुष्य म्हणतात नाही का?'

ठरवल्याप्रमाणे मी डॉक्टर झालो, हा माझ्या आयुष्यातील आनंदाचा क्षण नक्कीच होता. मला मोठ्या प्रमाणावर गोरगरिबांसाठी, आर्थिक आणि शारीरिकदृष्ट्या दुर्बल घटकांसाठी काम करायचं होतं. एकदा इथिओपियातील कुपोषित, आजारी पडलेल्या लोकांबद्दलची दृश्यं टीव्हीवर पाहत होतो, त्या वेळी वाटलं तिथं आपण जायला हवं. आपल्या देशातही अशा भागात काम करायला हवं. ते जमलं नाही, पण इथं तरी काही अंशी मी त्या तत्त्वाचं पालन मनापासून करत राहिलो.

त्यानंतर अनेक सुख-दु:खाचे प्रसंग आले. या पुस्तकाच्या निमित्तानं त्यातल्या बऱ्याचशया गोष्टींची उजळणी झाली. न्याय-अन्यायाच्या तराजूत मीच स्वतःला तोललं. त्यामध्ये कौटुंबिक नात्यांमध्येच – विशेषत: पत्नीशी आणि त्यानंतर मुलांशीच मी अधिक कठोरपणानं वागल्याचं माझ्या लक्षात आलं. माझ्या प्रत्येक क्षणी ते माझ्याबरोबर होते, कदाचित काही वेळा मी त्यांच्याबरोबर नसेनही... याचा दोष मला माझ्या वैद्यकीय पेशाला फारसा देता येणार नाही!... माझ्या पेशामध्ये मी जरा जास्तच झोकून दिलं, हे मात्र खरं!

शेवटी एकच गोष्ट मनापासून कबूल करावीशी वाटते, डॉक्टरांना एक शपथ घ्यायची असते. डॉक्टर होणारा प्रत्येक जण ती घेतो. मीही घेतली. समाधान एवढंच की, गेली ४४-४५ वर्ष एकही क्षण तिचा मला विसर पडला नाही म्हणून, 'मना सर्जना सत्य पंथेचि जावे,' हेच खरं आहे!

■ ■ ■

www.ingramcontent.com/pod-product-compliance
Lightning Source LLC
LaVergne TN
LVHW010321200726

843507LV00010B/1310